எது நிற்கும்?

எது நிற்கும்?
தேர்ந்தெடுத்த சிறுகதைகள்

கரிச்சான்குஞ்சு (1919 – 1992)

கரிச்சான் குஞ்சு என்று அழைக்கப்பட்ட ஆர். நாராயணசாமி 10.7.1919இல் தஞ்சை மாவட்டம் நன்னிலம் வட்டம் சேதனீபுரத்தில் பிறந்தவர். 1940இல் ஏகாந்தி என்ற புனைபெயரில் முதல் சிறுகதை யான 'மலர்ச்சி' கலைமகளில் வெளிவந்தது.

கு. ப. ராவோடு நெருங்கிய உறவு கொண்டிருந்தவர். அப்போது கரிச்சான் என்ற புனைபெயரில் எழுதிவந்த கு.ப.ரா. மீது கொண்ட அன்பினால் கரிச்சான் குஞ்சு என்ற புனைபெயரில் எழுதலானார்.

பெங்களூரில் எட்டு வயது முதல் பதினைந்து வயதுவரை வடமொழி யும் வேதமும் பயின்றார். மதுரை – ராமேஸ்வர தேவஸ்தான பாட சாலையில் 17 வயது முதல் 22 வயதுவரை தமிழும் வடமொழியும் கற்றார். சென்னை, மன்னார்குடி, கும்பகோணம் முதலான ஊர்களில் தமிழாசிரியராகப் பணியாற்றினார்.

160க்கும் மேற்பட்ட சிறுகதைகளை எழுதியுள்ளார். சுமார் பத்து சிறுகதைத் தொகுதிகள் வெளிவந்துள்ளன. 'கு.ப.ரா.' (1990), 'பாரதி தேடியதும் கண்டதும்' (1982) ஆகியவை இவரது கட்டுரை நூல்கள். இவர் எழுதிய ஒரே நாவல் 'பசித்த மானிடம்' (1978). இரு குறுநாவல் கள் நூல்வடிவம் பெற்றுள்ளன. இரு நாடகத் தொகுதிகளை எழுதி யுள்ள இவர் சமஸ்கிருதம், ஆங்கிலம், இந்தி மொழிகளிலிருந்து சில முக்கிய நூல்களைத் தமிழாக்கியுள்ளார். தமிழிலிருந்து சமஸ்கிருதத்துக்கும் ஆங்கிலத்துக்கும் சில மொழிபெயர்ப்புகளைச் செய்துள்ளார்.

ராமாமிருத சாஸ்திரிக்கும் ஈஸ்வரியம்மாளுக்கும் இரண்டாவது மகனாகப் பிறந்த கரிச்சான் குஞ்சுவுக்கு ஒரு அக்கா (ராஜலக்ஷ்மி), இரு தங்கைகள் (ருக்மணி, நாகராஜம்), ஒரு தம்பி (சுந்தர்ராமன்). வாலாம்பாள் என்கிற முதல் மனைவி இறந்ததும் தற்போது சென்னை யில் வசித்து வரும் சாரதாவை 1946இல் மணந்தார். இவருக்கு நான்கு மகள்கள் - லக்ஷ்மி பேபி, பிரபா, விஜயா, சாந்தா.

அரவிந்தன் (பி.1964)
தொகுப்பாசிரியர்

இதழாளர், எழுத்தாளர், மொழிபெயர்ப்பாளர்.

இதழியல் துறையில் முப்பத்திரண்டு ஆண்டு கால அனுபவம் கொண்டவர். *இந்தியா டுடே, காலச்சுவடு, சென்னை நம்ம சென்னை, நம் தோழி* ஆகிய இதழ்களில் பணியாற்றியுள்ளார். *தி இந்து* தமிழ் நாளிதழின் இணைப்பிதழ்களின் ஆசிரியராகப் பணியாற்றினார். *டைம்ஸ் ஆ*ஃ*ப் இந்தியாவின்* தமிழ் இணைதளத்தின் ஆசிரியராகவும் பணியாற்றினார்.

சிறுகதைகள், நாவல், இலக்கிய விமர்சனக் கட்டுரைகள், அரசியல் விமர்சனம், மொழிபெயர்ப்பு, மகாபாரதச் சுருக்கம், திரைப்படம், கிரிக்கெட் குறித்தவையென இதுவரை இருபதுக்கும் மேற்பட்ட நூல்கள் வெளியாகியுள்ளன.

இலக்கியம், தத்துவம், பெண்ணுரிமை, அரசியல், மொழி, திரைப்படம், கிரிக்கெட் ஆகியவற்றைக் குறித்த கட்டுரைகளை எழுதிவருகிறார். இதழியல் பயிற்சி வகுப்பு நடத்திய அனுபவமும் இவருக்குண்டு.

இவர், கனடா இலக்கியத் தோட்டம் வழங்கும் சிறந்த மொழிபெயர்ப்பு நூலுக்கான விருதை 'பால சரஸ்வதி' மொழியாக்க நூலுக்குப் (2017) பெற்றார்.

தற்போது காலச்சுவடு பதிப்பகத்தின் பதிப்பாசிரியராகப் பணிபுரிந்து வருகிறார்.

கரிச்சான் குஞ்சு

எது நிற்கும்?
தேர்ந்தெடுத்த சிறுகதைகள்

தொகுப்பாசிரியர்
அரவிந்தன்

காலச்சுவடு பதிப்பகம்

● அன்பார்ந்த வாசகருக்கு,

வணக்கம்.

காலச்சுவடு நூலை வாங்கியமைக்கு நன்றி.

நூலின் உள்ளடக்கம், உருவாக்கம், அட்டைப்படம் இன்ன பிற அம்சங்கள் பற்றிய உங்கள் கருத்துகளையும் ஆலோசனைகளையும் காலச்சுவடு வரவேற்கிறது. தகவல், எழுத்து, வாக்கியப் பிழைகள் தென்பட்டால் கட்டாயம் தெரிவித்து உதவுங்கள். நூல் தயாரிப்பில் கடும் குறைபாடு இருப்பின் மாற்றுப் பிரதி உங்களுக்குக் கிடைக்கக் காலச்சுவடு ஏற்பாடு செய்யும்.

மின்னஞ்சல்: *publisher@kalachuvadu.com*

காலச்சுவடு நாகர்கோவில் தலைமையகத்துக்கும் கடிதம் அனுப்பலாம்.

தங்கள்
எஸ்.ஆர். சுந்தரம் (கண்ணன்)
பதிப்பாளர் — நிர்வாக இயக்குநர்

எது நிற்கும்? ❖ தேர்ந்தெடுத்த சிறுகதைகள் ❖ ஆசிரியர்: கரிச்சான் குஞ்சு ❖ © நா. விஜயாள் ❖ முதல் பதிப்பு: டிசம்பர் 2013, ஆறாம் (குறும்) பதிப்பு: ஜனவரி 2023 ❖ வெளியீடு: காலச்சுவடு பப்ளிகேஷன்ஸ் (பி) லிட்., 669, கே.பி. சாலை, நாகர்கோவில் 629001

etu niRkum? ❖ Selected Short Stories ❖ Author: Karichan Kunju ❖ © N. Vijayal ❖ Language: Tamil ❖ First Edition: December 2013, Sixth (Short) Edition: January 2023 ❖ Size: Demy 1 x 8 ❖ Paper: 18.6 kg maplitho ❖ Pages: 224

Published by Kalachuvadu Publications Pvt. Ltd., 669, K.P. Road, Nagercoil 629001, India ❖ Phone: 91-4652-278525 ❖ e-mail: publications @kalachuvadu.com ❖ Printed at Clicto Print, Jaleel Towers, 42 KB Dasan Road, Teynampet Chennai 600018

ISBN: 978-93-81969-88-5

01/2023/S.No. 518, kcp 4286, 18.6 (6) rss

பொருளடக்கம்

முன்னுரை: மரபின் வேரும் நவீன அறிவின் கிளைகளும்	9
குசமேட்டுச் சோதி	17
காதல் கல்பம்!	31
குடும்பச் சிதைவு	39
விஷ வேகம்	48
காதம்பரி	54
பெண்சாதி	67
உறவு முள்	72
மருந்து உண்டா?	85
ரத்தச் சுவை	95
குபேர தரிசனம்	102
படித்தவர்கள்	116
இடம்	124
இளவரசு	136
தங்கக் கழுகு	143
வாயில்லாச் சீவன்கள்	152
எது நிற்கும்?	163

ராசாவாம்டோய்...	171
உயிராசை	179
யார் சமத்து?	190
ஒட்டாத செருப்பு	198
சட்டம் சாத்திரம் சம்பிரதாயம்	207
மானுடம் வென்றதம்மா	214

முன்னுரை

மரபின் வேரும் நவீன அறிவின் கிளைகளும்

இருபதாம் நூற்றாண்டின் தொடக்கத்திலேயே தொடங்கிவிட்ட தமிழ்ச் சிறுகதைகளின் பயணம் வண்ணமிகு வரலாறாகப் பரந்து விரிந்திருக்கிறது. முப்பதுகளில் வேகம் எடுத்த தமிழ்ச் சிறுகதை களின் வளர்ச்சி அற்புதமான பல சிறுகதைகளைத் தந்திருக்கிறது. மேற்குலகின் கொடையான சிறு கதைக் கலையின் நுட்பங்களை மிக விரைவில் தன்வயப்படுத்திக்கொண்ட தமிழ்ப் படைப்பாளிகள் அற்புதமான சிறுகதைகளைப் படைத்துத் தந்திருக் கிறார்கள். சிறுகதையின் பல்வேறு வகைமை களையும் கூறல்முறைகளையும் பரிசோதித்துப் பார்த்த அவர்கள் பல்வேறுபட்ட கருப்பொருள்களை யும் கையாண்டிருக்கிறார்கள். பரந்துபட்ட தமிழ்ச் சமூகத்திடமிருந்து அங்கீகாரமோ ஊக்கமோ கிடைக்காதபோதும் பெரும் உத்வேகத்துடனும் படைப்பூக்கத்துடனும் செயல்பட்ட அந்த முன்னோடிகளில் ஒருவர் கரிச்சான் குஞ்சு என்கிற ஆர். நாராயணசாமி.

பசித்த மானுடம் என்னும் நாவலுக்காகவே மிகுதியும் நினைவுகூரப்படும் கரிச்சான் குஞ்சு சிறு கதைகளிலும் குறிப்பிடத்தக்க பங்களிப்பைச் செலுத்தியிருக்கிறார் என்பது சிலருக்குப் புதிய செய்தியாக இருக்கலாம். மரபில் அழுத்தமாகக் காலூன்றி நிற்கும் இவர், நவீன வாழ்வை மரபின் கண் கொண்டும், மரபை நவீன அறிவின் கண்

கொண்டும் பார்ப்பதன் தடயங்களாக இவரது சிறுகதைகள் இருக்கின்றன. கரிச்சான் குஞ்சு விஷயத்தில் மரபு என்று சொல்லும்போது தமிழ் மரபு மட்டுமின்றி இந்து சமயம் சார்ந்த இந்தியத் தத்துவ மரபையும் சமூக மரபையும் சேர்த்தே புரிந்து கொள்ள வேண்டும். இந்தியத் தத்துவத்தில் ஆழ்ந்த புலமை கொண்ட இவர் மார்க்சியக் கொள்கைகளின்பால் ஈர்க்கப் பட்டாலும் இந்திய மரபு சார்ந்த மார்க்சியராகவே தன் படைப்பு களில் வெளிப்படுகிறார்.

சமூக ஏற்றத்தாழ்வுகள், சுரண்டல்கள் ஆகியவற்றைத் தீவிர மான விமர்சனப் பார்வையுடன் அணுகும் இவர் மரபுக்குள்ளேயே அவற்றுக்கான தீர்வுகளைத் தேடுகிறார். இந்தியக் குடும்ப அமைப்பு, சமூக அமைப்பு ஆகியவற்றின் மீது கரிசனம் கொண்டவராகவே வெளிப்படுகிறார். யதார்த்தத்தை அணுகு வதில் கறாரான விமர்சனப் பார்வையைக் கொண்டுள்ள போதிலும் அடிப்படைகளைத் தகர்ப்பதைக் காட்டிலும் இருக்கும் கட்டுமானத்தைச் செப்பனிட்டு மெருகேற்றுவதிலேயே இவரது கவனம் குவிமையம் கொள்கிறது. 'பித்தப் பசி', 'ரத்தச் சுவை' முதலான கதைகளில் சுரண்டல்மயமான அமைப்பை விமர்சனத் துக்குள்ளாக்குகிறார். 'குசமேட்டுச் சோதி' போன்ற சில கதை களில் போலி ஆன்மிகத்தையும் பக்தியின் செக்குமாட்டுத் தனத்தையும் அம்பலப்படுத்துகிறார். 'இடம்' என்னும் கதையில் குடும்ப உறவுகளில் நிலவும் போலித்தனங்களையும் சுயநலப் போக்கையும் உரித்துக் காட்டுகிறார். 'உயிராசை', 'யார் சமத்து', 'குபேர தரிசனம்', 'தங்கக் கழுகு' போன்ற சில கதைகளில் மரபுவழிப்பட்ட பார்வையைத் தத்துவக் கண்ணோட்டத்துடன் வெளிப்படுத்துகிறார்.

இவரைப் பொறுத்தவரை சமூக மறுமலர்ச்சி என்பது தலைகீழ்ப் புரட்சி அல்ல. நவீன அறிவையும் விழிப்புணர்வை யும் கொண்டு மரபைச் செப்பனிட்டுக் காலத்துக்கேற்பத் தகவமைத்துக்கொள்வது. மரபின் மீதான விமர்சனம் கூர்மை யாக இருக்கும் அதே வேளையில் மரபின் பல கூறுகள் மீதான மரியாதையும் அழுத்தமாக இருக்கிறது. "மனிதத்தனம் என்பது குலம் கோத்திரம் சடங்கு சம்பிரதாயங்களைக் குழி தோண்டிப் புதைப்பதல்ல" என்று தெளிவாகவே சொல்கிறார்.

கலை, இலக்கியம், தத்துவம், வாழ்க்கையை அணுகும் விதம் ஆகிய விதங்களில் மரபின் கூறுகள் இவர் கதைகளில் மதிப்புடன் எதிர்கொள்ளப்படுகின்றன. சமூக அமைப்பில் இருக்கும் ஏற்றத்தாழ்வுகள், சுரண்டல்கள், போலித்தனம்

ஆகியவை விமர்சனத்துக்குள்ளானாலும் மரபின் அடிப்படைகளில் இவற்றுக்கான வேர்களைக் காணும் பார்வை இவருக்கு இருப்பதாக இவரது சிறுகதைகள் காட்டவில்லை. அதே சமயம், போலித்தனத்தைத் தோலுரிக்கும்போது சமயம் சார்ந்த போலித்தனங்களை இவர் கருணையோடு அணுகுவதில்லை.

வாழ்வின் பொருள் குறித்த தத்துவ விசாரணை இவர் கதைகளில் பரவலாக விரவிக் கிடக்கிறது. சமகால வாழ்வின் பின்னணியிலும் அதன் எல்லைகளைக் கடந்த தளத்திலும் இது வெளிப்படுகிறது. இந்தியத் தத்துவங்களில் ஆழ்ந்த புலமையும் மனத்தோய்வும் கொண்ட இவர் சமகால வாழ்வினைத் தத்துவக் கண்ணோட்டத்துடன் பார்ப்பதில் ஆச்சரியம் இல்லை. அதற்குச் சான்றாக விளங்கும் கதைகள் இந்தத் தொகுப்பில் உள்ளன. ஆனால் இந்தியத் தத்துவத்தின் முக்கியமான கூறு ஒன்றைச் சமகாலச் சிந்தனையின் கண்கொண்டு விமர்சனபூர்வமாகப் பார்க்கும் 'மானுடம் வென்றதம்மா' என்னும் கதை ஆச்சரியம் அளிக்கிறது. ராஜ ரிஷி என்று போற்றப்படும் ஜனக மகாராஜாவின் தத்துவத்தைப் புலன் சார்ந்த, பொருள் சார்ந்த கண்ணோட்டத்தில் கூர்மையாக எதிர்கொள்ளும் இடத்தில் கரிச்சான் குஞ்சுவுக்குள் இருக்கும் மாற்றுச் சிந்தனையின் தேடல் பளிச்சிடுகிறது. பேதங்களைக் கடந்த வேதாந்த மனநிலையை எய்தியதாகச் சித்தரிக்கப்படும் ஜனகனின் படிமத்தை ஒரு பெண்ணின் மூலம் அசைத்துப் பார்க்கும் கரிச்சான் குஞ்சு இதன் மூலம் காலம், இடம், புலன்கள், மனம் ஆகிய எல்லைகளுக்குட்பட்ட மனித வாழ்வில் பரிபக்குவம் என்னும் சொல்லுக்கு இடம் இருக்க முடியுமா என்னும் கேள்வியை அழுத்தமாக எழுப்புகிறார். ஜனகனின் பீடத்தை அசைக்கும் பெண்ணின் தரப்பில் அவர் பார்வை சாய்வுகொண்டாலும் இறுதித் தீர்ப்பு எதையும் எழுதாமல் விவாதத்தின் சரடைத் திறந்த நிலையில் விட்டுவிடுவதன் மூலம் சிறுகதையின் கலை அமைதியையும் காப்பாற்றிவிடுகிறார். கரிச்சான் குஞ்சுவின் முக்கியமான கதைகளில் ஒன்று இது.

சற்றே நாடகீயமான தன்மையைக் கொண்டிருக்கும் 'குசமேட்டுச் சோதி' குறிப்பிட்டுச் சொல்ல வேண்டிய இன்னொரு கதை. விசித்திரமான சாமியார்களும் அவர்களுக்கான பிரத்யேக பக்தர்களும் மலிந்திருக்கும் நமது சமூகத்தில் இத்தகைய போக்குகளின் உள்ளீடற்ற தன்மையைப் பரிகசிப்போடு சித்தரிக்கும் கதை இது. சராசரி மனிதர்களின் பலவீனத்தையும், அந்த பலவீனத்தைப் பயன்படுத்திக்கொள்ளும் சில புத்திசாலிகளையும், சமூகத்தில் செயல்படும் மந்தையாட்டு அணுகுமுறையையும் இந்தக் கதை அம்பலப்படுத்துகிறது.

'இடம்' என்னும் கதை எதிர்கொள்ள அதிர்ச்சி தரும் யதார்த்தத்தை அலட்டிக்கொள்ளாமல் கையாள்கிறது. பொருள் சார்ந்த நன்மைகளுக்காக ஒழுக்க மதிப்பீடுகளையும் உறவுகளில் நேர்மையையும் சர்வசாதாரணமாகத் துறக்கும் ஒரு குடும்பத் தைப் பற்றிய இந்தக் கதை அம்மாவுக்கும் பெண்ணுக்கும் இடையே இருக்கும் உறவின் மீது பொதுமனத்தில் கட்டமைக்கப் பட்டுள்ள சில பிம்பங்களை அனாயாசமாகக் கட்டுடைக்கிறது. நிலைமை கை மீறிச் செல்லும் நேரத்தில் நிகழும் விழிப்புணர் வின் தருணமும் கலை அமைதி கூடி வெளிப்படுகிறது. ஒரு பெண் தன் அம்மாவை மூர்க்கத்தனமாகத் தாக்கும் காட்சியி லிருந்து தொடங்கும் இந்தக் கதை அந்த வன்முறைக்கான காரணங்களைப் பின்னோக்கு உத்தியில் சொல்கிறது. ஒரு தலைமுறை தாண்டி விரியும் பின்னோட்டம், தொடங்கிய புள்ளிக்கு வரும்போது பல அதிர்ச்சிகளையும் ஆச்சரியங்களை யும் வாசகர்கள் கடந்து வந்திருப்பார்கள். வன்முறை தொடங்கிய புள்ளிக்குத் திரும்பும் கதை அதிலிருந்து மேலும் வன்முறைக்கோ வன்மத்துக்கோ செல்லாமல் அமைதியை நோக்கிச் செல்கிறது. அரிவாள்மணை மகளின் கையிலிருந்து அம்மாவை நோக்கிப் புறப்பட்ட தருணம் அம்மாவுக்கும் பெண்ணுக்குமான விழிப்புணர்வுத் தருணமாக மாறும் அற்புதம் நம்பகத்தன்மை யோடு உருப்பெறுகிறது. கரிச்சான் குஞ்சுவின் முக்கியமான கதைகளில் ஒன்று இது.

தத்துவம், சமூகம், கலை ஆகிய பின்புலங்களோடு மனித வாழ்வை ஆராயும் கரிச்சான் குஞ்சு பலவிதமான கதைமாந்தர் களையும் வாழ்நிலைகளையும் தன் கதைகளில் கொண்டு வருகிறார். பணக்காரர்களின் போலி பக்தி, கலையின் உள்ளார்ந்த ஆற்றல், குழந்தைகளின் உலகம், ஒரு பொருள் தொலைந்து போவதால் ஏற்படும் மன அவசம் ஏற்படுத்தும் மாற்றங்கள் முதலான பல அம்சங்கள் இவரது கதைகளின் கருப்பொருள் களாகின்றன.

உளவியல் கூறுகள் இவரது கதைகளின் முக்கியமான அம்சங்களில் ஒன்று. மன ஓட்டத்தைப் பின்தொடர்வதில் துல்லியமும் நுட்பமும் கூடிவந்திருக்கும் இவருக்குச் சிக்கலான உணர்வுகளை மொழிவழிப்படுத்தும் திறனும் வசப்பட்டிருக்கிறது. 'ஒட்டாத செருப்பு' என்னும் கதையில் இதைக் காணலாம். நாத்திகம் பேசும் ஒரு பெரிய மனிதர் கடவுளின் சன்னிதியில் முடியைக் காணிக்கை கொடுக்க வேண்டிய நிர்ப்பந்தத்தைப் பற்றி அங்கதச் சுவையுடன் பேசும் 'இளவரசு' கதையில் அந்தப் பெரிய மனிதரின் கைத்தடிகளின் மந்தையாட்டு உளவியல் கச்சிதமாகச் சித்தரிக்கப்பட்டுள்ளது.

‘குபேர தரிசனம்’ இன்றைய வாழ்வு குறித்து கரிச்சான் குஞ்சு தரும் தரிசனம். சித்திரம். மதிப்பீடுகள், சம்பிரதாயம், மனித நடத்தையின் விசித்திரங்கள் ஆகியவற்றைச் சந்தர்ப்ப சூழல்களின் பின்னணியில் வைத்துக் காட்டுவதன் மூலம் சம கால வாழ்வைப் பரிசீலனைக்கு உட்படுத்துகிறார் ஆசிரியர்.

வரலாற்றின் தடங்களிலும் இயல்பாக நடைபோடுகிறார். ‘உறவு முள்’ போன்ற சில கதைகளை இதற்கு உதாரணமாகச் சொல்லலாம். ‘இடம்’ கதையைப் போலவே இதிலும் சந்தர்ப்ப சூழல்களாலும் ஆசை அபிலாஷைகளாலும் சிதையும் வாழ்க்கையின் மாற்றங்களை வீரியத்துடன் சொல்கிறார்.

‘மருந்து உண்டா?’ என்னும் கதை சில மனிதர்கள் வாழ்க்கை தரும் அடிகளிலிருந்து பாடம் கற்பதே இல்லை என்பதைச் சொல்கிறது. பழக்கத்தின் தடத்தில் சரிந்து விழும் அறிவின் தோல்வியை யதார்த்தத்தின் பின்புலத்தில் வைத்துச் சித்தரிக்கிறது.

❍

கரிச்சான் குஞ்சுவின் மொழி புலமையால் வலுப்பெற்ற மொழி. அதே சமயம் மக்களிடமிருந்து அன்னியப்படாத நடைமுறை சார்ந்த மொழி. தத்துவ விசாரம், சம்பிரதாய விளக்கம், உளவியல் விவரணை, அழகின் வர்ணனை, நிகழ்வுகளின் பதிவுகள் ஆகியவற்றில் முறைசார் உரைநடையைப் பயன்படுத்தும் கரிச்சான் குஞ்சு உரையாடல்களிலும் பெருமளவில் எழுத்து நடையையே கையாள்கிறார். மிகச் சில இடங்களில் மட்டுமே எட்டிப்பார்க்கும் வட்டார வழக்கு விரைவிலேயே முறைசார் வழக்குக்கு வழிவிட்டு ஒதுங்கிக்கொள்கிறது. கரிச்சான் குஞ்சுவுக்கு வட்டார வழக்கைப் பயன்படுத்துவதில் விசேஷமான ஈடுபாடு இல்லை என்பதாகவே இதைப் புரிந்துகொள்ள முடிகிறது. உள்ளர்ந்த தொனிகள் கொண்ட இவரது மொழியில் குசும்புக்கும் கூர்மைக்கும் குறைவில்லை.

கதை கூறும் மொழியிலோ கதையின் கட்டமைப்பிலோ இவர் சிறப்பான கவனம் செலுத்துவதில்லை. இயல்பாகக் கதை சொல்லிக்கொண்டு போகிறார். கதை போகும் வேகத்துக்கு ஏற்ப நடை மாறுகிறது. உரையாடல்களிலும் உணர்ச்சிக் கொந்தளிப்புகளிலும் துள்ளி ஓடுகிறது. தத்துவ விசாரணைகளில் நிதானமும் தீவிரமும் கொள்கிறது. சுரண்டலைச் சாடும்போது ஆவேசம் கொள்கிறது. வர்ணனைகளில் லயித்து நிற்கிறது. குறிப்பாக இயற்கை வர்ணனை, பெண்களின் அழகு வர்ணனை.

சிறுகதைக்கே உரிய கவித்துவ உச்சத்துடன் கூடிய கச்சித மான முடிவு பற்றி இவர் அலட்டிக்கொள்வதில்லை என்றாலும் பெரும்பாலான கதைகளில் சிறுகதையின் அமைதி இயல்பாகக் கூடிவந்திருக்கிறது. சில கதைகள் திறந்த முடிவைக் கொண்டதாகவும் உள்ளன. 'சட்டம் சாத்திரம் சம்பிரதாயம்' உதாரணம்.

தஞ்சாவூர், கும்பகோணம் ஆகிய பகுதிகளையே பெரும்பாலும் தன் கதைக் களமாகக் கொண்டிருக்கும் கரிச்சான் குஞ்சு, அப்பகுதியில் பிராமணர்களின் வாழ்வையே அதிகம் பிரதிபலிக்கிறார். இவர்களது வாழ்வினூடாகவே மாறிவரும் காலத்தையும் மாறாத அம்சங்களையும் பதிவுசெய்கிறார். இருபதாம் நூற்றாண்டின் முற்பகுதியில் இந்தப் பகுதிகளில் வாழ்ந்த பிராமணர்களின் வாழ்வின் கோலங்களை அறிவதற்கான தரவுகளில் ஒன்றாக இவர் கதைகளைக் காணலாம்.

பிற சாதியினரும் பிற கதைக் களங்களும் அவர்களுக்கான நியாயங்களோடும் நம்பகத்தன்மையோடும் இவரது கதைகளில் இடம்பெறுகிறார்கள். நெரிசலான ரயில் நிலையம் ஒன்றில் சிக்கித் தவிக்கும் ஏழை எளிய மக்களின் துயரங்களைச் சித்தரிக்கும் 'எது நிற்கும்', இடைநிலைச் சாதிக் குடும்பம் ஒன்றின் கதையைக் கூறும் 'பெண் சாதி' ஆகிய கதைகளில் வேறுவிதமான கரிச்சான் குஞ்சுவைக் காணலாம். தனக்கு நேரடி அனுபவம் இல்லாத அல்லது குறைவாக உள்ள வாழ்க்கையையும் சூழல்களையும் சித்தரிக்கும்போது வெளியிலிருந்து அணுகாமல் உள்ளிருந்து பார்க்கும் கோணத்தில் சித்தரிப்பது கரிச்சான் குஞ்சுவின் கலையின் மீதான மதிப்பைக் கூட்டுகிறது. இந்தக் களங்களில் அவர் மேலும் அதிகமாகப் பயணம் செய்திருந்தால் அவருடைய படைப்புலகில் முற்றிலும் புதியதொரு பரிமாணம் உருப்பெற்றிருக்கும்.

கரிச்சான் குஞ்சுவின் பரிகாசத்துக்கு யாரும் தப்பவில்லை. 'குசமேட்டுச் சோதி' பக்தர்களின் அபத்தத்தைப் பரிகசிக்கிறது என்றால் 'இளவரசு' போன்ற சில கதைகள் மறுமலர்ச்சிக்காரர்களின் அணுகுமுறையைப் பகடி செய்கின்றன.

○

ஒட்டுமொத்தமாகப் பார்க்கும்போது கரிச்சான் குஞ்சுவின் கதைகளை வாழ்வின் நிலையையும் பொருளையும் புரிந்து கொள்ள விரும்பிய ஒரு கலைஞனின் தேடலின் தடயங்கள் என்று சொல்லலாம். தத்துவ விசாரம், சமூக விமர்சனம்,

வாழ்வின் புதிர்கள் குறித்த குழப்பமும் வியப்பும், பழமைக்கும் நவீனத்துவத்திற்கும் இடையிலான ஊடாட்டம் எனப் பல்வேறு தளங்களில் வெளிப்படும் கரிச்சான் குஞ்சுவின் சிறுகதைகள் தமிழ் இலக்கியத்தின் முக்கியமான பரிமாணங்களில் ஒன்று. இந்தப் பரிமாணத்தின் பல்வேறு கூறுகளைப் பிரதிநிதித்துவப் படுத்தும் சுவடுகளைத் தொகுக்கும் முயற்சியே இந்தத் தொகுப்பு.

சென்னை							அரவிந்தன்
அக்டோபர் 14, 2013

குசமேட்டுச் சோதி

முன்னுரை

முன்னுரை ஒன்று எதற்கு? சம்பந்தம் இல்லாமல்?

சம்பந்தம் இருக்க வேண்டுமென்று என்ன சாஸ்திரம்?

பின்னே என்ன? கதைக்குச் சம்பந்தமும் இல்லை, கதைக்குப் புஷ்டியும் கொடுக்கவில்லை. இதை எதற்காகச் சேர்க்க வேண்டும்?

கதையைப் படிக்க, அது பிடிக்க, இது வேண்டும் என்று நான் நினைக்கிறேன். படியேன்!

மாட்டேன். என்னை ஏன் சிரமப்படுத்து கிறாய்? நீ எழுதித் தொலைப்பதை நான் படித்துத் தொலைக்க வேண்டுமோ?

வேண்டாம் விட்டுவிடு; இதைப் படிக்காமல் என் கதையைப் படிக்காதே; குசமேட்டின்மேல் – குசமேட்டுச் சோதிமேல் ஆணை!

குசமேடா? அதன்மேல் ஆணையா? இது என்னடா பிதற்றுகிறாய்?

அதைத்தான் சொல்லப் போகிறேன். குச மேட்டின் பெருமை யாருக்குமே தெரியாது; குச மேட்டின் ஜாதகம் நம்மூர் சந்துரு ஜோஸ்யருக்குத் தெரியும். பூமியில் குசமேடு அமைந்திருக்கும் கோணத்திற்கு, அதிலிருந்து வேதை செய்து, நவாம்சம், துவாதசாம்சம், (உனக்குப் புரியாது; அது கணிதம். இப்படி வைத்துக் கொள்) 9,12,30,36

அம்சங்கள் கணித்து அவர் மிகவும் நுணுக்கமான விஷயங் களைக் கண்டுபிடித்திருந்தார். இப்போது வெறும் குப்பை மேடாய் இருக்கும் இதற்கு ஒரு யோக தசை வரப்போகிற தென்று முன்னெல்லாம் அவர் சொல்லிக்கொண்டிருந்தார்; அந்தத் தசை இப்போது வந்தே விட்டது; பாவம் அவர்தான் இல்லை.

குசமேடென்பது எங்கள் டவுனுக்குக் கிழக்கே ஆற்றின் கரையில் உள்ள ஒரு மேடு; வெறும் தடல். குழி வெட்டி மண் எடுத்த பள்ளங்களும் அவற்றில் தேங்கிப் பாசி பிடித்து விட்டிருந்த ஜலமும் தனிமைப் பித்துக்குத் துணை செய்யுமே தவிரப் பார்க்க அழகாயிருந்ததில்லை. அறுவடைக் காலங்களில் அங்கு களம் அடிப்பதுண்டு; இரண்டொரு மரங்களும் உண்டு நிழலுக்கு; அந்த நாளில் அதாவது நான் படித்துக்கொண்டிருந்த போது மாலை வேளைகளில் அங்கு செல்வதுண்டு; அந்தப் பொட்டலில் தனிமையில் இருந்து பெரிய பெரிய மேதைகளின் அபிப்ராயங்களைப் பற்றிச் சிந்தனை செய்திருக்கிறேன்.

அந்த மேட்டை எங்கள் தமிழ்ப் பண்டிதர் குயமேடென்று சொல்கிறார். 'முக்கண்ணன் பால் முத்தமிழ்வாது செய்து மோதிய மாபேரறிவும் மதிவலியும் வாய்க்கப்பெற்ற தோலா நாவின் மாமேலோனாம் நக்கீரர்க்குத் தோற்ற வடமொழி வீணன் குயக் கொண்டானுடைய மேடு அது; இதற்கான தொன்மைச் சான்று பல உள' என்பது அவர் துணிபு.

அது குசமேடுதான் என்று சாஸ்திரிகள் சொல்கிறார். சூரிய வம்சத்து ராஜரிஷி குசன் ஸேது தர்சனார்த்தம் தண்ட காரண்யம் வந்த காலத்தில் துர்வாஸ சாபத்தால் தவளையாய் இருந்துகொண்டு தபஸ் செய்துகொண்டிருந்த ரிஷியை இடறிக் கொன்றதால் குசனுக்கு ஏற்பட்ட பிரம்மஹத்தி தோஷ பரிஹாரத்திற்காக அசுவமேத யாகம் செய்த இடம் இது என்கிறார் சாஸ்திரிகள். பக்கத்தில் மண்டங்குடி என்ற கிராமம் இருப்பதைக் காட்டி அது மண்டூக க்ஷேத்திரம்தான் என்று ஆதாரத்தோடு கோஷிக்கிறார் அவர்.

'இதெல்லாம் வெறும் பேச்சு' என்கிறார் எங்கள் சரித்திரப் பேராசிரியர். அவருக்கு அந்த மேட்டில் ஒரு ரகசியம் துலங்கிற் றாம். அதைக்கொண்டு கூறி அரசாங்க உதவி பெற்று ஒரு மூலையில் வெட்டிக்கொண்டிருந்தார் மேட்டை. இருநூறு அடி வெட்டிவிட்டால் ஊறும் ஜலத்தை இறைக்க வேண்டும். இங்கு 'ஹாரப்பா மோகஞ்சேதாரோ' நாகரீகத்தின் ரகசியப் பெட்டியைத் திறக்கப் பல சாவிகள் கிடைக்கும். இங்கு புதை யுண்டு கிடக்கும் விஷயம் வெளிப்படுத்தப்பட்டால் அது

'ஹாரப்பா – தாரோ' நாகரீகங்களின் மேல் கத்தைக் கதிர் வெளிச்சத்தை எறியும் என்று அவர் நம்புகிறார்.

நான் ஊரை விட்டுக் கிளம்பிப் போனபோது, அதாவது இருபத்தியாறு மாதங்களுக்குமுன், குசமேடு வெறும் தடலாகத் தான் இருந்தது. நான் ஊருக்குத் திரும்பிவந்த அன்று மாலை பழைய பாசம் இழுக்கக் குசமேட்டுக்குச் சென்றேன். இடமே எனக்கும் புரியவில்லை. உண்மையாகவே சந்துரு ஜோஸ்யர் சொல்லிக்கொண்டிருந்த தசை வந்துவிட்டிருந்தது மேட்டுக்கு.

"குசமேட்டில் கட்டடமெல்லாம் கட்டியிருக்கிறதே, தோட்டம் போட்டிருக்கிறதே, அதெல்லாம் என்ன?" என்று என் வீட்டாரிடம் விசாரித்தேன். என் தாயாரும் தம்பியும் சேர்ந்து விவரம் சொல்ல ஆரம்பித்தார்கள்; அரை மணிநேரம் சொன்னார்கள். அங்கு இப்பொழுது ஒரு பெரிய ஆசிரமம் ஏற்பட்டிருக்கிறதாம். ஏராளமான பக்தர்கள், உலகத்தைத் துறந்தவர்கள் அல்லது குறைந்த பக்ஷம் துறக்க வழி தேடுகிற வர்கள், ஆண்களும் பெண்களும் அங்கேயே இருக்கிறார்களாம். தவிர தினம் வெளியூரிலிருந்து பலர் வந்து போய்க்கொண்டே தான் இருக்கிறார்களாம். மஹரிஷி பித்தாநந்தா என்ற ஜீவன் முக்தர் (வாழ்வுடன் வீடுற்றவர்?) சுடர்விட்டு விளங்குகிறாராம் அங்கு.

"நம் வீட்டுப் பூஜையலமாரியில் படம் இருக்கிறதே பார்க்க வில்லையா நீ?" என்றாள் தாயார்.

பார்த்தேன், சந்தன குங்குமம் விளங்க கௌபீன தாரியாய்ப் பூமாலை தரித்திருந்த உருவம் அது.

"இதைப் பாரண்ணா" என்று சில புத்தகங்களை, பொட்டிட்டுக்கொண்டு பூஜையில் இருந்த புத்தகங்களைக் கொண்டு வந்தான் தம்பி.

ஒரு கையாலே வாங்கப் போனேன்.

"சீச்சி இரண்டு கையாலேயும் வாங்கு" என்றாள் தாயார்.

வாங்கிப் பார்த்தேன். (1) பித்தோபநிஷத்; (2) பித்தகீதை; (3) பித்தஞானக்கொழுந்து; (4) பித்தயோக ஞான சாரக் கண்ணிகள்; (5) பித்தானந்த நாமாவளியும் போற்றி அகவலும் ... இப்படியான புத்தகங்கள்.

"தாசில்தாரும் கலெக்டரும் ஜட்ஜும் மந்திரியும் யாராவது வந்துகொண்டேதான் இருக்கிறார்கள் அடிக்கடி. ஒரு நாளைக்கு கலெக்டர் சம்சாரம் வந்தாளாம். பரவசமாய்ப் போய்விட்டா ளாம். என்னவோ தெய்வீக சக்தி இருக்கு அங்கே. அந்த

மேடு இன்னும் சுற்றிலும் இருக்கிற இடம் எல்லாவற்றையும் ஆசிரமத்துக்கே எடுத்துக்கொள்ளும்படி சர்க்காரிலேயே உத்தரவு போட்டுவிட்டார்களாம். ஜே ஜே என்று தினம் உத்ஸவம்போல் இருக்கிறது. அங்கே எலெக்ட்டிரிக் லைட் போட்டு, பம்பு வைத்து ஏ அப்பா, கைலாசம் மாதிரி இருக்கிறது; நீயும் போய் தரிசனம் பண்ணிவிட்டு வா. வீட்டில்தான் எல்லாரை யும் போதாத காலம் படுத்துகிறதே என்று நானும் ஆசிரமத் துக்குப் போய் வந்துகொண்டிருந்தேன். படத்தைப் பூஜையில் வைத்தேன். வந்த நாளா ஏதோ நல்லதாக இருக்கிறது; நம்முடைய சக்திக்குத் தகுந்தபடி ஏதாவது செய்வோமே ஆசிரமத்திற்கு; கட்டாயம் போய்த் தர்சனம்பண்ணு" என்றாள் தாய். தாயாருக் காக இல்லாவிட்டாலும் குசமேட்டுக்கு வந்த திசையை எனக்கு வந்ததாகவே நினைத்துக்கொண்டு அங்கு போய்ச் சேர்ந்தேன்.

மேட்டின் நடுவில் அழகான கட்டிடம்; சுற்றிலும் குளுமை யான தோட்டம். முன்பு இரண்டொன்றாய் இருந்த ஆலமரங் களுக்குப் பக்கத்தில், இன்னும் பல மரங்கள் வளர்ந்திருந்தன. அந்த மரங்களுக்கடியில் சின்னச் சின்னத் தென்னங்கீற்றுக் குடிசைகள் போடப்பட்டிருந்தன. மூங்கில் தட்டிகளால், கதவு களும் ஜன்னல்களும் அமைக்கப்பட்டு, பார்ப்பதற்குத் தற்காலிக மான அகதிகள் முகாம்போல் இருந்தன அவை; அந்தக் குடிசைகளுக்குச் சுற்றிலும் முள்வேலி போடப்பட்டிருந்தது. உள்ளே போகும் வாயிலில் ஒரு கவைக் கொம்பு நடப்பட் டிருந்தது. அதைத் தாண்டித்தான் உள்ளே போக வேண்டும். வேலியில் ஒரு போர்டு தொங்கிற்று. அதில் தமிழிலும் வடமொழியிலும் 'தபோவனம்' என்றும் ஆங்கிலத்தில் 'தாபோபான்' என்றும் எழுதப்பட்டிருந்தது. தபோவனம், அந்த முள் வேலியைத் தாண்டுவதற்கு நடப்பட்டிருந்த கவைக் கொம்பு இதற்கெல்லாம் தத்துவார்த்தம் உண்டு என்று பின்னாடிதான் கேள்விப்பட்டேன். ஆனாலும் முதலிலேயே எனக்கும், அப்படி ஏதாவது இருக்கத்தான் வேண்டும் என்று புலப்பட்டு விட்டிருந்தது. உள்ளே போனேன். 'எக்ஸிபிஷன்' மைதானத்தில் சுற்றிப் பார்ப்பது போன்ற குதூகலமும் குறு குறுப்பும் சுரந்தன என் மனதில். அது என்னைப் புனிதப்படுத்தி, என்னையும் ஞானியாக்க முயன்றுவிடுமோ என்றுகூடத் தோன்றிவிட்டது. எக்ஸிபிஷனில் கங்கா மங்கா என்ற ஒட்டுச் சகோதரிகளைப் பார்க்கும் இடத்தில் எப்போதும் கூட்டமாக இருக்கும். அதுபோலக் கூட்டம் அதிகமாயிருந்த ஒரு பர்ண சாலைக்கு நானும் போனேன். அங்கே ஒரு மேனாட்டு மனிதனும் அவனுடைய மனைவியும் இருந்தார்கள்; இருவரும் இந்திய உடை அணிந்திருந்தனர். பாவம், அந்த மனுஷனுக்கு

வேஷ்டி பொருந்தவே இல்லை. எப்படியோ சுற்றிக்கொண்டு உட்கார்ந்திருந்தார்.

கண்ணை மூடிக்கொண்டு முழங்காலையும் முதுகையும் ஒரு தோல் பட்டையால் இறுக்கிக் கட்டிக்கொண்டு யோக நிலையில் இருந்தார். அவருடைய மனைவியோ திறந்த அதாவது கீழ்நோக்கித் திறந்த கண்களுடன் மூக்கு நுனியைப் பார்த்துக்கொண்டு பத்மாசனத்தில் விளங்கினாள். இந்த யோகானந்தத்தைக் காணச் சென்ற பக்தர்களில் பலர் மெல்லச் சத்தமின்றித் தரையில் விழுந்து வணங்கிக் குனிந்து வாய் பொத்தி நின்றிருந்தனர். என்னைக்கூட யாரோ ஒருவர் ஜாடை காட்டி மெல்லப் பேசி, வணங்கத் தூண்டினார். நானும் ஏதோ எதிர் ஜாடை காட்டினேன். அதற்கு அவர் "ஆய்விட்டதா, சரி. வருகிறவர்களுக்கு வழி விடுங்கள்" என்று மறுபடியும் ஜாடை செய்தார்.

அடுத்த கொட்டகையில் ஒரே ஜரிகை மயம், தங்க வைர மயம்; நடமாடும் மாத்தாப்புகள் போல; யாரோ வடநாட்டு ராஜகுமாரியாம், அவள் ஏதோ மெல்லப் பேசிக்கொண்டிருந் தாள். பலர் கேட்பதாய் பாவனை செய்துகொண்டிருந்தனர்.

இப்படி ஒன்றா? எத்தனையோ? பல ஞானிகளை யோகிகளையெல்லாம் கண்டு கேட்டு எல்லாம் ஆனபின் கடைசிக் கொட்டடிக்குச் சென்றேன். நீண்ட ஜடாமுடிதாரியா யிருந்த ஒருவர் நீட்டி முழக்கிப் பிரசங்கம் செய்துகொண்டிருந் தார். நடுத்தர வயதுள்ளவர்; அவர் குரலிலும் அவர் கொடுத்த உபமானங்களிலும் வாலிபம் பொங்கிற்று. நின்று கேட்டேன். குமாரிகளும் பேபிகளும் தாய்மார்களும் வாலிபர்களும் வயதானவர்களும் நின்று கேட்டுக்கொண்டிருந்தார்கள். அத்வைத நிலையைப் பற்றி விளக்கம் தருகிறார்.

"பகவான் அடிக்கடி சொல்வது இதைத்தான்; நான் எனது என்பதைப் பிய்த்துப் பிய்த்து ஆராய வேண்டும். பகவான் சொல்லும் (பகவான் என்று அவர் குறிப்பது மகரிஷி பித்தாநந்தாவை) ஆத்மஞானம் வரும்போது நான் எனது என்பதெல்லாம் கிடையாது. கிடையாதென்றால் இருக்காது; ஜீவனும் பிரம்மம் எனும் பரம்பொருளும் கலந்துவிட்டால் அந்தக் கலவையில் எல்லாம் மறைந்துவிடும்; இதை இன்னும் தெளிவாக்க வேண்டுமா..?" என்று அந்த ஞானி நிறுத்தினார்.

கணீரென்ற இனிய குரலில் ஒரு மாது கிரோன் மணி 'நெக்லேசு' ஜொலிக்க நகைகள் ஒலிக்கக் கேட்டாள். "இரண்டறக் கலக்கும் அந்த அத்துவித நிலைதான் இன்னும் சற்று விளங்க வேண்டும்."

எது நிற்கும்?

“அதுதான் பேரின்பம்” ஞானி தொடர்ந்தார், அதை விளக்க. “லௌகிகமான சிற்றின்பமே சிறந்த உதாரணம்” விரிவான முறையில் அம்சம் அம்சமாய்ப் பொருத்திக்காட்டி விளக்கினார். ஞானியான அவர் தந்த விளக்கத்தை எழுத முடியவில்லை என்னால்; அதாவது அவ்வளவு தூரம் விகல்ப மற்ற ஸம நிலையும் இந்த அஞ்ஞானக் கட்டையாகிய எனக்கு இல்லை; ஒரு பக்கமாய்ச் சென்று வெற்றிலை போட்டுக் கொண்டு துப்பிவிட்டு நின்றேன்.

தபோவனத்தில் இருந்த பக்தர் கூட்டம் வேலியைத் தாண்டிச் சென்றது. ஞானியாரும் வெற்றிலை போட்டுக் கொண்டு என்னிடம் வந்தார். “என்ன புகையிலை இருக்கிறது உங்களிடம்” என்று கேட்டார். நட்பு ஏற்பட்டுவிட்டது. அவர் காலேஜில் படித்தவராம். இருவரும் அறிமுகப்படுத்திக் கொண்டோம். அவர் பெயர் ராம சர்மா. அவர் கல்யாணமே செய்துகொள்ளவில்லையாம். இதெல்லாம் ஆன பிறகு அவரிடம் விவரமெல்லாம் கேட்டேன்.

“மகரிஷி உபதேசமே செய்வதில்லையா வருகிறவர்களுக்கு?”

“அது ஆட்கொண்டால் ஞானம் தானாக வரும். அது நினைத்தால் நாம் உயர்கிறோம்.”

“அது அது என்கிறீர்களே யாரை?”

“இங்கே பித்தானந்தாவை அது, இது, பகவான் வருகிறது என்றுதான் சொல்வது வழக்கம்; அது சுத்தப் பிரம்மத்தோடு லயமான உருவமோ அருவமோ ஒன்றும் அல்லாத இல்லாத பொருள்.”

“அவரை ஒருவரும் பார்ப்பதே இல்லையா?”

“ஏன் பார்க்காமல் என்ன? ஆனால் அதுவல்லவே அது!”

“எனக்குப் புரியவில்லை!”

“நமக்கும் அதுதான் முடிவு; “நான் யார்” என்று கேட்டுக் கேட்டு விடை கண்டால் இந்த முடிவு வரும்.”

“பகவானைப் பற்றி விவரமாய்ச் சொல்லுங்கள். சர்மா, நீங்கள் பார்க்கும் அந்த உடல், அவர் சாப்பிடுகிறாரே அது, ஆனந்தம் பொங்க போட்டோவுக்கு அவர் நிற்கிறாரே அது, இதெல்லாம் என்ன?”

“அவ்வளவும் பொய்; உங்களுக்குத் தோன்றுகிற பிரமை. அது பகவானுடைய சரீரமல்ல; பகவானுக்கும் அந்த உடலுக்கும் அது செய்கிற காரியங்களுக்கும் துளிக்கூடத் தொடர்பு

கிடையவே கிடையாது. உடல் தன் பாட்டுக்கு ஏதோ செய்து கொண்டு போகிறது. அது பகவானை ஒன்றுமே செய்ய முடியாது.”

“சரி நான் பகவானைப் பார்க்க வேண்டுமே. நீங்களே கொஞ்சம் கூட இருந்து தயவு பண்ணி . . .”

“இதோ, இப்போ பகவான் வந்துவிடும், தரிசனம் கொடுக்க. அந்தக் கட்டடம் இருக்கிறதே அதுதான் ஆசிரமம்; நடுவில் ஒரு பெரிய ஹால் இருக்கிறது. அங்கேதான் ஆசனமெல்லாம் போட்டிருக்கும். இன்றுகூட விசேஷ தரிசனமெல்லாம் உண்டு. சென்னையிலிருந்து யாரோ பெரிய மனிதர் சினிமா முதலாளி வருகிறாராம். இன்னும் யாரோ சங்கீதக்காரர்கள் கச்சேரி செய்யப் போகிறார்களாம்; மானேஜர் வந்துவிடுவார் இப்போ; மானேஜர் வந்துதான் பகவான் வரும். நீங்கள் போய் இருங்கள். நான் வந்து எல்லாம் பார்த்துக்கொள்கிறேன்.”

“ஏன் இங்கே ஏதாவது?”

“அந்தப் பக்கம் இருக்கிறார்களே ஒரு தம்பதி, அவர்கள் அமெரிக்கர்கள். அவன் பெரிய மிலிட்ரி ஆபீஸர்; ஆசிரமத்துக்கு இருபது ஆயிரம் ரூபா கொடுத்திருக்கிறான்; மானேஜருக்கு நல்ல கார் ஒன்று வாங்கிக் கொடுத்திருக்கிறான்; அது கிடக்கட்டும்; அவர்கள் இரண்டு பேருக்கும் பிராணாயாமம் சொல்லித் தர வேண்டும்.”

“ரொம்ப நாழியாகுமோ!”

“ஏது, சும்மா ஒரு பத்து நிமிஷம் . . .”

“நான் இங்கேயே இருக்கிறேனே?”

“சரி, இன்னிக்குத்தான் வேண்டாமே, வாருங்கள் போவோம் ஆசிரமத்துக்கு.”

போகும்போது நான் பேசிக்கொண்டே போனேன். ராம சர்மாவுக்குச் சங்கடமாய்ப் போய்விட்டதோ என்னவோ, அவர் சொன்னார்:

“நீங்கள் அங்கு வந்து ஒன்றுமே பேசக் கூடாது; குயுக்திக் கெல்லாம் இது இடமல்ல. அதெல்லாம் பேசுவதானால் நான் உங்களோடு வர மாட்டேன்” என்றார் கண்டிப்பாய்.

ஹாலுக்குச் சென்றோம். ஹாலின் ஒரு கோடியில் சுகமான சோபா ஒன்று; அதன்மேல் சொகுசான திண்டுகள்; முழு புலித் தோல் விரிப்பு; பக்கத்தில் அழகிய கருங்காலி மேஜை; தந்தச் சிமிழ்கள்; கீழே மெத்தை தைத்த கால் பீடம்; அதில் தங்கக் குமிழிட்ட இரண்டு பாதுகைகள். சுவரில் தொங்கிய

வெண்சாமரங்கள்; மயில் தோகை விசிறிகள். ஹால் முழுவதும் ரத்ன கம்பள விரிப்பு; கமகமவெனக் கமழ்ந்து வெண்புகை பரப்பும் தூபக் கூண்டுகள்; பால் சாம்பிராணியும் மட்டிப்பாலும் அகரு தூபமும் தெய்வ மணம் பரப்பின. சாந்தியின் இருப்பிடம் போன்ற மௌனம்; பலர் அசையாமல் பலவிதமாய் அமர்ந்து நிஷ்டை பயின்றனர். ஹாலின் வாயிற்படியில் அழகிய பீடத்தில் கொலுவின் காட்சி சாந்தியைச் சித்தரிப்பது. புலியும் மானும் சிங்கமும் யானையும் கீரியும் பாம்பும் சேர்ந்திருந்து களிக்கும் காட்சி. நானும் சர்மாவும் ஹாலில் மெல்ல நடந்தோம். எனக்குப் பேச வேண்டும்போல் புறுபுறுத்தது. நாக்குத் துறு துறுத்தது. மெல்ல "சர்மா" என்றேன்.

அவர் வாயைப் பொத்தினார். நானோ பேசிவிட்டேன். அவர் சாமர்த்தியமாய் என்னை அழைத்துக்கொண்டு வெளித் தாழ்வாரத்துக்கு வந்துவிட்டார். அங்கே நூற்றுக்கணக்கான போட்டோப் படங்கள் தொங்கின.

"எல்லாம் பகவானுடையவை" என்றார் சர்மா.

ஒவ்வொன்றாய்ப் பார்த்தேன்; அந்த உருவம் எனக்குப் பரிச்சயம் உள்ளதாகப் புலப்பட்டது. ஊன்றி ஊன்றிப் பார்த்த தில் அதன் பரிச்சயம் உறுதிப்பட்டது. ஆனால் தெளிவாய் இன்னாரென்று சொல்ல முடியவில்லை.

இதற்குள் பரபரப்பு ஏற்பட்டது.

"மானேஜரும் மதராஸ்காரர்களும் வந்துவிட்டார்கள்" என்றார் ஒருவர்.

"அப்போ, போய் பகவானை அழைத்துக்கொண்டு வா..." என்றார் சர்மா.

"தபோவனத்தைச் சுற்றிக்கொண்டு அவர்கள் வரப்போகிறார் கள். அதற்குள் பகவான் வந்துவிடாதா..." என்றார் அவர்.

இரண்டு புதுக் கார்கள் கம்பீரமாய் ஊதிக்கொண்டு ஒய்யாரமாய் வளைந்து நழுவி ஓடின தபோவனத்தைப் பார்க்க. சர்மா என் அருகிலிருந்து கிளம்பினார். நான் கேட்டேன்:

"சர்மா, கடைசியாக ஒரே ஒரு கேள்வி: இந்த மகரிஷி பித்தானந்தா என்னதான் உபதேசம் செய்கிறார்?"

"அது உபதேசம் செய்வதாவது? நான்தான் சொன்னேனே பகவான் இல்லை இல்லையென்று. இங்கு உள்ளவர்கள், வருகிறவர்கள் எல்லோருக்கும் பகவானைப் பார்த்தால் ஞானம் வருகிறது. அதைக்கொண்டு நாங்கள் பிழைக்கிறோம். அதாவது

இந்த உலகத்தின் துயரங்களுக்கு ஆளாகாமல் தப்புகிறோம். அதுக்குத்தான் லோகப் பிரக்ஞையே கிடையாதே."

"எதுக்கு?"

"அதுதான் பகவானுக்கு."

"உங்களுக்கு வரும் ஞானம் இந்தப் பிழைப்புத்தானா?"

"சார் இதைப் பாருங்கள். உங்கள் குயுக்திக்கு இது இடமில்லையென்று முன்பே ஒருதடவை சொல்லிவிட்டேன். உங்களை இங்கு யாரும் கூப்பிடவில்லையே உபதேசத்திற்கு."

"எனக்கு ஞானம் வர வேண்டாமா?"

"அப்போ நாங்கள் சொல்வதைக் கேளுங்கள். பகவானைப் பற்றிய முடிவு இதுதான்; அது நாசமற்றுப் போய்விட்டது; அது அறிவுமயமானது; களிப்பே நிலையாகப் பெற்றது; அதுக்கு இந்த உலகமே இல்லை; உடலும் இல்லை. இதெல்லாம் அதுக்குத் தீப்பட்டு எரிந்து கருகிப்போன கயிற்றைப்போல; எரிந்த கயிறு கீழே கிடந்தால், அதன் உருவம் முறுக்குக்கூடப் பிரியாமல் அப்படியே இருப்பதுபோலத் தென்படும். ஆனால் அதைக்கொண்டு எதையாவது கட்ட முடியுமோ? இதுதான் ஞானம்... அதோ மானேஜர் அந்தப் பக்கமாய் வருகிறார் சென்னைக்காரர்களோடு. இதோ பாரும் இந்தப் பக்கம் பகவானும் வருகிறது. நான் வருகிறேன்..."

கட்டடத்தின் அந்தப் பக்கத்தில் மானேஜர் வருவது எனக்குத் தெரிந்தது. வந்தவருக்கும், கூட வந்த சர்வாலங்கார பூஷிதையான சுந்தரிக்கும் வழி காட்டிக்கொண்டு மானேஜர் வந்தார். நான் நின்றிருந்த இந்தப் பக்கத்தில் மகரிஷி பித்தானந்தா வந்துகொண்டிருந்தார். இளித்த வாயுடன் அக்ஞானிகளைக் கண்டு சிரித்துக்கொண்டு வந்தார் பகவான். இதுவே அவருடைய ஆனந்தமயம் போலிருக்கிறது. குறியற்றுக் குறிப்புமற்று இங்கித மற்று விழிக்கும் தன் விழிகளால் தனது அறிவான தன்மையை அம்பலப்படுத்துகிறார் போலும். அளவாய் உரோமம் அகற்றப் பட்டு அரிய உணவால் அருமையாய் போஷிக்கப்பட்டு அங்கம் முழுவதும் வெண்பூச்சுப் பூசப்பட்டு அற்றம் காக்கும் சிற்றுடை யோடு வந்த அந்த அழகிய உருவம் அது அழிவற்றுவிட்டதை அகிலத்திற்கு அறிவித்தது. பகவான் வரும் வழியிலெல்லாம் சேஷ்டைகள் பிரமாதமாயிருந்தன. குனிந்து குனிந்து வெறும் தலையிலிருந்து வெறுமையைப் பொறுக்கி வெட்ட வெளியில் வீசிக்கொண்டே வந்தார். இடையிடையே வெறும் கையால் வெறும் இன்மையை வாயில் போட்டு வெறுமையாய் மென்று

கொண்டு வந்தார். பார்த்தேன். கூர்ந்து கவனித்தேன். உற்று நோக்கிச் சிந்தித்தேன். உறுத்த ஆரம்பித்த நெஞ்சில் உண்மை கண்டுவிட்டது. அந்த உருவம் யாரென்று ஸ்பஷ்டமாய்த் தெரிந்துவிட்டதெனக்கு. சிரிப்பு வந்தது. அடக்கிக்கொண்டு மேலும் கவனித்தேன். வழியில் கீழே படுத்துக்கொண்டுவிட்டார் பகவான். படுக்கையின் அமைதியில் என் உறுதி திடப்பட்டது. அந்த மனிதனுடைய பூர்வோத்தரமெல்லாம் விளங்கிவிட்டது.

○

நாற்பத்தொன்பது பிறந்துவிட்டதா? நாற்பத்தாறின் மே மாதத்தில் நான் வயிறு வளர்க்க வட நாட்டுக்கு ஓடுவதற்குச் சில நாட்களுக்கு முன், கோவிலில் கோபுரத்தடி மேடையில் 'அதிகம் படித்த' நாங்கள் நாலைந்து பேர் பெரிய விஷயங் களைப் பற்றிப் பெரிய பேச்சுப் பேசிக்கொண்டிருந்தோம். ஆயிரம் ஆயிரம் ஆண்டுக்கு முன்னே எங்கோ யாரோ எண்ணிய எண்ணங்கள், செய்த செயல்கள் இவற்றையெல்லாம் அலசிக் கொண்டிருந்தோம். காலவெள்ளத்திலே நீந்தி பழமைக்கரைக்குப் பிரயாணம் செய்யப்போய், கை சளைத்துக் காலும் தரை தண்டாமல், மல்லாந்து மிதந்து வந்தோம். இருபதாம் நூற்றாண் டின் தெய்வீகக் கரையில் அந்த ஈரத்தோடு உட்கார்ந்து சிந்தித் தோம். மனித சக்தியைப் பற்றியும் நம்பிக்கையைப் பற்றியும் மனக் கணக்குகள் தொடுத்தோம்.

"மனித குலத்தினுடைய அறிவு மிகுதியும் ஆற்றலின் குறைவும் இணைந்து போட்ட கரைகளே நம்பிக்கைகள்; ஆகக் கரைகளெல்லாம் கரைந்து கரைந்து போய் மறுபடியும் போடப்பட வேண்டியவைதானே ..." என்று ஒரு கக்ஷி.

"அஸ்திவாரமும் அணைப்பும் பலமாய்ப் போட்டுவிட்டால் கரையாத கரை ஆகுமல்லவா?" என்று ஒரு வாதம்.

"கரையிருந்து பெரிதாய் என்ன சாதித்துவிட்டது? கரைகள் கரைந்துவிடட்டுமே! காண்போமே அந்தக் கரையற்ற காட்சியை" என்று ஒரு நிர்வேதம். எதுவும் பிடிக்காத ஓர் ஏமாந்த மனநிலை.

"கரையாவது சிறையாவது ஒன்றுமே இல்லை; எல்லாம் வெறும் அடுக்கு; சொல்லடுக்கு; நாமாக வைத்துக்கொண்ட எண்ண அடுக்கு; எடுக்க மறந்துவிட்ட முட்டுக்களின் அடுக்கு; இந்த முட்டுக்களைக் கொடுத்துக் கட்டிய தத்துவப் படிகள் பலமாயிருக்கின்றன; அவற்றுக்கு மேலே உள்ள மாடியும் உறுதியாயிருக்கிறது; அவற்றில் ஏறிக்கொண்டவர்கள் முட்டுக் களைக் கவனிக்கவில்லை; பின்வந்த நாமோ முட்டுக்களை எடுக்கப் பயப்பட்டுவிட்டோம். அதனால்தான் நம்மால் மேலே

செல்ல முடியவில்லை என்பது மட்டுமல்ல: பயம் நம்மை அறிவிலிகளாகவும் ஆக்கிவிட்டிருக்கிறது!" என்று ஓர் அங்கலாய்ப்பு. சமரசம் வேண்டித் திருத்தமும், வேண்டித் தைரியமாய்ச் செல்ல முடியாத தோல்வி நிலை.

"இந்த விஞ்ஞான யுகத்திலும் வீண்பிரமைகள் நம்மை ஆட்டிவைப்பதைப் பாரேன்; நம்புவது நல்லது என்றால் நாயைக் கறந்தா நாட்டுக்குப் பால் தருவது? நான் ஒரு விநோதம் காட்டுகிறேன் பார், இதோ இப்போதே இங்கேயே" என்று ஆவேசத்தோடு கிளம்பி எங்களில் ஒருவன் நடத்திய கூத்து மறக்குமா எனக்கு?

கோவில் வாசலில் ஒரு பைத்தியம். அது நான்கு நாளாய் அங்கே இருக்கிறது; ஆடை இருக்காது. இருந்தாலும் பயனில்லை; செக்கச் செவேலென்ற உருவம்; எண்ணெய் காணாமல் இருந்து சடையாய் ஒட்டிவிட்ட போதிலும் சுருள் மாறாத தலைமயிர்; எப்பொழுதும் சிரிப்பு; எதையும் வாயிலிட்டுக் கடிப்பது; கல்லை மண்ணைக் கரியை எதையும் கடித்து மெல்வது; துப்புவது, எப்பொழுதும் எதையோ எடுத்து எறிவதுபோல எறிந்து கொண்டே இருக்கும் கையால்: கையில் ஒன்றும் இருக்காது; ஆனால் எறிந்துகொண்டே இருக்கும்; படுத்தால் படுக்கை தான். பட்டாளத்து லாரி வந்தாலும் பாதை கிடைக்காது லேசில். நண்பன் – விநோதம் காட்டக் கிளம்பிய நண்பன் – இந்தப் பைத்தியத்தைக் கிளப்பிக் கடை வாசலுக்கு அழைத்துச் சென்றான். நாங்களும் தொடர்ந்தோம். கடைவாசலில் அதை நிறுத்திக்கொண்டு ஒரு சீப்பு வாழைப்பழம் வாங்கினான்; பைத்தியத்துக்கு ஒவ்வொன்றாய் உரித்துக் கொடுத்தான்; அந்தப் பைத்தியம் பழத்தைத் தின்னும்போது, அதன் வாயிலிருந்து நழுவி விழுவதை ஏந்துவதுபோல் தன் கையை நீட்டிக் கொண்டே நின்றான். அவன் தோற்றத்திலே ஒரு வணக்கம் குழைந்து கொண்டது; முகத்திலே ஓர் ஏக்கம் தொங்கலாடிற்று; பொதுவில், பக்திக்கு ஒரு விரிவுரைபோல இருந்தான் நண்பன்; பைத்தியத்தின் வாயிலிருந்து ஒரு துகள்கூட விழவில்லை. அந்தப் பைத்தியத்தின் குடல் எத்தனை நாள் பட்டினியோ? தின்றுகொண்டே இருந்தது; ஒரு சீப்பு முடிந்து இரண்டாவது சீப்பும் ஆயிற்று. இவனுக்குப் பிரசாதம் கிடைக்கவில்லை; கைநோக நீட்டிக்கொண்டு கண் நோகப் பார்த்துக்கொண் டிருந்ததுதான் மிச்சம். "ஆண்டவா இன்னிக்கும் அருள் கிடைக்காதா. அப்பா..." என்று அலுத்துக்கொண்டான் வேதனை யோடு. ஆனால் முகத்திலோ தோற்றத்திலோ பக்தியும் மரியாதை யும் குறையவில்லை. மூன்றாவது சீப்பையும் வாங்கிக் கொடுக்கக் குறையவில்லை. மூன்றாவது சீப்பையும் வாங்கிக் கொடுக்க

எது நிற்கும்?

ஆரம்பித்தான். எங்களைச் சுற்றி, மெள்ள மெள்ளப் பத்து இருபதாகி ஐம்பதுக்கும் மேலே கூடி விட்டது கூட்டம். கடைக் காரனும் கீழே குதித்து வாய் புதைத்துக் கைகட்டி நின்றான்; இன்னும் நாலைந்து பழங்கள்தான் பாக்கியிருக்கும். கூட்டத்தினர் கேட்டார்கள் பழம் கொடுப்பவனை –

“என்னய்யா இது? இவரு யாருங்க?”

பக்திப் பரவசமாய்ப் பதில் சொன்னான் நண்பன்: “ஒரு துளி எச்சில் கேட்கிறேன். சாமி தரமாட்டேங்குதுங்க, நானும் இரண்டு நாளாய்ப் பார்க்கிறேன்.”

“அது கிடைச்சுட்டா . . .” என்று கேட்கும்போது பக்தியில் நடுங்கிக்கொண்டிருந்தான் கேட்டவன்.

“கிடைச்சுட்டாவா? ஹூம் கிடைக்குமா? கிடைச்சுட்டா, நாம் என்னதான் செய்ய முடியாது அப்புறம்? உங்க பெரிய ஆசுபத்திரி டாக்டரு எதுக்காவ? ஊசிதான் எதுக்கு?” கூட்டத்தைப் பார்க்காமல் கையைச் சாமியிடம் நீட்டிக் கொண்டே சொன்னான் இவன்.

“அப்படீன்னா இந்தச் சாமி . . .” என்று வியப்புப் பயமாய்க் கனிந்த குரல் வந்தது கூட்டத்திலிருந்து.

“சாமி புகுந்த இடத்துலே பொன்னு தோணும் அய்யா, வந்துடுமா அது கூப்பிட்டால் . . .” என்று பக்தியைத் தெளித்தான் நண்பன்; இப்படி அவன் சொன்ன சில பதில்கள் கூட்டத்தை அப்படியே அயர வைத்துவிட்டன.

புதிதாய்க் கலந்துகொண்ட ஒருவர் “சாமி இப்படி சீப்புச் சீப்பாப் பளத்தைத் திங்கறாரே; அவரு ஒடம்பு என்னத்துக்கு ஆகும் . . .” என்று கவலைப்பட்டார்.

பதில் சொன்னான் பக்தன்: “ஆமாம், அவருக்கு உடம்புக்கு வருது! கல்லைத் திம்பாரு, கரியையும் திம்பாரு, கண்ணாடியும் திம்பாரு, கருநாகத்தையும் கடிச்சுக் கடிச்சுத் திம்பாரே, அவரு பிறவி தெய்வப் பிறவிங்க நமக்கெல்லாம் புரியுமா?”

“அப்போ, சாமி ரொம்ப சக்தி உள்ளவங்கன்னு சொல்லுங்க . . .”

“பின்னே? சும்மாவா மனிசன் ரண்டு நாளா, துளி எச்சலுக்கு ஏங்கிக் கிடக்கிறான்?”

கூட்டம் பெருத்துவிட்டது; நாங்கள் ஒதுங்கிப் போக வேண்டியிருந்தது. இதற்குள் ஒரு காலணா அளவு வாழைப் பழம் பைத்தியத்தின் வாயிலிருந்து நழுவி விழுந்தது; “ஆஹா

ஆஹா, ஆண்டவனே அப்பா, ஆளவந்தானே, அரோஹரா" என்று கூச்சலிட்டுக் கும்பிட்டு விழுந்து, கூட்டத்தை விலக்கிக் கொண்டுவந்து சேர்ந்தான் நண்பன்.

கூட்டம் பைத்தியத்தை மொய்த்துக்கொண்டு விட்டது; பக்கத்திலுள்ள கடைகளில் எல்லாம் பழங்கள் காலியாகி, பிஸ்கோத்து டப்பாக்களும் காலியாகி ஒரே அமர்க்களம்; நாங்கள் நகர்ந்தோம்.

குழாயடியில் கையைத் தேய்த்துத் தேய்த்து அலம்பிக் கொண்டே சொன்னான் நண்பன்:

"எப்படிக் கூத்து? கூட்டம் பார்த்தீர்களா? ஆச்சு. இனி இந்தப் பைத்தியத்தின் வயிறு நிரம்பிய வண்ணம்தான். ஜனங்கள் பைத்தியத்தை லகுவில் விட்டுவிட மாட்டார்கள். குறைந்த பட்சம் இன்னும் ஒரு மாதத்திற்கு இந்த கலாட்டா பிரமாதப் படும்; அப்புறம் ஒரு மஹா பக்தன் வருவான்; இதை வெளியூருக்கு அழைத்துக்கொண்டு போய்விடுவான்; இது பெரிய தெய்வீக உருவானாலும் ஆய்விடும்."

வழியில் படுத்துக்கொண்டு சும்மா எதையோ பொறுக்கி எறிவதுபோல் சேஷ்டை செய்துகொண்டிருந்த உருவம் எனக்குப் புலப்பட்டுவிட்டது; நான் ஏதோ நினைத்து ஒரு முடிவுக்கு வருவதற்குள் சிஷ்யர்களும் ஞானிகளும் பக்தர்களும் சற்று தூரத்தில் நின்று பகவானைத் தரிசனம் செய்து வணங்கினர். இருபாலாரும் சேர்ந்து பித்தானந்த ஸ்தோத்திரம் செய்ய ஆரம்பித்தார்கள்; சங்கீதத்தை வேணுமென்று, புனித முறை யென்று அலங்கோலப்படுத்துவது போலப் பாடினார்கள்.

> பித்தா சுத்தா நித்தா முத்தா
> அத்தா சித்தா சத்தா புத்தா
> பித்தானந்தன் பெயரே போற்றி
> சித்துருவான சிவமே போற்றி
> நித்திய சோதி நேயா போற்றி
> அத்துவிதத்தின் அடியே போற்றி!!!

பாட்டெல்லாம் முடிந்ததும் பகவானுடைய சேஷ்டை களுக்குப் "பொறுக்குவதென்ன, எறிவதென்ன? வெறுமை என்ன? மெல்வதென்ன" என்றெல்லாம் விளக்கமாய்த் தத்துவம் சொல்லிக்கொண்டிருந்தார் ராமசர்மா. மானேஜரைக் காணோம்: அவர் மதராஸ்காரர்களோடு ஹாலில் இருந்தார் போலிருக் கிறது. அங்கிருந்து யாரோ வந்து சர்மாவிடம் என்னவோ சொல்ல, சர்மா பகவானிடம் போய்க் குனிந்து எதையோ செய்ய, பகவான் பித்துச் சிரிப்புச் சிரித்துக்கொண்டிருந்தது. அதைக் கிளப்ப முடியவில்லை.

எது நிற்கும்?

குறுக்கும் நெடுக்குமாக ஓடிக்கொண்டிருந்தார் சர்மா; அவரைப் பிடித்து நிறுத்திக்கொண்டேன். அவர் தானகவே நான் கேட்காமலேயே எனக்கு விஷயம் சொன்னார்.

"பகவான் சமாதியிலே படுத்துவிட்டது; மானேஜரோ அவசரப்படுத்துகிறார்; ஜீவன் முக்தருக்கும் லௌகீகத்திற்கும் ஒத்துக்குமோ? என்னை விடுங்கள்; இதோ மானேஜரிடம் போய்விட்டு . . ." என்று பறந்தார் சர்மா.

நான் அவரை விடாமல் நிறுத்திக்கொண்டு கேட்டேன்.

"சர்மா இதுவா, இதுதானா பகவான்? இது ஒரு பைத்திய மல்லவா? இந்த வெறும் பைத்தியத்தை . . ?" என்று நான் முடிப்பதற்குள், பின்னாலிருந்து என் தோளை யாரோ பிடித்து அமுக்கினார்கள்; அதோடு, உஸ், உஸ், என்று அடக்கினார்கள்; நான் திரும்புவதற்குள் ராமசர்மா கேட்டார்.

"சார் மானேஜரை உங்களுக்குத் தெரியுமா?" மானேஜர் என் தோள் தொட்டுப் பழகுவதில் சர்மாவுக்கு ஒரே வியப்பு.

"நாணா, பம்பாயிலிருந்து எப்போ வந்தாய்? நாம் அப்புறம் பேசிக்கொள்வோம். பேசாமல் இரு; இல்லாவிட்டால் ஒன்று செய்; கார் அனுப்புகிறேன்; இப்போ வீட்டுக்குப்போ; சாயங் காலம் நான் வந்து உன்னைப் பார்க்கிறேன்" என்றார் என் தோளைப் பிடித்து என்னை வாயைப் பொத்தச் சொன்ன மானேஜர்.

அந்த மானேஜர் வேறு யாருமல்ல; அன்று கோயிலுக் கெதிரில் எனது நண்பன் இனனொருவன் நடத்திய அந்தக் கூத்தைக் கண்டுகளித்த எங்களில் ஒருவனே அவன்.

காதல் கல்பம்!

இங்கிலாந்திலிருந்து கிளம்பிய பாய்மரக் கப்பலொன்று நடுக்கடலில் நகர்ந்துகொண்டிருந் தது. அது கிளம்பி இரண்டு மாதங்கள் முடிந்து மூன்றாவது மாதமும் பாதி ஆய்விட்டது. அது இந்தியாவுக்குப் போய்ச் சேர இன்னும் நான்கு மாதங்களாவது செல்லும் குறைந்த பக்ஷம். அத்துணை நீண்ட பிரயாணம். காலம், தூரம் இரண்டிலும் நீண்டது. அதுவும், கரைக்கு வெகு தொலைவில், நடுக்கடலில், காற்றை மட்டுமே நம்பி, அசைந்து ஊர்ந்து தொலைக்க வேண்டி யிருந்த அந்தத் தலைகிறுக்கும் தனிமையில், வினாடி ஒவ்வொன்றும்கூட விபரீதமாய் நீண்டுவிடும். விஸ்தாரமான இடமும் இருக்காது. பிரயாணிகள் எல்லோரும் ஒரே இடத்தில் தான் அடைத்துக் கிடக்க முடியும்; எப்போதும் ஏதாவது இரைச்சல் கேட்டுக்கொண்டே இருக்கும். கூடி இருப்பவர் களோ எதற்கும் துணிந்த கட்டைகள். எந்த வகை யிலும் தமது சொந்த நாட்டில் ஒட்ட முடியாமல் கிளம்பியவர் கள். 'எதைச் செய்தாவது நிறையப் பணம் சேர்த்துக்கொண்டு திரும்ப வேண்டும்; அப்படி வந்தால்தான் வாழ்வு; வாழ்வென்றால் சாதாரணமான வாழ்வா, பெருமையுடைய வாழ்வு கிட்டும் என்பதை நேரில் பார்த்துவிட்டவர்கள்; நாதியற்றுக் கிடந்த வெறும் பயல்களும் சுத்த உதவாக்கரை ஆசாமிகளும்கூட ஒரு தடவை இந்தியாவுக்குப் போய்த் திரும்பியதால் பெரிய ஆட்களாய் விட்டார்கள், அதாவது பிரபுக்களோடு

குடித்துக் கூத்தடிக்கும் உயர்தர வாழ்வுக்குத் தகுதி பெற்று விட்டார்கள் என்பதைத் தெரிந்துகொண்டவர்கள்.

போய்ப் பார்ப்போம்; பணம் கிடைத்தால் திரும்புவோம், இல்லாவிட்டால் இங்கென்ன, அங்கேயே செத்துப் போவோமே? என்ற மனநிலையில் எதற்கும் துணிந்து கப்பலேறி யிருக்கும் பிடாரிக் கூட்டம். நடுக்கடல்; நாட்களோ தொலை யாதவை; வெறிச்சென்று அலுப்பும் சலிப்பும் ஊறி உறைந்து கிடக்கும் அந்தத் தலைசுற்றும் பிரயாணம், சண்டையிலும் வெட்டுக் குத்துகளிலும்கூடக் கிளர்ச்சியைத் தரக்கூடியதாய் விடும். மும்மடங்கு நான்மடங்காய்த் தின்று குடித்துத் திமிரடைந்தால் வேறு என்னதான் செய்வது? பிரயாண நாட்கள் ஏற ஏற அங்கே கண்யம் கட்டுப்பாடு என்பதெல்லாம் காண முடியா தவை ஆய்விடும். பொதுவாக மனிதனை மனிதனோடு பிணைக்கும் பண்பாட்டு ரேகைகளே தென்படாத இருட்டுச் சமூகமாய் முற்றிவிடும் அந்தக் கூட்டம். அந்தக் கூட்டத்தைச் சேர்ந்தவனாயிருந்தும் அதில் சேராமல் ஓர் ஆங்கிலேயன் மட்டும் கப்பலின் ஏதோ ஒரு மூலை முடுக்கில் வெதும்பி முடங்கிக் கிடந்தான். அதற்குக் காரணம் அவனையுமறியாமல் உருவாகிக்கொண்டிருந்த அவனுடைய வருங்காலமோ அல்லது அவன் காலத்தில் மகத்தான . . . ஏன், அதிமகத்தான கதிகளை அடைய இருந்த அநாகரீக இந்தியாவின் விமோசன காலமோ, எதுவோ, சொல்ல முடியவில்லை. மனம் உடைந்து அவன் தன்னைச் சூன்யமாக்கிக் கொண்டு அவதிப்பட்டான். வியாதிக் காரனைப் போலக் கிடந்தான்; வைத்யமும் செய்துகொள்ள வில்லை. அவன் கிடந்த நிலையும் அவனுடைய முகத்தில் கொதித்த கோரமும் விகாரமும் தாங்கக்கூடியதாயில்லை; அந்தக் கப்பலின் தலைவனான ‘கேப்டன்’ பல நாட்களாகவே இதைக் கவனித்துவந்தான். ஒருநாள் இது மிகவும் முற்றிவிட்டதைப் பார்த்தான். தன் கப்பலில் ஒருவன் இப்படிக் கிடப்பது ஆபத் தென்பதை அறிந்தான். ஒரு தொத்து நோயைவிட இது பிரமாத மென்று தோன்றிற்று. தொத்து நோயாயிருந்தால் வழக்கப்படி அவனைத் தூக்கிக் கடலில் எறிந்துவிட்டிருப்பான். இவனை எறியவும் முடியாது; என்ன கேட்டாலும் அந்த நோயாளி பதிலே சொல்வதில்லை; அவனைப் பார்க்கக் கப்பல் தலைவ னுக்குக் கவலை மிகுந்தது. ‘இப்படித் தனக்குத் தானே எதிரியாகித் தனிமையில் செத்துப் போகும்படி அவனுக்கு என்ன துக்கம் இருக்க முடியும்? முப்பது வயதுகூட ஆகியிருக்காதே இவனுக்கு’ என்று நினைத்து மிகவும் வருந்தினான். இந்த அழகில், அந்த நோயாளி படித்தவன். கப்பலில் இருந்த இரண்டு மூன்று கௌரவமான பிரயாணிகளில் அவனும் ஒருவன்; ஆகவே

கடுமையாகவும் நடவடிக்கை எடுக்க முடியவில்லை. கேப்டனுக்கு இது பெரிய பிரச்னையாய்ப் போய்விட்டது. மெல்ல அவனை நெருங்கினான்; நோயாளியும் வரவேற்றான். மகவும் சிரமப்பட்டு உபசாரச் சிரிப்பை வரவழைத்தான் உதடுகளுக்கு. அந்தச் சிரிப்பும் உதட்டு நுனியிலேயே உலர்ந்து உதிர்ந்துவிட்டது. அதற்காகத் தளர்ந்துவிடாமல் கேப்டன் வாய்விட்டுச் சிரித்துச் சமாளித்தான்: நோயாளியின் முகமும் தெளிவு பெற்றது. மலராவிட்டாலும் வெறுப்பின் வரட்சி குறைந்து சிறிதே உயிர் களைக் கண்டது. ஒன்றும் இரண்டுமாய்ப் பேசிப் பேச்சு வார்த்தை வளர்த்தான் கேப்டன்; சந்திப்பு நீண்டது. பிறர் கூறுவதைக் கேட்டு உணரும் அளவுக்கு நோயாளியின் புலன்கள் எழுச்சி பெற்றன. கேப்டன் சொன்னான்:

"ஐயா இப்படியே கிடந்தீரானால் நீர் மதறாஸ் போய்ச் சேர முடியுமென்று தோன்றவில்லை எனக்கு. அப்படியே சேர்ந்தாலும் நரைத்துத் திரைந்து நல்ல கிழமாய் விட்டிருப்பீர்!அப்புறம் ஏதாவது சிகித்சை செய்தால்கூடத் தேற மாட்டீர் . . ., உண்மையாய்ச் சொல்கிறேன், காயகல்பம் மாதிரி ஏதாவது அத்புதம் நேர்ந்தாலொழிய, நீர் ஒன்றுக்கும் உபயோகப்பட மாட்டீரய்யா. அப்படியெல்லாம் நடக்க நீரென்ன, தெய்வீகம் படைத்தவரா? நான் சொல்வதைக் கேளும்; கப்பலின் தளத்திற்குப் போய் எல்லோருடனும் கலந்து கொள்ளும், சண்டைபோடும்; அடி கொடும்; இல்லாவிட்டால் யாராவது அடி கொடுத்தால் வாங்கிக்கொள்ளுமேய்யா . . ." என்று சொல்லிக்கொண்டே கடகடவென்று, அதிரச் சிரித்தான் கேப்டன். அந்த நோயாளிகூடக் கிளர்ச்சி பெற்றான்; வாய் விட்டுச் சிரிக்கவில்லையே தவிர, அவனது மனம் நிமிர்ந்தது நன்றாய் மெல்ல எழுந்து நகர்ந்தான். கேப்டனும் போய் விட்டான். ஆனால் அவன் சொன்ன வார்த்தைகள் நோயாளி யின் காதில் ஒலித்துக்கொண்டே இருந்தன; இப்பொழுது அவன் நடக்க ஆரம்பித்திருந்தான்; அவன் சிந்தனை முழுவதும் கேப்டனுடைய வார்த்தைகளே நிறைந்திருந்தன . . .

"வாஸ்தவம்தான், நான் இப்படியே கிடந்தால் உருப்பட முடியுமா, காட்டை விட்டுக் கிளம்பியாய் விட்டது, இனிமேல் எதற்கும் துணிந்தால்தான் காரியம் நடக்கும் . . . கேப்டன் சொன்னதுபோல் தெய்வீகமா நிகழப்போகிறது? காயகல்பம் புனர்ஜன்மம் இவையெல்லாம் நடக்கிற காலம் இதுவல்லவே . . !! கிழக்கே போகிறேன், கிழவனான பிறகாவது என் நோக்கம் நிறைவேறாதா என்று பார்க்க. பேரேடும் பட்டியலும் என் ஆசைகளை நிறைவேற்றுவது சாத்தியமல்ல; ராபர்ட் கிளைவ் காட்டிய வழிதான் என் வழி. செத்தாலும் அந்த வழியில் எது நிற்கும்?

சாக வேண்டும்; ஆனால் எப்படியும் என் எண்ணங்கள் நிறைவேறித்தான் தீர வேண்டும்...” என்றெல்லாம் தன் மனத்தைத் தூக்கி நிறுத்தினான்; அவனுடைய மனமும் தலைதூக்கிப் பார்த்தது வெகு தூரத்திலுள்ள இந்தியாவை.

அப்போதைய இந்தயா இவனைப் போன்ற யாரும் நுழையும்படித் திறந்தேதான் கிடந்தது. நுழைகிறவர்கள் எதையும் கவ்விக் கவர முடியும். நாடு முழுவதும் நாலாயிரம் துண்டாய்ச் சிதறியிருந்த காலம். நாய்க்குடைகள் போலக் கிளம்பிய பல தான்தோன்றி அரசுகள். வாரிசுச் சண்டையில் வீட்டுவாசலைக் கூடக் காக்க முடியாதிருந்த வக்கற்ற வம்பு நவாப்புகள் சிலர். மானத்தை விற்பதுபோலத் தன் பட்டங்களை (பட்டாக்களை) விற்றுக் காலம்தள்ளும் கபோதி ஒருவருண்டு. அவர் மாஜிப் பேரரசின் வாரிசு. அந்தப் பட்டங்களுக்கு அங்கீகாரம் தருவதோ மறுப்பதோதான் அந்தக் காலத்தில் ஆங்கிலேயர் விளையாடிய சூதாட்டம். சூதாட்டத்திலும் வரம்புண்டு. முழுச்சூதை மேலும் சூதாக்கும் ஆங்கிலேயரின் அந்த விளையாட்டை நடத்த நவநாகரிகப் பயிற்சி பெற்ற படை வசதி. இப்படிப்பட்ட பொன்னான காலம். ஆட்சி, அதற்கான நீதி போன்ற ஒன்றும் வேண்டாம்; மிருக பலம், கொள்ளை, நொண்டிக் கக்ஷி, குவியல் குவியலாய்ப் பொன், குருட்டு அதிகாரம், செவிட்டு அதிகாரிகள், ‘கும்பினி’ என்ற பெயர், குலம் கெட்ட தேசத்துரோகிகள் இப்படிச் சேர்ந்த அருமையான சந்தர்ப்பம். ஆகவே அவனுடைய எண்ணங்கள் நிறைவேறியே தீரும் என்று அவன் மனம் ஒத்துப் பாடியது. நோயாளி புத்துணர்ச்சியோடு நடந்து வந்து கப்பலின் ஓரத்தில் நின்றுகொண்டிருந்தான். வருங்காலத்தைப் பற்றித் திட்டங்கள் வகுத்தான். முகமும் உடலும் பொலிவுற்று கம்பீரமாய் நின்றுகொண்டிருந்தான். அவனுக்கு வயது முப்பதுக்கு மேல் ஒன்றிரண்டு ஆகியிருக்கும்; அவ்வளவுதான். முழு வாலிபனுக்குரிய மிடுக்கு இருந்தது அவனுடைய தோற்றத்தில். ஆனால் மிடுக்கிற்குத் தகுந்த உடல் வாளிப்பு இல்லை. பால்யத்தில் தகுந்த புஷ்டியில்லாமல் சோனியாயிருந்தே பெரியவனாகியிருக்கிறான். பிரபு குடும்பத்தில்தான் பிறந்தான்; ஆனால் அவன் விவரமறிந்தபோது குடும்பத்தின் பரம்பரைச் சொத்தெல்லாம் பறிபோய்விட்டிருந்தது. பால்யத்திலேயே தாய் தந்தையரை இழந்துவிட்டான். தூரபந்து ஒருவரின் கவைக்குதவாத கண்காணிப்பில் வளர்ந்தான். சிறுவர்களோடு ஊர்சுற்றித் திரியும்போது, ஊரிலிருந்த வயது சென்ற பலர் அந்த ஊரும் சுற்றுப்புறமும் அவனுடைய முன்னோர்களுக்குச் சொந்தமாயிருந்ததைச் சொல்வார்கள்; இன்னும் அவனுடைய குடும்பத்தினரின் வாழ்வுச் சிறப்பையெல்லாம் சொல்லி அநுதாபப்

படுவார்கள். அதையெல்லாம் கேட்டு ஏமாந்த மனத்துடன் ஏங்கிப் போவான். யாருமறியாமல் தனியாய் அந்த ஊர் நிலங்களிலும் பண்ணைகளிலும் பாழடைந்து தரைமட்டமாகி விட்ட மாளிகையிடங்களிலும் போய் உட்கார்ந்து பிஞ்சு மனத்தில் பெரிய பெரிய எண்ணங்களை வளர்ப்பான். "நானும் பெரியவனாகிக் குதிரையேறிச் சண்டைகள் போட்டு நிறையச் செல்வம் சேகரிக்க வேண்டும், எப்பாடுபட்டாவது குடும்ப சொத்துக்களை மீட்டுவிட வேண்டும், ஏழையாய்ப் பலரும் கண்டு பரிதாபப்படும் நிலையில் சுற்றித் திரிந்து நான் மனம் சுளிக்கும் இதே ஊரில், என் பரம்பரையின் அந்தப் பழைய இடத்திலேயே பெரிய மாளிகைகள் கட்டி மனம் களிக்க வேண்டும்; பிரபுப் பட்டம் பெற்று சபைக்குப் போக வேண்டும்" இதெல்லாம் அவனுடைய இளமைப் பருவத்து எண்ணங்கள் தான், ஆனால் அவனோடு கூடவே அவையும் வளர்ந்தன. அவற்றை நிறைவேற்றத்தான் அவன் உயிர் வாழ்கிறான். அதற்காகவேதான் இந்தியாவுக்குக் கிளம்பியிருக்கிறான்; முன்பு ஒரு தடவை வந்துவிட்டுத் திரும்பிச் சென்றான்; இது இரண்டா வது பிரயாணம். இந்தத் தடவை எப்படியாவது முயன்று தன் நோக்கங்களை நெருங்க வகைசெய்துவிட வேண்டும் என்பதுதான் அவனுடைய திட்டம். அது கைகூடும் காலத்தை நெருங்கி இன்பமாய்ச் சென்றுகொண்டிருந்த நினைவு திடீரென்று எங்கோ இடித்து இடறிவிட்டது... 'யாருக்காக இவ்வளவும்... பழைய உறவும் இல்லை; புதிய உறவும் இல்லையே...' என்று துவண்டு விழுந்துவிட்டது; எவ்வளவோ முயன்று முட்டுக்கொடுத்தும் அது விழுந்தது; திருப்பித் திருப்பி அதே ஏக்கம் கவிந்தது; பொலிவும் புதுமையும் இழந்து முகம் சுண்டிப் போய்விட்டான். புளித்த ஏப்பம்போல் எதிர்த்தெதிர்த்துக் கிளம்பிற்று ஏக்கம். குனிந்து நீரைப் பார்த்தான்; கப்பலைச் சுற்றிப் பார்த்தான்; தன்னை யாரும் கவனிக்கவில்லை; யார் இருக்கிறார்கள் தன்னைப் பற்றிக் கவலைப்படுவதற்கு? தான் ஒண்டிதான் என்ற ஞாபகம் வந்ததும் அப்படியே தேம்பித் தேம்பித் தளர்ந்துவிட்டான். வேறொன்றுமே தோன்றாமல் தான் உயிர் வாழ்வதே வீணென்று முடிவு கட்டிக்கொண்டான். கிரஹணம் பிடித்ததுபோல் நிழல் தண்டிற்று முகத்தில். மீண்டும் குனிந்து கடலைப் பார்த்தபோது அவனுக்குப் பயமோ தயக்கமோ ஒன்றும் ஏற்படவில்லை; அத்தனை விரைவாய் ஒடுங்கிவிட்டன எல்லாம். தீர்மானத்தோடு முன்னிலும் அதிக ஓரத்தில் நின்றுகொண்டு திரும்பிப் பார்த்தான் கப்பலின் தளத்தை. அப்படிப் பார்த்தபோது மற்றோர் மூலையில் தன்னைப் போலவே அபாயகரமான ஓரத்தில் நின்றுகொண்டிருந்த

எது நிற்கும்?

ஒரு வெள்ளைக்காரி தென்பட்டாள். அவளை உற்றுப் பார்த்தான்; அவளும் இவனை அப்படியே பார்த்தாள். இருவரும் அப்படிப் பார்த்துக்கொண்ட அந்த க்ஷணம் காலத்தின் எல்லையையும் கடந்து எங்கேயோ சாசுவதமாய் அழயாத் தன்மை பெறுவது போலிருந்தது இருவருக்கும்.

மின்வெட்டும் நேரத்தில் அந்த ஆங்கிலேயன் அடியோடு மாறிவிட்டான். சற்று முன் அவனை அப்பிக்கொண்டு கிடந்த மரண நிழலும் அதன் அவலக் குழப்பமும் மறைந்துவிட்டன. அவன் பழைய நிமிர்வையும் காம்பீர்யத்தையும் பெற்றான்; அதோடு வயதின் முதிர்ச்சிகூடக் குறைந்து பருவத்திலும் ஒரு புது யௌவனத்தின் பொலிவைப் பெற்றான்.

இவனை உற்றுப் பார்த்துக்கொண்டே அவள் நினைத்தாள்.

'யார் இவன்: இவனுடைய தோற்றம் மனத்தைக் கவர்கிறதே! இவனுடைய உடம்பில் வாளிப்புமில்லை; குளிர்ச்சியான அழகுமில்லை. தலையும் கையும் காலும் பொருந்தாமல் வளர்ந்திருக்கின்றன. ஆனால் இந்தக் குறைவை யெல்லாம் நிறைவிக்கும் ஒரு வசீகரம் இருக்கிறதே! ஒரு மிடுக்கு வீற்றிருக்கிறதே! இவனுடைய கண்களில் தோய்ந்து அழைக்கும் இங்கிதம் இவனுடைய மனத்தின் அகலத்தை, அந்த அகலத்தில் பதிந்த நெடுங்கனவுகளைக் காட்டுகிறது. இவனுடைய நேரான நெற்றி மேடு உள்ளத்தின் ஆழத்தையும் அழுத்தத்தையும் எழுதிக் காட்டுகிறது. என்னைக் கனிந்து பார்க்கும் இவனுடைய பார்வை என்னை ஈர்க்கிறது. இமை களில் இவன் வாழ்வின் உன்னதம் எட்டிப் பார்க்கிறது; அதற்கு என்னைத் துணை சேர்க்கத்தான் இந்த மகா புருஷனைக் காணும் வாய்ப்பு நேர்ந்திருக்கிறது ...' என்றெல்லாம் இவ்வளவை யும் ஏட்டைப் படிக்கிறவளைப் போலத் தெளிவாய்ப் புரிந்து கொண்டாள். அந்தத் தெளிவோடு மோஹனமாய்ச் சிரித்தாள். அந்தச் சிரிப்பில் மலர்ந்து விரிந்த அவளுடைய மனத்திலும் பெரிய கனவுகள் உருப்பெறத் தொடங்கின. அரும்பரும்பாகச் சிரித்து மலரவைத்து அவனுக்கு ஸமர்ப்பித்தாள் அவ்வளவை யும். சம்பிரதாயத்திற்காகச் செய்துகொள்ளும் சிறு கூச்சம்கூட இல்லாமல் அவனைப் பார்த்துக்கொண்டே நின்றாள் அந்த யுவதி.

அசையாமல் அவளையே பார்த்துக்கொண்டிருந்த அவன் நினைத்தான்.

'இவளுடைய உடல் என்ன, இப்படித் தகதகவென்று பளபளக்கிறது! அவயங்களில்தான் என்ன, இப்படி ஒரு முழுமை யும் செழுமையும்! தான் இருக்கும் திசையையே நிரப்புகிறாளே

தன் இருக்கையால்; எந்த வெறுமையும் நிறைந்துவிடும்போலிருக் கிறதே இவளால்; என்ன நிறைவு! கொள்ளையடித்துச் சூறை யாடினால் கூடப் பறிபோய்விடாத, குறைந்துவிடாத இயற்கை நலம் செறிந்து பொங்குகிறாளே! பொன்னும் மணியும் நீரும் விளையும் மலையும் சுனையும் காடும் சோலையும் எல்லாம் சேர்ந்து விளங்கும் ஒரு ராஜ்யம்போல நிற்கிறாளே... இவ்வளவு சோபையிலும் செழுமையிலும் ஒரு சிறு குறையின் ரேகை ஓடுவதுபோல் தெரிகிறதே, அது என்ன, அதுவும் மறைந்து இவள் திருப்தி அடைந்துவிட்டால், இவளுடைய கூட்டுறவைப் பெறுகிற எவனுக்கும் இவள் பெரிய பக்கபலமல்லவா? இவளுடைய பரிவும் இவளுடைய சுவாஸம் கலந்த சுற்று வாடையும் கிடைத்துவிட்டால் ஒருவன் எதைத்தான் சாதிக்க முடியாது? அவன் புதிதாய் ஒரு பாஷையையே படைத்து அதில் ஓர் அமர காவ்யம் பாடிவிடுவானே! இவளுடைய தூண்டுதல் மட்டும் இருக்குமானால் ஒருவன் நான்கு 'ஸீஸர்' களின் ஊக்கமும் வீரமும் பெற்றுப் பெரிய ஸாம்ராஜ்யத் தையே உண்டாக்கிவிடுவானே! இவள் ஏன் என்னை இவ்வளவு மயங்கச் செய்ய வேண்டும்? இப்படி லயித்துப் பார்க்கிறாளே இது ஏன்? இது ஒரு ரஹஸ்யமா? இதில் ஏதாவது தெய்வீகமுண்டோ..!!

அவன் நகர்ந்து முன்னேறிக்கொண்டிருந்தான்.

அவளும் நகர்ந்து நகர்ந்து இவனை வரவேற்றாள்:

"வர வேண்டும் வர வேண்டும்; இனிமையும் இன்பக் கிளர்ச்சியும் கப்பலை மட்டுமல்ல – கடற்பரப்பு ஆகாயம் எல்லாவற்றையும் பற்றிப் படர்ந்துவிட்டதாகத் தோன்றுகிறது; என் கசப்பெல்லாம் மறைந்தொழிந்துவிட்டன; இறந்தகாலம் கூட இன்பப் பசப்பைப் பூசிக் கொண்டுவிட்டது... வாருங்கள்..."

"இனி என் வாழ்க்கையில் கசப்பின் கலப்பே இருக்கா தென்று உறுதி தந்து என்னை இழுத்தன. உனது தோற்றமும் பார்வையும்; உனது வெள்ளிச் சிரிப்பில் ஹிதமான கதகதப்பை உணர்கிறேன்; வரவேற்பு மிளிரும் உன் ரோஜா இதழ்க் கன்னங்களுக்கு என் உடலும் உயிரும் காணிக்கை. தெய்வம் தான் நம்மிருவரையும் பிணைக்கிறதென்று என் மனத்தின் பரவசம் ஸாக்ஷி கூறுகிறது..." என்று உருக்கத்தோடு கூறி முடித்தான் ஆங்கிலேயன்.

அவன் முகமும் உடலும் வியர்த்தன; பெருமூச்சுக்கள் சுழன்றன.

இருவருடைய ஸ்பரிசமும் ஒரு சுருதியில் சேர்ந்து செவிக்குப் புலனாகாத நாத எல்லையில் இன்ப ஸ்வரங்களை எழுப்பின.

நேரம் சென்றது; கப்பலின் ஞாபகம் வந்தது; பிறகுதான் தம்மிருவருடைய வெளியுடல்களையும் உணர்ந்தார்கள்.

"ஆமாம், உங்கள் உடம்பு ஏன் இப்படிக் கொதிக்கிறது? இளைத்துத் துரும்பாய்ப் போயிருக்கிறதே?" என்றாள் யுவதி.

"இனிமேல் எனக்கு என்ன கவலை இருக்கப் போகிறது?" என்றான் அவன்.

கப்பலில் இன்பமாய் நாட்கள் ஓடின. ஒருநாள் இவர்களிரிருவரையும் நெருக்கத்தில் கண்டான் கேப்டன். ஒன்றுமே பேசாமல் கடகடவென்று சிரித்தான். மாஜி நோயாளி திரும்பிப் பார்த்து நன்றி தெரிவித்தான்.

"என்னய்யா இது! காயகல்பமா!!"

"அதைவிடப் பெரிதய்யா! காதல் கல்பம்" என்றான் யாரோ ஒரு பிரயாணி.

குறிப்பு: கதாநாயகன் சரித்திரப் பிரசித்தி பெற்ற வாரன் ஹேஸ்டிங்ஸ்; கதாநாயகி ஒரு ஜர்மெனிக்காரன் மனைவி.

குடும்பச் சிதைவு

குடும்பத்திற்குள்ளே பகை வந்துவிட்டால் அப்புறம் என்ன இருக்கிறது. கோபம் பொங்கிற்று. வீடு கிடுகிடுத்தது. பாத்திரங்கள் உருண்டன. பண்டங்கள் சிதறின. எல்லார் கண்ணிலும் ஜலம். ஒருவர் முகத்தை ஒருவர் பார்க்க முடியவில்லை. அப்பாக்கள் விரைத்துக் கொண்டு சென்றார்கள். அம்மாக்கள் மனமுடைந்து, கண்ணில் தளும்பிய ஜலத்தைக் கொட்டமாட்டாமல் வியாதிக்காரிகள் போல ஊர்ந்து சென்றார்கள். அற்ப விஷயத்தில் ஆரம்பித்தது இவ்வளவு தூரம் வந்துவிட்டது.

மீனு பாட்டு வாத்தியாருடைய மூத்த பெண். அவள் தாயாருக்குப் பிறந்தகத்து உறவினர்களே அதிகம் கிடையாது. ஆகையால் பிரஸவ சமயங் களில் கூடத் தன் சின்னஞ்சிறிய பெண் மீனுவைக் கொண்டே எப்படியோ நிர்வாகம் செய்துவிடுவாள். குடும்பக் காரியங்கள் ஓரளவில் அத்துபடியா யிருந்தது மீனுவுக்கு. அம்மாவின் பொறுமை அநேக மாய் இந்தச் சிறிய உள்ளத்திலும் நிறைந்திருந்தது. இப்பொழுது மீனுவுக்குத் தம்பி பிறந்து இரண்டு மூன்று மாதங்கள் ஆய்விட்டன. ஆகவே வீட்டுப் பொறுப்பு அவ்வளவாக இல்லை. கொஞ்சம் சாவகாசமாய் அவள் விளையாடலாம்.

எதிராளாத்து சீனு ஹோட்டல் முதலாளி ராமய்யருடைய செல்லக் குழந்தை, சீனு குழைந்து குழைந்து பேசிக்கொண்டு சாவதானமாய் எல்லா வற்றையும் கவனிப்பவன் – அவன் காரியமும்

கவனிப்பும் தாமதம் போல் தெரியுமே தவிர சூடிகையும் உண்டு கொஞ்சம். அவனுடைய விளையாட்டுக்கூட ஓரளவுக்குச் சாந்தமாகத்தான் இருக்கும். அவனுக்கு ரொம்பக் கோபம் வந்துவிட்டதென்றால் ஒரே ஒரு தடவை வாயைக் கோணிக் கொண்டு ‘உவ்வவ்வவ்வே’; அவ்வளவுதான், பழையபடி குழைந்து விடுவான்.

கிட்டு அடுத்த வீட்டிலிருக்கும், தாசில்தார் ஆபீஸ் ஹெட் கிளார்க் சுந்தரத்தின் பிள்ளை. தனக்கு முந்தியே மூன்று பேர் பிறந்து, தன் அப்பாவையும் அம்மாவையும் ஆட்டி வைத்து அலுப்படையச் செய்துவிட்டார்கள் என்பதையும் தனக்குப் பிந்தியும் ஒரு பெண் குழந்தை நை நை என்று அழுது அவர்கள் கழுத்தை அறுத்துக் கொண்டிருப்பதையும் அவன் தெரிந்துகொள்ளாமல் பிடிவாதம் பிடிப்பான். அப்பா வும் அம்மாவும் அடிப்பது போதாதென்று மூத்தவன்களுடைய குட்டையும் கைக்குழந்தையின் கிள்ளையும் பொறுத்துக் கொள்ள வேண்டுமென்றே பொறி போட்டுக்கொண்டவன். வீட்டில் செல்லாத தன் அடத்தை, பிடிவாதத்தை, நையாண்டி யைத் தன் தோழர்களிடத்தில் காட்டிச் சந்தோஷப்படுகிறவன் அவன்.

இவர்கள் மூன்று பேரும் பஜனை மடத்துத் திண்ணையில் சேர்ந்தார்கள்.

மீனுவின் கையில், எந்திரம் கல்லுரல் கிணறு உள்பட சமஸ்தமும் அடங்கிய ஒரு சிறிய மஞ்சள் பெட்டி. கிட்டுவின் கையில், அப்பாவினுடைய ரைட்டிங் பேட், இரண்டு மெல்லிய பலகைத் துண்டுகள். சீனு கையில் ஒரு பக்ஷணப் பொட்டலம். தன் கையில் இருக்கும் பக்ஷணத்தை நல்ல வழியாய் உபயோகித்து ரசித்துத் தின்ன வேண்டுமென்றால், அதற்குத் தகுந்த விளையாட்டு, அம்மா, அப்பா விளையாட்டுத்தான் என்பது அவனுடைய அநுபவ சித்தாந்தம்.

விளையாட்டு ஆரம்பித்தது. அட்டையையும் பலகைகளை யும் சுவரில் சாய்த்துவைத்து வீட்டுச் சுவர்கள் எழுப்பப்பட்டன. வீட்டிற்கு வெளியே ராட்டினம் போட்டு வாழைநாரில் தொங்கும் குடத்துடன் கிணறு. உள்ளே அடுப்புகள், எந்தரம், கல்லுரல், கவிழ்த்து வைத்த பாத்திரங்கள், ஈர்க்குச்சி விறகுகள்.

சீனு விளையாட்டை ஆரம்பித்தான் குழைந்துகொண்டே. ஆனால் கம்பீரமாய்ப் பேசுவதுபோல;

“மீனா, இம்மே காலம்பர ஆயிடுத்து. கடைக்குப் போகணும் நான். ஏன்னா நான் அப்பாவோல்லியோ?”

“சீனு நீ அசடுடா, அதற்குள்ளே போவாளோ அப்பா? பத்து மணிக்குன்னா ஆபீசுக்குப் போகணும். மணி இப்பத் தானேடா பன்னண்டாரது. ஒனக்குத் தெரியாது அப்பாவா யிருக்க, நான் இருக்கேன் பாரு. எங்கே காப்பி குடு, குடிச்சிட்டுப் பேப்பர் பார்க்கிறேன்” என்று சண்டைக்குப் பிள்ளையார் சுழி போட்டான் அழுகுண்ணிக் கிட்டு.

“அப்பாவைப் பாரு கொப்பா! நான்தான் அப்பா. எங்கப்பா காத்தாலையே கடைக்குப் போறாளே, மீனு நீ சொல்லுடி, யாரு அப்பாவா இருக்கணும்? நீதானே அம்மா” என்று சீனு குழைந்தான் மீனுவிடம் போய்.

“ஏய் கெஞ்சராண்டோய் பொம்மனாட்டியைப் போய் கேக்கறாண்டோய், மீனு, கொய்யாக்காய்ப் பறிச்சுத் தர மாட்டேன், சீனுவைச் சொல்லாதே” என்று கிட்டு கொக்கரித்தான்.

“மீனு, காலம்பர நான் கொரனாப் பட்டையும் பூந்தியும் குடுத்தேனே, கிட்டுவைச் சொல்லிவிடாதடி, இன்னும் ஜிகினா தருவேன், பாதாம் அல்வா, அப்பறம், வந்து . . . என்னைச் சொல்லடீ” என்று பல்லைக் காட்டிக்கொண்டு கெஞ்சினான் சீனு.

“சரி, ரெண்டு பேரும் பேசாமே ஆத்துலே இருந்துடுங்களேன். இன்னிக்கி நாத்திக் கிழமைன்னு வச்சிப்பமே, லீவு. புருஷாள் ளாம் ஆத்துலே இருக்கா” என்று விவாதத்தை நிறுத்த முயன்றாள் மீனு. அது முடிவதாய் இல்லை. “எங்கப்பாவுக்கு, அன்னிக்கும் கடை உண்டே” என்றான் சீனு.

“டோடோ டேய், லீவே இல்லாமை வேலை செய்யற அப்பாடோய், டேய் சீனு சிரிப்பு வரறதுடா எனக்கு” என்றான் கிட்டு.

உடனே சீனு, “ஏண்டா, எதுக்காகச் சிரிப்பு வரது? லீவு இருந்தாத்தான் ஒஸ்தியோ” என்றான்.

“பின்னே இல்லையா, தினம் வேலை செஞ்சா, சினிமாக்கும் கச்சேரிக்கும் என்னிக்கிப் போறதாம்? அதான் ஒங்கப்பா எங்கப்பா மாதிரி எங்கேயுமே வரதில்லை” என்றான் கிட்டு.

“ஊம். வராட்டா என்ன? எங்க கடையிலே வந்து பாரேன். எங்கப்பாவுக்கு எவ்வளவு பேரைத் தெரியும்னு” என்று கொஞ்சம் நிமிர்ந்தான் சீனு.

“ஆமாம் போடா, ஒங்கப்பா, யாரு வந்தாலும், வாங்கோ, வாங்கோன்னு, நாற்காலிலேந்து ஏந்துக்கிறாளே! எங்கப்பா

ஆபீஸிலே பாரு, 'யாரு அங்கேன்னு' உக்காந்தே அதிகாரம் பண்றாளே" என்று கண்களை விரித்தான் கிட்டு.

"எனக்குத் தினம், எங்க மாமா, பக்ஷணம் கொண்டு குடுத்துட்டு கடைக்குத் தூக்கிண்டு போறளே, ஒன்னை அந்த வீரையன்தானே நடத்தி அழைச்சிண்டுபோறான்" என்று தலையை உயர்த்தித் தாழ்த்தினான் சீனு.

"மூஞ்சியைப் பார்ரா, எதையோ கேட்டா, வேறெதையோ இழுக்கிறான். அறெஞ்சுடுவேன். சீனு, கீனு." என்று கொஞ்சம் நகர்ந்தான் கிட்டு.

மீனு வந்து, சீனுவை நகர்த்தினாள்.

"கிட்டு, கொட்டு, உவ்வவ்வே. மீனு, இவனோடே டூ விட்டுட்றீ," என்றான் சீனு.

மீனுவுக்குச் சடக்கென்று யோசனை தோன்றிற்று.

"ஏய், என்னடா நீங்க ரண்டுபேரும் எப்பப் பார்த்தாலும் சண்டைபோட்டுண்டே, அப்புறம் எப்ப விளையாடரதாம்? யாராவது போயி சாலியைக் கூப்பிண்டு வந்தா, இன்னுமொரு ஆம், அந்த ஆத்துக்கு ஒரு அப்பா வேணுமோல்யோ? அப்போ ரண்டு பேரும் அப்பாவா இருங்களேன்" என்று சிக்கலைத் தீர்த்து வைத்தாள் மீனு.

"சீனு போயேண்டா போயி சாலியை அழைச்சுண்டு வா" என்றான் கிட்டு.

"நீந்தான் போயேன், சாலீ கிட்டு, நன்னா இருக்கும்டா. சாலி கிட்டு, மீனு சீனு" என்று விரலை ஆட்டினான் சீனு.

"ஏன், மீனு கிட்டுன்னு நன்னா இருக்காதோ? அப்பறம் விளையாட்டெல்லாம் கிளையாட்டாப் பூடும். போடா! போறையா இல்லையா" என்று முறைக்க ஆரம்பித்துவிட்டான் கிட்டு.

"மீனா இதைப் பாரேண்டீ, இந்தக் கிட்டுவை, நான்தானே சாப்பிட பக்ஷணம் கொண்டு வந்தேன் மொதல்லே" என்று மீனுவைத் துணை கூப்பிட்டான் சீனு.

"சீனு, இப்பப்பாரு, வீடெல்லாம் என்ன ஆறது பாரு, பலகையும் அட்டையும் இல்லாட்டா, ஊம்" என்று வீட்டுக்குள் நுழையப் போனான் கிட்டு.

"ஐயய்யோ கிட்டு, உள்ளே போகாதேடா, தீட்டாப் போயிடும், மெழுகித் தேச்சு மடியா வச்சிருக்கேண்டா" என்று மீனா கிட்டுவுக்குச் சொல்லிவிட்டு சீனுவைப் பார்த்து "நீந்தான்

போயி சாலியை அழைச்சிண்டு வரப்படாதா?" என்று கெஞ்சினாள்.

"பார்ரீ மீனு, நீயும் அவனோடே சேர்ந்துண்டாயாக்கும், நான் வரவரைக்கும் விளையாட்டை ஆரம்பிக்கப்படாது, நான் சுருக்க வந்துட்ரேன்" என்று கொஞ்சம் நகர்ந்த சீனு திரும்பித் தயங்கி நின்றான்.

"ஊம் போயேன், சுருக்க வந்துடு" என்றாள் மீனு.

"அந்தப் பக்ஷணத்தைக் குடு, நான் கொண்டு போயிட்டுக் கொண்டு வரேன்" என்றான் சீனு.

"எதுக்கு, போடா நீ இப்படித்தான் ஏதாவது அசடாப் பேசறே, அதான் நீ வந்தப்பறம்னு சொல்லியாச்சே" என்று மீனா கடிந்து கொண்டதுபோல் கூறினாள்.

அவள் கடிந்து கொண்டதும் சீனு "நான் போயிட்டு வரேன்" என்று கிளம்பினான்.

'சாலி' என்னும் விசாலி சாமா சாஸ்திரிகளுடைய பெண். வயசு ஏழு ஆய்விட்டதே தவிர, அவ்வளவாகச் சமர்த்தில்லை. அரச மரத்தடிப் பள்ளிக்கூடத்திற்குப் போய்விட்டு, அரைமணி நேரத்திற்கெல்லாம் அவிழ்ந்த பாவாடையைக் கையில் பிடித்துத் தரையில் புரள விட்டுக்கொண்டு, சிலேட்டை அடிக்கொருதரம் கீழே போட்டுவிட்டு, எட்டிப் பார்க்கும் மூக்குச் சளியை இடது கையால் தேய்த்துக்கொண்டு, பராக்குப் பார்த்துக் கொண்டே வருவாள் சாலி.

சாஸ்திரிகளுடைய மருமகன் சம்புதான் அவளுக்கு உயிர்த் தோழன். அழ அழ விட்டாலும் அத்தான் அல்லவா? அவன் வீட்டோடு இருந்தான். சாஸ்திரிகள் வீட்டுக் கூடத்தில் சாலி மாக்கல்லால் கோணா மணாவென்று கோடு கிழித்துக்கொண் டிருந்தாள். அத்தான் சம்பு பக்கத்து உள்ளில் தமிழ்ப் புத்தகத்தி லுள்ள படங்களுக்கெல்லாம் மீசை, நாமம் இப்படி ஏதோ பிரமாதமான வேலை செய்துகொண்டிருந்தான்.

சீனு மெதுவாய் எட்டிப் பார்த்துக்கொண்டே உள்ளே நுழைந்தான்.

"சாலி, விளையாட வரையா?" அரை மனதுடன் கேட்டான்.

"ஈ" என்று சிரித்தாள் சாலி.

"பஜனை மடத்திலே நாங்கள்ளாம் விளையாடரம், வரையாடீ சாலீ" என்று மறுபடியும் ஒரு தடவை கேட்டான் சீனு.

“எங்க அத்தான்?” என்று எழுந்திருந்தாள் சாலி.

“ஐயோ, அத்தான் வாண்டாம், நீ மாத்திரம் வாயேன் பாவாடை கட்டிண்டு” என்று அலுத்துக்கொண்டான் சீனு. “ஏண்டா அப்பாவோ? நான் வரத்தான் வருவேன்” என்று சொல்லிக்கொண்டே வந்து நின்றான் சம்பு.

சீனு யோசனை செய்தான்: “ஈ ஈ என்று சிரிக்கிறது இந்த சாலி அசடு. சம்பு வராட்டா இதுவும் வராது. எப்படி யாவது விளையாடி ஆகணுமே, மீனு வந்திருக்கிறாளே என்ன செய்வது?” என்று. “நாங்க சொன்னபடிக் கேக்கறதா இருந்தா நீயும் வரலாம்” என்று இழுத்தான்.

சம்பு எட்டு வயதுப் பையன். முரட்டாத்மா, அவன் கன்னத்தில் ஒரு துளி இடம்கூடக் கிள்ளுக் காயம் இல்லாமல் இருக்காது. இவன் போகுமிடத்தில் அநேகமாய் ஆபத்தான சண்டையில்தான் முடிவது வழக்கம். போகாமலும் இருக்க மாட்டான்.

“சரிடா” என்று சம்புவும் கிளம்பினான்.

பஜனை மடத்துக்கு வந்துசேர்ந்தார்கள்.

சீனு மீனுவிடம் போய் நின்றுகொண்டு “மீனு இப்ப இருக்கே இதுதான் நம்ப ஆம். கிட்டுவும் சாலியும் வேறே வீடு கட்டிக்கட்டும்” என்றான்.

கிட்டு ஒரே பாய்ச்சலாய்ப் பாய்ந்து சீனுவைப் பிடித்து இழுத்து “இது என் வீடு, நீயும் சாலியும் வேறே வீடு கட்டிக்க ணும்” என்றான்.

“இந்த அசடோடயா, நீயே விளையாட்டுக்கு வாண்டாம் ஓடிப்போயிடு. ஒன்னோடே நாங்கள்ளாம் டூ! கிட்டு, கொட்டு, உவ்வவ்வவ்வே” என்றான் சீனு இரைந்து.

“சீனு, எலே பல்லை உடைச்சுடுவேன், நீ ரொம்ப சமத்தோ? கொழைஞ்சாந் தாத்தா, போடா பொக்கே” என்று சம்பு சாலிக்காகப் பரிந்து பேசினான்.

சாலி, ஈ என்று சிரித்துக்கொண்டே பாவாடையை மாற்றி மாற்றிக் கட்டிக்கொண்டிருந்தாள். மீனாவுக்கு அழுகை வந்துவிடும்போல் இருந்தது. சமாதானத்திற்கு ஷரத்துக்கள் யோசனை செய்துகொண்டிருந்தாள் அவள். நேரம் போய்க் கொண்டிருக்கிறது. இன்னும் குடும்பம் அமையவில்லை. சாலியைப் பிடித்து இழுத்துப் பாவாடையை அழகாய்க் கட்டி விட்டான். “சீனு, இங்கே வாயேன்” என்று கெஞ்சும் குரலில்

கூப்பிட்டாள். தான் சொன்னால் சீனு தட்ட மாட்டான் என்பது அவளுக்குத் தெரியும். சீனுவின் காதோடு சொன்னாள் மீனு. "சீனு எனக்காக, சித்தெ நாழிக்கு சாலியை வச்சிண்டு விளையாடுவோம். யாராவது வந்துடுவா. வாணாப்பாரு, அவன் தான் அழுகுண்ணின்னு நமக்குத் தெரியுமே, இப்ப நமக்கு விளையாடணுமா வாண்டாமா, நான் இந்தாத்திலே இருந்தா மாத்திரம் நம்ப பிரியம் போயிடுமா?"

"மீனு, . . . உம்" . . . என்று வேதனைப்பட்டான் சீனு.

"இன்னும் சித்தே நாழிலே நம்ப ரண்டு பேரும் இந்தாத்துலே இருக்கப்போறம், நான் சொல்றத்தைக் கேளேன்!"

"சரி, சாலி நீ வா" என்று வெறுப்பாய்ப் பக்கத்து அங்கணத் துக்குச் சென்றான் சீனு.

சம்புவின் நிலைமை இன்னும் ஸ்திரமாய் நிச்சயமாக வில்லை.

கிட்டு சம்புவை வெளியே அனுப்ப யோசனை செய்து கொண்டிருந்தான்.

அவனை அனுப்புவது லேசல்ல, அனுப்பித்தால் இங்கு ஒரு ஆள் குறைந்துவிடும் குடும்பத்தில். என்ன செய்வது என்று சீனுவுக்கும் பெரிய யோசனையாய் இருந்தது. சம்பு பார்த்தான்; இன்னும் ஒரு அம்மாக்காரியைத் தேடிப்பிடித்து அப்பாவா கிறதைக் காட்டிலும், பெரியப்பா ஆகிவிடுவதாகத் தீர்மானித் தான். சீனுவாத்தில் ஒரு பெரியப்பா இருக்கிறார். வியாதிக் காரர், படுத்துக்கொண்டேயிருப்பார். வீட்டிலுள்ளவர்கள் வேளாவேளையில் அவரைக் கவனித்து உபசாரம் செய்வதைப் பார்த்திருக்கிறான் அவன்.

"ஏய் சீனு, நான் பெரியப்பாடா, நான் படுத்துக்கொண்டே இருப்பேன், தெரியுமோல்யோ. நீங்கள்ளாம் நான் சொல்றபடி கேக்கணும்" என்று நீட்டிப் படுத்துக்கொண்டான். அவன் படுத்துக்கொண்டதைப் பார்த்ததும் கிட்டுவுக்கு ஆத்திரமும் சிரிப்பும் வந்தது. சீனுவுக்குச் சந்தோஷம். அவன் ஏதாவது செய்யவந்தால் 'ஒனக்கு உடம்புடான்னு சொல்லித் தண்டா இல்லாமல் படுக்க வைத்துவிடலாமே' என்று சீனு ஆறுதலடைந் தான். 'பொட்டை ஓல்டர், ஏந்துர்ரா' என்று சம்புவை உதைக்கப் போனான் கிட்டு,

அதற்குள், வீட்டையும் வீட்டுக்காரர்களையும் சண்டையை யும் பார்த்துச் சிரித்துக்கொண்டே விமலா வந்து சேர்ந்தாள்.

விமலா வாத்தியாரம்மாவின் பெண். அவள் நடையுடைகள் மற்றக் குழந்தைகளைக் காட்டிலும் கொஞ்சம் புது தினுசாகவே யிருக்கும். அவளைப் பார்த்தவுடன் சண்டை நின்றது. சீனுவும் மீனாவும் பார்த்துச் சிரித்துக்கொண்டார்கள்.

"விமலா, வா, வா"வென்று சம்புவையும் சாலியையும் தவிர மற்றவர்கள் கொக்கரித்தார்கள்.

"சீனு, நீ இங்கே வந்துட்றா, நானும் விமலாவும் அந்தாத் துலே இருக்கப்போறம்" என்றான் கிட்டு. "மீனு கிட்டு என்றால் நன்னா இல்லையோ?" என்று வம்பு செய்து மீனுவையும் சீனுவையும் ப்ரேமத்யாகம் செய்த வைத்த கிட்டு, நாலிங்க ராயன் மாதிரி, விமலாவிடம் ஓடினான். கிட்டு சொல்வதற்கு முன்னையே கண்ணை மலர்த்திக் காத்துக்கொண்டிருந்த சீனு, ஓடிவந்து மீனுவைக் கட்டிக் கொண்டான்.

விமலாவுக்கு இந்த அம்மா அப்பா விளையாட்டுக் கொஞ்சம் புதிது. தன்னிடம் ஓடி வந்த கிட்டுவைச் சரியாய் வரவேற்று உபசரிக்கவில்லை அவள்.

தான் வியாதிக்காரப் பெரியப்பாவானது பெரிய தவறென்று தோன்றிற்று சம்புவுக்கு. எழுந்துவந்து ஏமாந்த கண்களுடன் விமலாவை விழித்துப் பார்த்தான்.

சாலி பலகைச் சுவர்களுக்கு வெளியே வந்து நின்றாள்.

குடும்பங்கள் குழம்பியிருந்த நிலையில் விமலாவைச் சமாளிக்கத் தொடங்கினான் கிட்டு;

"நாம் ஒரு ஆம், அவா ஒரு ஆம். என்ன விமலா, இந்தாத்துக்கு நான் அப்பா, நீ அம்மா, என்ன?" என்று விமலாவின் கையைத் தொட்டான் கிட்டு. விமலா புரியாமல் நின்றுகொண்டிருந்தாள். கிட்டு அவள் கையைப் பிடித்து ஆட்டிக்கொண்டே, "சாலி ரண்டாத்துக்கும் வேலைக்காரி" என்றான்.

சடேலென்று கையை உதறினாள் விமலா.

அடுப்படியில் குனிந்துகொண்டிருந்த மீனு, நிமிர்ந்தாள்.

"ஐயோ பாவம்" என்றான் சீனு.

கிட்டுவின் துடுக்குத்தனம் சிறு உள்ளங்களை வேதனை செய்துவிட்டது.

"படவா, ராஸ்கல், சாலி வேலைக்காரியா" என்று கிட்டுவின் மேல் பாய்ந்தான் சம்பு.

இருவரும் அடித்துக்கொண்டிருந்தார்கள். இருவருக்கும் காயங்கள்.

ஐய்யய்யோ என்று மீனு கத்தினாள்.

சீனு பக்ஷணப் பொட்டலத்தை எடுத்துக்கொண்டு ஒதுங்கி நின்றான்.

கிட்டுவின் ஜம்பம் சம்புவிடம் சாயவில்லை. கிட்டு எல்லோரையும் வைதுகொண்டு வீட்டைக் காலால் குலைத்தான். உள்ளே இருந்த பாத்திரங்கள் எல்லாம் இரைந்தன. கிணற்றை எட்டி ஒரு உதைவிட்டான். எந்திரத்தைத் தூக்கி விட்டெறிந்தான். மீனுவின் நெற்றியில் பட்டிருக்க வேண்டியது. நல்ல வேளையாகப் படவில்லை. சீனு பொட்டலத்தை எறிந்து விட்டு மீனுவை நகர்த்தி இழுத்தான்.

சம்புவின் ரத்தக் காயத்தைத் துடைத்தாள் சாலி; "பேசாமே இருடீ. இந்தப் படவாவை" என்று மறுபடியும் சம்பு கிட்டுவின் மேல் பாய்ந்தான்.

"சம்பு, சம்பு" என்று மீனு அவனைத் தடுத்தாள். சீனு சொப்பையெல்லாம் பொறுக்கிப் பெட்டியில் போட்டு மீனு விடம் தந்தான்.

சிதைந்த குடும்பம் மெதுவாய்க் கலைந்து பிரிந்து சென்றது.

விஷ வேகம்

கண்ணுக்கெட்டிய தூரம்வரை மாக்கல் மலை – அல்ல, சுண்ணாம்பு – அதுவுமல்ல, வெள்ளைச் சலவைக் கல். எதுவாயிருந்தாலென்ன? ஒரே வெண்மை!

நர்மதையின் தலை நரைகூடிவிட்டதா? எங்கிருந்தோ ஓடி வருகின்றாள். வேகம் அவள் பண்பை மாற்றவில்லை. அவ்வளவு வேகத்திலும் கலங்காத ஸத்வகுணம்! அளவிட முடியாத காம்பீர்யம். நாங்கள் சென்ற சமயம் வெள்ளம் வரவில்லை. இருபுறமும் செங்குத்தான வெள்ளைப் பாறைகள் இருநூறு அடிகளுக்குக் குறைவில்லை. அடியிலே அவள் தேங்கி நிற்கிறாள். ஓடுவதே தெரியவில்லை. அதுவே அவளுடைய காம்பீர்யம். உள்ளே எத்தனை வேகமிருந்தாலென்ன, அதை வெளியில் காண்பிப்பார்களா, பெரியோர்கள்!

மேலிருந்து நர்மதையைப் பார்த்துக்கொண்டே சென்றோம்; அவளுடைய முடியைத் தரிசிப்பதற்காக. அடியில் பார்த்தால் அச்சம் எழுகின்றது. "அன்னை இயற்கை, தனக்கரிய கௌரவத்தை நிரூபிக்கிறாள்" என்றான் என் நண்பன்.

இயற்கையைக் கண்டு அனுபவிக்க சந்தர்ப்பமேயில்லாமல் போய்விட்ட எங்களுக்கு மலையை எப்படிப் புரிந்துகொள்ள முடியும்? கிராமத்திலே பிறந்துவிட்டால் மட்டும் போதுமா? பசுமையைச் சிரைத்துவிட்டுப் பசுமைப்போலியைக் கொஞ்சம் வளர்த்து மகிழும் நகரத்து சகவாஸ தோஷம் இருக்கிறதே! கிராமத்தில், கோடையில் காய்ந்து

வெடித்துக் கிடக்கும் வயற் பாதைகளிலும் பிறகு நனைந்து பயிருடன் விளங்கும் வயல் வரப்புகளிலும் லாவகமாக நடந்ததையெல்லாம் இப்போது மறந்து போயிருந்தன எங்கள் கால்கள். அவை பட்டணத்துத் தார்ரோட்டுகளில் பனிரண்டு வருஷங்கள் தேய்ந்துவிட்டன.

பாரதத்தின் தென்கோடியிலிருந்து நடு மையத்திலிருக்கிறோம்; வயிற்றுப் பிழைப்புக்காக இளங் குழந்தையிடம் விளையாடுவதுபோல் காவிரியிடம் விளையாடிய நாங்கள் நர்மதையைப் பயத்துடனேதான் கவனித்து வந்தோம்.

தீபாவளி விடுமுறையை ஆனந்தமாய்க் கழிப்பதற்காக நர்மதையில் படகுப் பிரயாணம் ஏற்பாடு செய்திருந்தோம்.

மத்தியானமே கிளம்பிவிட்டதால் வெய்யில் தாங்க முடியவில்லை. தலைக்கும் காலுக்கும் பாதுகாப்பிருக்கிறது. கண்ணுக்குத் தான் இல்லை. மாலை வெய்யில் ஒன்றே போதும். வெள்ளை மலையிலிருந்து வீசும் அதன் எதிரொளியும் சேர்ந்து கொண்டது. துணியால் மறைத்துக்கொண்டும் ஏதேதோ செய்துகொண்டு சென்றோம். படகுகள் கட்டப்பட்டிருந்த துறையை அடைந்தோம், படகோட்டி எங்கள் பிரயாணத்தைத் தொடங்கி வைக்கத் தயாராய் விட்டான்.

அங்கு நடந்த சம்பாஷணைகள் எல்லாம் ஹிந்தியில். ஆகவே அவற்றை மொழிபெயர்த்துக் கொடுக்கிறேன்:

"நதியின் உற்பத்தி ஸ்தானத்தைப் பார்க்க வேண்டுமே அப்பா," என்றேன் நான்.

"பாப்ரே" என்றான் அவன் ஆச்சரியத்துடன். பிறகு "எங்கே?" என்று முடியும் பல கேள்விகள் கேட்கத் தொடங்கி விட்டான். "நீங்கள் என்ன, ராமலக்ஷ்மணர்களா? சீதை எங்கே? வில் எங்கே? அம்பு எங்கே? ஜடை எங்கே?" இப்படியே இருந்தன. அவனுடைய கேள்விகள். கடைசியில் கேட்டான். "ஏன் ஐயா, ஊர்வசி போன்ற ஒருத்தியின் நடனத்தைக் கண்டு களிப்பது முக்கியமா? அவள் ஆடை அணிந்துகொள்ளும் அறையை ஆராய்வது முக்கியமா? வாருங்கள். இப்பவே கிளம்பி விட்டால் மெதுவாய்த் திரும்பி வர நேரமிருக்கும். இன்றைக்காவது ராம் சரண் (அது அவன் பெயர்) சீக்கிரம் ரொட்டியைப் பார்க்கட்டும்."

ஓர் எழுத்துக்கூட அபிநயமின்றிப் பேசாத அவனுடைய தோற்றம் இன்னும் மறக்கவில்லை. என்ன சுத்தமான பாஷை அவனுடையது. பச்சைத் தலைப்பாகையில் முட்டுகின்ற கோபி

சந்தன நாமம், "ராம்" என்றொளிரும் குங்கும எழுத்துக்கள். இவை அவனுடைய அழுக்கு உடைகளைக்கூட மறைத்து விட்டனவே.

ஏதோ ஒரு ஓசையைக் கேட்டோம். தூரத்திலிருந்து கேட்கும் தவுல் ஓசையைப் போல் லயமும் சுதியும் ஒத்திருந்தது. நாங்கள், "அது என்னப்பா ஓசை" என்று கேட்டதும் அவன் கீழே உட்கார்ந்துவிட்டான் அலுப்படைந்தவன் போல. நாங்கள் மறுபடியும் கேட்கவே, "அது ஒரு அருவி, இதோ அரை மைலில் இருக்கிறது, போய்ப் பார்த்துவிட்டுச் சீக்கிரம் வந்துவிடுங்கள்" என்றான் அவன்.

"ரொம்ப நன்றாயிருக்கிறது" என்று குரல் கேட்டது குடிசையிலிருந்து. பெண் குரல். முனகித் தேய்ந்ததல்ல – நிறைந்த ஓசையுடையது. ஆரபியின் கமகம் போல அதிகாரம் தொனிக்கும் அழகான குழைவிருந்தது அதில்.

திரும்பிப் பார்த்தோம். ஓர் பெண், முகவாய்க் கட்டையில் வைத்த கை உள்பட சரீரம் முழுவதையும் குலுக்கிக் கொண்டு பரிகாசச் சிரிப்புச் சிரித்தாள் தன் கணவனைப் பார்த்து. அவயவ நிறைவுக்குக் காரணமாய் ஆகாரத்தையும் சீதோஷ்ணத்தையும் சொல்லி நொண்டிச் சமாதானம் செய்து கொள்ளலாம். இந்த அபிநயம் – தெய்வீக அழகு கொண்ட அபிநயம் இவர்களுக்குப் பகவான் கொடுத்த ஏகபோக உரிமையா? மேடிட்டு விரிந்து கிடக்கும் கண்களில்தான் எவ்வளவு எகத்தாளம் தொனிக்கின்றது. ஆனால், லவலேசம் கூடக் கபடம் இல்லையே அவற்றுள். சிரிப்பில் மூக்கு மலரும் போது இமையைச் சுருங்கச் செய்து, உதட்டை இடித்து என்ன வெல்லாமோ செய்கிற அந்த வளையம், அணியல்ல, அணி என்ற பெயரில் அமைந்த அங்குசம்; இதிலில்லாவிட்டால் பருவ யானையின் அட்டகாசம் தாங்க முடியுமா?

"இல்லையடீ ராணி . . ." என்று சிரித்தான் ராம் சரண். அவனுக்கது விளையாட்டு. உண்மையில் அது, அழகுக்கும் பருவத்திற்கும் தொட்டிலில் வைத்த பெயர். ஒய்யாரமாய் முறைத்துப் பார்த்த அவளை ஸமாதானம் செய்வதற்காக அவன் கூறினான்.

"இவர்கள் எல்லாம் மத்ராஸிகள். எதையும் கொஞ்சம் அதிகமாகவே அநுபவிப்பார்கள். ஆயிரம் சொன்னாலும் அருவியைப் பார்க்காமல் இருக்க மாட்டார்கள். அழகில் ரொம்ப மோகமுடைய இவர்களை ஒண்ணும் பண்ணிக்க முடியாது. வழி தெரியாதே என்று நீ என்மேல் பாய்கிறாய்.

தேவிக்குத் தயவிருந்தால் வழி காட்டட்டுமே” என்று முடித்தான் அவன். பூர்ண அபிநயத்துடன்.

அவன் மதராஸியைப் பற்றிச் சொல்லியது என்னவோ எங்களை வேதனைக்காளாக்கிவிட்டது. எங்கள் பார்வையில் ஏதேனும் அசடு தட்டிவிட்டதோ என்று நாங்களிருவரும் ஒருவருக்கொருவர் விழித்துக்கொண்டோம். ஆனால் அதை வெளியில் காட்டுவது அடிமுட்டாள்தனம் என்று முடிவுகட்டி, அருவியைப் பார்த்துவிட்டு விரைவில் வருவதாய்ச் சொல்லி விட்டுக் கிளம்பினோம்.

“எங்காவது வழி தப்பிப் பழையபடி ஊருக்கே போய் விடுவீர்கள். அல்லது ஓஷதி* மிதித்ததுபோல் சுற்றிச் சுற்றித் தவிப்பீர்கள். பாபூமார்களே, நான் வருகிறேன்” என்று சொல்லிக் கொண்டு,

“மகாதேவீ, வெற்றிலை இருக்கும் இடத்தையாவது சொல்லி விட்டுப் போகக் கூடாதா” என்றான் ராம்சரண்.

“நாலாவது உப்பரிகையில் நகை உள் இருக்கே, அதன் பக்கத்திலிருக்கும் வாசனையுள்ளில் இருக்கிறது” என்று சும்மா ஒரு குலுக்கிக் குலுக்கிவிட்டு நடந்தாள் அவள்.

“ஏய், போருண்டா, இப்படியே படகிலே போவேமேடா?” என்றான் என் நண்பன்.

“சீ, சீ, என்ன ஏன்? இவ்வளவு பலவீனமான ஹிருதய மாடா உனக்கு? இந்த வெய்யலில் படகில் கிளம்பினால் உடம்பு என்ன ஆகும்?” என்றேன் நான்.

எங்களைத் திரும்பிப் பார்த்துக்கொண்டே பறக்கும் அவள் நடை எங்கள் ஆண்மைத்தனத்தை ஊக்கிவிட்டது. நாங்களும் இரைக்க இரைக்க ஓடினோம். அருவியை நெருங்கிவிட்டோம்.

நான்கைந்து கண்ணாடித் தாரைகள் சாதாரண வேகத்தில் சமதளத்தில் விழுந்து மாக்கல் தரைகளில் தத்தித் தத்தி விளையாடிக் கை கொட்டிச் சிரித்து ஒன்றுகூடி ஒரு பாறைக் குள் புகுந்துவிடுகின்றன.

நாடக மேடையோ, என்று நினைத்தேன். அங்கு பல பாத்திரங்கள், பல சம்பவங்களாயிற்றே; இங்கு அந்த ஒரே நிகழ்ச்சிதான். நமக்குத்தான் அலுக்கவேயில்லை; அவைகளுக் கும் அலுக்கவில்லையோ! தலையில் முண்டாசு கட்டிக்கொண்டு

---

* “திசைப்பூண்டு மிதிப்பது” என்ற தமிழ் வழக்கை ஒத்த ஹிந்தி வழக்கு “ஓஷதி மிதிப்பது.”

நாங்கள் இருவரும் விளையாட்டில் கலந்துவிட்டோம். வயது வந்த குழந்தைகள் கூச்சலிட்டுக்கொண்டு விளையாடும்போது வயதுவராத குழந்தையும் கை தட்டி, ஆ என்று கொக்கரித்து விளையாடுகிறதல்லவா, அதுபோலவே நாங்கள் இருவரும் அர்த்தமில்லாமல் மகிழ்ந்துகொண்டிருந்தோம்.

நாங்கள்தான் புதியவர்கள். அவளுக்குத்தான் பழக்க மாயிற்றே, அவளையும் விளையாட்டுக் கவ்விக் கொண்டது. ஓர் பாறையில் சிங்காரமாய் உட்கார்ந்துவிட்டாள் அவள்; ஜலத்தைக் காலால் அழுத்திக்கொண்டு. அவள் தோளில் ஓர் இளம் மரக்கிளை துவண்டு இலைகளால் அவள் உடலை ஸ்பரித்து இன்பம் கொண்டது.

"அதனால்தான் அவை துவண்டனவோ . . ." என்றது என் மனம்.

"சீ, சீ, நண்பன் மனத்தைப் பலவீனம் என்று பழித்ததற்கு ஏற்ற தண்டனைதான் இது" என்று நினைத்துச் சட்டென்று திரும்பிக்கொண்டேன்.

கண்களை அவள் பக்கம் திருப்பாமலிருப்பது பலவந்த மாகவாவது சாத்தியமாயிற்று. ஆனால் காற்றோடு மிதந்து வரும் சப்தத்தைக் கிரஹிக்காமல் இரக்குமா கர்ணேந்திரியம்?

> *"எனக்கு எல்லாம் கண்ணன்தான்; வேறொன்றுமே கிடையாது. உம் . . . வெட்கம்; பக்தர்களுடைய கோஷ்டி யில் உட்கார்ந்து உட்கார்ந்து அதையும்தான் இழந்து விட்டேனே."*

என்ற மீராபாயின் பாட்டை ஏன் அவள் பாட வேண்டும்? என் மனம் சலிக்கலாயிற்று.

"மீராபாய் ராதையின் நகல். அவர்கள் இருவரும் நித்யாபிஸாரிகைகள். அபிஸரணம் அவர்களுக்கு மோக்ஷோபாயம். ஆனால் அந்த அபிஸாரகீதத்தை இவள் பாடுவதைப் பார்த்தால் . . ." ஏதோ வெற்றி கிடைத்ததுபோல் சிரித்து விட்டேன். சட்டென்று மனத்தில் திகில் கவ்விக்கொண்டது. "சீ, சீ, என்ன அபசாரம் செய்துவிட்டேன். கங்கையையும் சாக்கடையையும் சேர்த்துவிட்டேன். கபடத்திற்குக் காத தூரத்தி லுள்ள இந்தப் புனிதமூர்த்தி ராம்சரண் மனைவியல்லவா? நர்மதையின் மனுஷ்யாவதாரமல்லவா?" என்று நினைத்துக் கொண்டே இமை கொட்டாமல் பார்த்துக்கொண்டு நின்றவன், அஞ்சலி செய்வதற்காகக் கைகளைத் தூக்கிக்கொண்டு நெருங்க நகர்ந்தேன். திரும்பினாள் அவள் தற்செயலாய். என்னைத் தவறாய்ப் புரிந்துகொண்டுவிட்டாள்

ஹா ... என்று துள்ளி எழுந்தாள். அந்தத் தேவியின் சரீரம் நடுங்க ஆரம்பித்துவிட்டது. கண்கள் நிலைத்தபடியே நின்றன. வியர்வை பெருகிவிட்டது அந்தப் புனித உடலில். என் கண்களிலும்தான். எவ்வளவுதான் பெருகட்டுமே, யௌவனத்தையும் விஷத்தையும் அலம்ப முடியுமா?

நமஸ்காரம் செய்தேன். உண்மை வேறென்று உயர்த்தக் கெஞ்சினேன் பெருமூச்சுடன். கண்ணீரோடு கலந்து ஹிருதயத்தைக் கொட்டினேன். அரைகுறை ஹிந்தி. அவள் அமைதியடைந்தாள் ஏதோ ஒரு வகையில். ஆயினும் என்ன; திரும்பிப் போகும்போது வியாதிக்காரிபோல நடந்து சென்றாள். குடிசையைக் கண்டதும் நிழல்போல் அதற்குள் புகுந்துவிட்டாள்.

எங்களைக் கண்டதும் ராம்சரண் படகை அவிழ்த்துக் கொண்டே, தான் பாடிக்கொண்டிருந்த பாட்டை முடித்தான்.

"ராமநாமவோ் கட்டிக்க – ஐயா,
கண்ணுக்கருகே கருத்திருக்குது,
கண்ணிலிருக்குது பொல்லாத விஷம்" என்று.

அன்று நாங்கள் படகில் செல்லவில்லை. அல்ல, எங்களால் செல்ல முடியவில்லை.

காதம்பரி

1

"காதம்பரி, நாகரீக ஸமூஹத்திற்குள்ளே புகப்போகிறோம்... இதுவரை நீ அறியாத அனுபவங்கள் நேரப்போகின்றன. இப்பொழுதே நீ அறிவாய் என்றாலும் இது போதாது... நாமிருவரும் ஸமூஹத்தில் உரிய ஸ்தானம் பெற முயலும்போதுதான் அவை அதிகமாக உறைக்கும்... சிலவற்றில் விருப்புத் தட்டும், பலவற்றில் வெறுப்படிக்கும்; என்ன?" என்றான் கவி.

"எங்கும் எப்பொழுதும் நம்மை ஆள்கிறவர்கள் நாமேதானே..? ஏன் கவலைப்பட வேண்டும்?" என்றாள் அவள்.

அந்தக் கவி தன் ஊரைவிட்டுப் போய்ப் பல வருஷங்கள் ஆய்விட்டன. நாடோடியாய்ச் சுற்றிக் கொண்டிருந்தவன் திரும்பி வந்திருக்கிறான்; பிறந்த ஊரில் பிரதிஷ்டை பெற விரும்பி வந்தான். தன் நாட்டில் ஸமூஹ வாழ்வு அடைந்திருக்கும் மாறுதல்கள் தெரியும் அவனுக்கு. புத்த மதம் பரவி என்ன வெல்லாமோ செய்திருந்தது நாட்டில்; ஆரம்பத்தில் புது மதம் பரவுவதைக் கண்டித்து, அதனாலேயே தண்டனையடைந்து நாடு கடத்தப்பட்டவன் இந்தக் கவி. அப்பொழுது அவனுக்குத் தன் மதமும் தெரியாது. புது மதமும் தெரியாது. ஒரு பிடிவாதம் இருந்தது; அரைகுறைக் கல்வி இருந்தது; எதிர்த்தான்; ஆம், அதே போலத் தன் மூதாதையர்களால்

ஏற்படுத்தப்பட்டு நடைமுறையிலிருந்த ஸம்பிரதாயங்களையும் அவன் எதிர்த்ததுண்டு; இதுவும் வேண்டாம், அதுவும் வேண்டாம்; பின் வேண்டியது எது? இதுவும் தெரியாது. அதெல்லாம் பழைய கதை; திரும்பிவரும் கவியின் நோக்கமும் அறிவும் முன்பிருந்ததுபோலில்லை. எவ்வளவோ மாறுதல்; எவ்வளவோ வளர்ச்சி இப்போது.

கவியுடன் வந்த அப்பெண்... ஆமாம். பெண் என்று சொல்வதைத் தவிர வேறு வார்த்தை கிடையாது அவளைச் சொல்ல! அவளுடைய அங்க வாளிப்பும் பெருக்கெடுத்தோடும் எழிலும் தெரியும்படிச் செய்ய வழியே இல்லை; வர்ணித்தால் ஸம்பிரதாயமான வர்ணனை ஆய்விடும். சொல் என்பது குறிப்பிட்ட ஒரு எல்லைக்குப் பிறகு நொண்டி ஆய்விடுகிறது. அவள் ஒரு காட்டுப் பெண்! வேடர் குலமோ, தேவர் குலமோ, இயற்கையின் மடிமேல் கட்டற்று வளர்ந்தவள்; சொற்களென்ற ரத்தினங்களைப் பரீக்ஷை செய்து செய்து, சாணை பிடித்துச் சேர்த்து வைத்துப் பாடம் பார்த்துப் பார்த்து ஊறிய அந்தக் கவிக்கே அவளைச் சொல்ல வார்த்தை அகப்படாமல் கள் என்று பொருள்படும் 'காதம்பரி' என்ற பெயரைச் சூட்டி யிருந்தான் அவளுக்கு. கவிக்கு அகப்பட்ட புதையல். ஹிமாலயச் சாரலிலும் கணவருடைய ஆசிரமத்திலும் இருந்த அற்புத யுவதிகள் போலவே ஒரு காட்டுப்புறத்தில் – நகரத்தின் அதிகள் (மிகைகள்?) இல்லாத இயற்கையின் கோவிலில் – இருந்த அவளை அடைந்தான் கவி. நாடோடியாயிருந்த கவிக்கு நல்ல துணையாய், அவனுடைய மனத்தை மலர்த்தும் அழகுகளின் உருவாய் அவனோடு கூடவே வந்தாள் அவள். அனுபவங்களை அறிமுகப் படுத்தும் வகையிலேயே அவளுடைய அறிவை அகலமாக்கிக் கொண்டு வந்தான் கவி. நிர்மலமாய் இருந்த அவளுடைய உள்ளத்தில் தன் அனுபவங்களையும் – அவற்றால் ஏற்பட்ட அறிவையும் – அது தந்த தீர்ப்புக்களையும் பதித்து வைத்தான். நெருக்கம் மிகுந்து நாள் ஆக ஆகக் கவியின் மற்றொரு ஹிருதய மாய் அமைந்தாள் அவள். தன் வாழ்க்கையின் முதற் பருவத்தில் நகர வட்டத்து மனிதர் கூட்டத்தில் பழகியதால் உருவாகி, உள்ளத்தில் அப்பிக்கொண்டிருந்த ஸம்பிரதாயம் அது இது என்ற சில அசடுகளை மட்டும் அவளுள்ளத்தில் புக விடாமல் வைத்திருந்தான் கவி. ஏகாந்த வாஸத்தில் அது ஸாத்தியமாக வும் இருந்தது; ஆனால்,...

இப்பொழுது சில காலமாய், ஜன்ம பூமிக்குத் திரும்பி வரும் வழியில் சில ஊர்களில் தங்கித் தங்கி வந்திருப்பதால், அவளும் கூட்டு வாழ்க்கையைப் பற்றிச் சற்றுத் தெரிந்து கொண்டிருந்தாள். ஸமூஹம் அவளுக்குப் பரிசயம் ஆய்விட்டிருந் தது. தயங்கித் தயங்கிச் சில ஊர்களில் அதிகமாகவே தங்கி

எது நிற்கும்?

வந்தான் கவி. எப்படியோ நடந்துவந்தது வயிற்றுப்பாடு. தர்ம சாலைகளில் வாஸம் செய்ததில் ஏழ்மையும் எளிமையும் என்ன என்பது சொல்லாமலேயே தெரிந்துவிட்டது அவளுக்கு. ஏற்றத் தாழ்வுகளைக் கண்கூடாகக் கண்டாள்; இது கூடாது, உயர் தரமாய் வாழவேண்டுமென்று தோன்ற அதிக நாள் வேண்டுமா? கவியை அவசரப்படுத்த ஆரம்பித்தாள். அவனும் கிளம்பினான். ஆக முடிவில் ஸமூஹ நியதிக்குட்பட்ட மனைவி ஆய்விட்டிருந் தாள் அவளும். இது தவிர்க்க முடியாத நிலைமையென்பது கவிக்கும் தெரியும். ஸம்மதித்தான். தீர்மானித்தான், சமூஹத் திற்குள் புகுந்துவிட வேண்டுமென்று.

ஊர் எல்லைக்கு வந்துவிட்டார்கள். "அப்பாடா ... ஆஹா, இந்த இடத்துக் காற்றுப்பட்டவுடனேயே பழைய நினைவுகள் வருகின்றன ..." என்றான் கவி.

"இதுதான் உங்கள் ஊரா ..? என்றாள் அவள்.

"ஆமாம், இந்தத் தோப்பு மரங்களெல்லாம் என் தலைமுறை யின் சமகாலத் தோன்றல்கள் ... என் தோழன் அந்தக் காயகன் இப்போது கூட இருந்தால் ...

"எதற்கு ... இப்போது அந்த ஞாபகம்?

"இப்பொழுது எனக்கொன்று தோன்றிற்று; அதை அவனிடம் சொல்லியிருந்தால் ...

"என்னால் அதைப் புரிந்துகொள்ள முடியாதோ?"

"புரிந்துகொண்டால் போதுமா? ஹிருதயம் பூரித்து அனுபவிக்க வேண்டாமா? உன்னை உன் குலத்தார் நன்றாகப் புரிந்துகொண்டுதான், 'அழகி' என்று உன்னை அழைத்தார்கள்; ஆனால் ரஸனை என்பது ..."

"நினைத்ததைத்தான் சொல்லுங்களேன் ..."

"ராகமொன்றை ஆலாபனை செய்யும்போது அதன் ஸ்வரங்களைப் பல கிளையும் காட்டிப் பிரஸ்தாரம் செய்த பின் அந்த ராகத்தின் ஜீவஸ்வரத்தை அடையும்போது ஒரு பரவசம் ஏற்படும்; அதுபோல ..."

"எங்கெங்கேயோ சுற்றிவிட்டு ஜன்ம பூமியை மிதித்தவுடன் உங்களிடம் ஒரு பரவசம் பிறந்திருக்கிறது."

"ஆமாம் பிரியே, தாய் மடியை நான் அறிந்தவனில்லை. இந்த ஊரின் மர நிழல்களில் அந்தச் சுகத்தைக் கண்டவன் நான். மனிதர்களில் என்னைத் தேற்றுவாரைச் சந்தித்ததே யில்லை நான்! மாமா அடித்து வைத்து அல்லற்படுத்தி

போதெல்லாம் இந்த ஊர் ஓடைகள், அங்கு வரும் பறவைகள் இவை என்னைத் தேற்றியிருக்கின்றன. பிரிந்துபோக மனமில்லாமல் அவற்றிடம் விடைபெற்று வீட்டுக்குத் திரும்பியிருக்கிறேன் பல தடவை. ஆஹா... அந்தக் காலத்தில்...”

“இப்படியே பழைய நினைவுகளைப் பருகிக்கொண்டு இருப்பதில் எனக்கொன்றும் ஆக்ஷேபணை இல்லை. ஒரு கவியின் பழைய நினைவில் பொக்கிஷத்தில் இருப்பதைவிட அதிகமாகவே இருக்கும் முத்தும் பவளமும் பச்சையும் சிகப்பும்; ஆனால்...”

“ஆனால், என்ன காதம்பரி... நாகரிகம் உன்னை அவஸரப் படுத்துகிறது; நாடு நகரங்களைக் கண்டதால் நாம் இருவருமே வழி மாறிவிட்டோம்; உனக்குப் பொறுப்புக்கள் பிறந்துவிட்டன. நானும் எப்படியோ ஆய்விட்டிருக்கிறேன்...”

“எனக்கும் அது தெரிகிறது; ஆரம்பத்தில் என்னை நகர்ப் புறத்துக்கு அழைத்துவர நீங்கள் சொன்னதுபோல...”

“வாஸ்தவம், குற்றம் என்னுடையதுதான்.”

“குற்றமென்ன இதில்? அரண்யத்தில் நிலா அழகாயிருக்கலாம், அனுபவிப்பார் யார்? உங்கள் கவித்வம் தனியுரிமையாயிருப்பதில் பயன்? அதனால்...”

“இனி நானாகச் சென்று என் கவித்வத்தைப் பறையறைந்து கொள்ள வேண்டும்...”

“வேடிக்கை செய்கிறீர்களே? கஸ்தூரியும் ஜவ்வாதும் போன்றவை ஆணையிட்டால்கூட அந்நியரைக் கவராமல் இராவே?”

“நீ சொல்கிறாய், ஊர் நிலை எப்படிக் கிடக்கிறதோ? புத்த மதம் எந்தத் தாமரைக் குளத்தை எப்படிக் குழப்பி வைத்திருக்கிறதோ? காவ்ய ரஸமெல்லாம் காஷாய ரஸம் ஆய்விட்டிருக்கிறதோ என்னவோ? நாடக நிலையங்கள் எல்லாம் பிக்ஷுக்கள் நிலையங்கள் ஆய்விட்டனவோ என்னவோ?”

“அப்படியொன்றும் ஆயிருக்காது. காவ்ய ரஸானுபவமும் நாடக கோஷ்டியும் மனித குலத்தின் ஜீவாதாரப் பிரச்னையல்லவா? தவிரப் புத்த மதம் பல விதமாய் புதுப்புதுப் படிகளில் மாறிவருவதையும் வருகிற வழியிலெல்லாம் சொல்லி வந்தீர்களே?...

“அதுவும் வாஸ்தவம்தான்; பார்ப்போம்... காதம்பரி, ஹர்ஷன் கம்பீரப் பிரகிருதியென்பது எனக்குத் தெரியும். அவன் காம்பீர்யத்தில் ஸிம்ஹத்தைப்போல் இருந்தானானால்

நான் நிலைத்துவிடுவேன் தானேச்வரத்தில். ஒருக்கால் அவன் யானையின் காம்பீர்யத்தில் பண்பட்டிருந்தால், நடந்ததை மறக்காமல் வைரம் பாராட்டித் திரும்பி இறந்தகாலத்தைப் பார்ப்பானானால் நான் ஒட்டுவதற்கில்லை ... வா போவோம் ...”

2

தன் ஜன்ம பூமிக்குள் புகுவதற்கு இந்தக் கவி இத்தனை தயங்கினான்; ‘ஊருக்குள் போய்விடலாம்; ஆனால் ஒட்டாமல் திரும்ப நேரிடுமானால்? என்பதை நினைக்கவே என்னவோ போலிருந்தது அவனுக்கு. தனக்கிருப்பது போல் சித்த விஸ்தார மும் பெரிய தனமும் உலகத்திற்கிருக்கும் என்று தீர்மானிப்பது சிரமமல்லவா?

இன்று அவன் ஒரு கவி. அன்றும்தான். அதாவது பிறந்த நாட்டை விட்டுப் போனபோதும் கவிதான். அன்று கவிதை ஒரு விளையாட்டு. பாஷையோ தெருவீதி போல. சொற்கள் தெருவில் கிடக்கும் சல்லிகள் போல. எடுத்து வீசவேண்டியது தான். நாள் பூரா எடுத்தாலும் குறையுமோ? இன்று அப்படி யல்ல. இப்பொழுது இவனுக்குக் கவிதை யோக ஸாதகம்போல. பாஷையோ துரூஹமான ஞான மார்க்கம்போல. சொற்கள் அபூர்வமான ஸித்திகள்போல. தெரிந்து தேர்ந்தெடுக்க வேண்டும். இடமறிந்து உபயோகிக்க வேண்டும். ஏகாந்தம் வேண்டும். ஏக சித்தம் வேண்டும். இன்று அவன் கவிதையின் லக்ஷ்யம் அமரத்வம்.

அன்று அப்படியல்ல. கூட இருப்பவர் கொம்மாளம் போட்டால் போதும். அந்த க்ஷணத்திற்கு நிலைக்கும் யோக்யதைப் போதும் கவிதைக்கு. அன்றன்றிருக்கும் ஜன மனோபாவத்தை, விருப்பு வெறுப்புக்களைக் காட்டிக் கொட்டி அளக்கும் கருவியாயிருந்தது பாஷை. அதுவும் பிறரைக் கேலி செய்ய உதவிற்றுக் கவிதை. அரசனை, அரசாங்கத்தைப் பரிஹாஸம் செய்ய வேண்டும்; உத்தியோகஸ்தர்களை அழ வைக்க வேண்டும்; புத்த மதத்தை இகழ வேண்டும்; போதி தத்துவத்தைத் தூற்ற வேண்டும்; இதே நோக்கம். அப்படியொன்றும் பெரிய மதப் பற்றும் கிடையாது. என்னவோ பருவ ரத்தம் கூத்தடித்தது.

அரசன் ஹர்ஷன் புத்த மதத்தை ஆதரிக்கிறானாம். அது நாட்டில் பரவுகிறதாம். அது கூடாது. ‘புத்த பிக்ஷுக்கள் ஒழிக. சைவம் ஓங்குக, வைஷ்ணவம் தழைக்க..?’ இப்படிப் பிரமாத மான கோஷங்களைக் கத்திக்கொண்டு ஒரு வாலிபர் கூட்டம் தலை நகரத்தில் கிளர்ச்சி செய்தது. அந்தக் கூட்டத்தில் தலைவன்

ஒருவன் மஹா புத்திசாலி. படிப்பும் உள்ளவன். அவனுக்குப் பாஷை வசப்பட்டிருந்தது. அவனுடைய தாய்மாமனுக்கு அரசாங்கத்தில் உத்தியோகம். அவரிடம் வளர்ந்தான் இவன். தாய் தந்தை இருவரும் அவனுடைய இளமையிலேயே இறந்து விட்டனர். மாமாவுக்கு அடங்க மாட்டான். ஊராருக்கே அடங்காப் பிடாரி அவன். அவனுக்கு யாரும் ஒரு பொருட்டல்ல. கணீரென்றுதான் பேசுவான். நெஞ்சுத் துணிவோ அபாரம். பேச்சோ தாங்க முடியாத துடுக்கு; எதிராளியின் நெஞ்சைத் துளைக்கும். பால்யத்திலிருந்தே இப்படி. “பாவி, பாணம்போல் விடுகிறானே வார்த்தைகளை, பிளக்கின்றனவே அப்படியே . . .” என்பார்களாம் எல்லோரும். வரவர, ‘பாணன்’ என்பதே பெயராய்விட்டது அவனுக்கு. அவனால் தன் உத்தியோகத் திற்கே ஆபத்து வந்துவிடுமோ என்று பயந்தார் மாமன். ரொம்பச் சொன்னார். அவனா கேட்பான்? “வயிற்றுக்குத்தானே கவலைப் படுகிறீர்? செத்துப்போய்விட்டால் அடியோடு போய்விடுமே அந்தக் கவலை . . ?” என்றான் மருமான். பாணனை வீட்டை விட்டே துரத்திவிட்டார். கூட்டாளிகளோடு சேர்ந்து கொண்டான்.

அல்லும் பகலும் அதே வேலையாய் அரசனுக்கெதிராய்ப் பிரச்சாரம் செய்தது வாலிப கோஷ்டி. வேறு ஒரு வழியுமில்லா மல் முக்கியமானவர்களைப் பிடித்து தண்டித்து, நாடு கடத்த உத்திரவிட்டது அரசாங்கம். நாடு கடத்தப்பட்டதில் ஒரு கோஷ்டி ரொம்ப விசித்திரமாய்ச் சேர்ந்தது.

பாணன் ஒரு கவி. சித்திரக்காரனொருவன். ஸங்கீதத்தில் கரை கண்ட காயகன் ஒருவன். ஒரு நாட்டுப் பாட்டுக்காரன். தாவர சாஸ்திரி ஒருவன். தர்க்கமும் மீமாம்ஸையும் படித்த பண்டிதன் ஒருவன். ஒரு நடிகன். நட்டுவன் ஒருவன். எல்லோரும் காளைகள். அஞ்சாமை அவர்களுக்கு ஒரு உறுப்பு ஆய்விட் டிருந்தது. அண்டுவோர் அடக்குவோர் அற்ற ஸ்வாதீன ஜீவன்கள். போனார்கள்; பருவமும் புத்தியும் போன போக்கில் போய்க் கொண்டே இருந்தார்கள். பல நாடுகள் சுற்றிப் பல நகரங்களைக் கண்டு நதிகளில் திளைத்து நினைத்த இடத்தில் தங்கினர். மலைகளேறி மலை வளமுண்டு காடுகளில் புகுந்து கானகத்து வழி அறிந்தார்கள்.

களைப்பில்லை. சளைப்பில்லை. கலையும் அறிவும் நிறைந்த அவ்வாலிபர் தமக்குள் பேசிப் பேசிப் பலமுறையும் சர்ச்சை செய்து தங்கள் அறிவைப் பெருக்கிக்கொண்டார்கள். ரஸனை வளர்ந்தது. பண்பட்ட அவர்களுடைய உள்ளங்கள் பரவிப் பரவிப் பலதிறப்பட்ட உண்மைகளும் உயர்ந்த நோக்கங்களும்

நிறைந்து விசாலமாயின. பாணன் விசேஷமாய் முதிர்ந்தான் அறிவில். உலகத்துப் பொருள்கள் ஒவ்வொன்றின் இயல்பும் உருவமும் அருவமும் மலர் வகையும் மணமும் பருவமும் பருவத்து இளமையும் முதிர்ச்சியும் . . . யாவும் அவனுக்குத் தெரிந்தன. நாளடைவில் கூட்டம் கலைய ஆரம்பித்தது. அவரவர்கள் தனிப்போக்கில் எங்கெங்கோ தங்கினர். காயகனும் பாணனும் வெகு நாட்கள்வரை பிரியவே இல்லை. கடைசியில் அவனும் கேரள நாட்டில் தங்கிவிட்டான். பருவத்தின் மோஹனக் குரல் அவனை அங்கு நிறுத்திவிட்டது. பாணன் எதையோ தேடுபவன் போலச் சுற்றிக்கொண்டே இருந்தான். ஸௌந்தர் யோபாஸனையை விரதம்போல் அநுஷ்டித்துக் கொண்டிருந்தான். அந்த உபாஸனையின் சித்திபோல ஒரு பெண் கிடைத்தாள் வழியில். பாணனுடைய ரஸிகத் தன்மை அந்தப் பெண்ணுருவத்தில் துணையாய் அமைந்தது. இத்தனை நாளும் எங்கெங்கோ சுற்றி, எதெதையோ கேட்டு, உணர்ந்து, சுவைத்து, அனுபவித்த பிரபஞ்சத்தின் அம்சங்கள் எல்லாவற்றையும் ஸௌந்தர்ய சித்தாந்தத்தின் எல்லா மஹாவாக்கியங்களையும் அவளிடத்திலேயே ஒருமிக்கக் கண்டுகொண்டான்.

அவள் தோற்றம் ஒரு ராஜாங்கம். அவளுடைய மிடுக்கில் குதிரையில் உன்னதமும் நடையில் யானையின் அசையும் இருந்தன. நீர் நிலைகளின் தெளிவும் ஆழமும் நிறைவும் விரிவடையும் அவளுடைய கண்களில் தெரிந்தன. கீழ் நோக்கும் அவள் கண்களின் இமைகளில் மலைச்சரிவும் மஹாசாந்தமும் தென்பட்டன. அவள் குரலில் வீணையின் இனிமை கேட்டது. அவளுடைய சொல்லடுக்குகளில் சுருதி சுகமான கமகங்கள் மிதந்தன. நெற்றியும் நிறை கூந்தலும் கந்தர்வ லோகத்தை நினைப்பூட்டின. முன் கூந்தற் கொழுந்துகளின் சுழற்சியில் விரஹச் சுழற்சி தொனித்தது. அவளுடைய புன்சிரிப்புக்கள் சிருங்கார ரகஸ்யங்களை விளக்கின. கபடமற்ற முத்துச் சிரிப்புக்களில் கைலாச வெண்மை காட்சியளித்தது. மறைந்த அவளுடைய இடை மனித மனத்தின் மர்மங்களின் ஸூசகமாய் இருந்தது. நீண்ட அவளுடைய கைகள் புவனத்தின் நீளத்தைத் துலக்கின. ஒன்றும் புரியாமல் திகைக்க வைத்த லாவண்யம் செல்வ மதத்தையும் அரசியற் சிடுக்கையும் குறித்தது. அவளுடைய இருக்கை ஒன்றே யாரையும் மயக்கும் போகப் பொருள்களின் லாகிரியை உணர்த்திற்று. இன்னும் என்னென்னவோ கண்டான் பாணன். இவ்வளவையும் ஒரு காவ்யமாக்க வேண்டுமென்று லக்ஷயத்தை வரையறுத்துக் கொண்டான்.

வருஷங்கள் பல கழிந்தன. அதாவது சாதாரண அரசனாயிருந்த ஹர்ஷன் சாம்ராஜ்யம் கண்டு சக்கரவர்த்தியான பின்

தன் நாட்டுக்குத் திரும்பி வந்தான். முன்பிருந்த வரட்டு வாலிப முறுக்கும் வெடுக்கென்று விடும் சொல்லம்புகளும் அவனிடம் இருக்கவில்லை. அதற்குப் பதில் ஆழ்ந்த உணர்ச்சியும் அகன்ற மனமும் அமைதியான போக்கும் இருந்தன. பால்யத்தில் படித்த பாஷை வளம்பெற்று நின்றது. சாஸ்திர அறிவும் பூத பௌதிக ஞானமும் அவன் அறிவின் அஸ்திவாரத்தைப் பலப்படுத்திக்கொண்டு நின்றன. உலக அனுபவம் உணர்ச்சி களின் ஆழத்தைக் காட்டிவிட்டது. புத்தி சக்தி கற்பனையின் சிகரத்தில் உலாவிற்று. கவிதை பிறக்க வேண்டும். கற்பனை கிளைத்தெழுந்தது. அவனுடைய அழகுணர்ச்சிகளையெல்லாம் தேக்கி வைத்திருக்கப் பாத்திரமாயிருந்த அத்துணைவியுடன் தன் ஊரில் வந்து தங்கினான் பாணன். அவனுடைய பேச்சிலும் தோற்றத்திலும் கவிதை மணந்தது. நடையிலும் இருக்கையிலும் கருத்தழகு கார்வை கொடுத்தது. எண்ணத்திலும் செய்கையிலும் எழிலூற்றுப் பெருகிற்று.

வந்தவளைப் பார்த்துக்கொண்டே பார்வையின் பரப்பில் பல மாறுதலைச் செய்துகொண்டான் பாணன். கூர்ந்தும், குறுக்கியும் விரித்தும் வளைத்தும் சுற்றியும் நிலைத்தும் ஏற்றியும் தாழ்த்தியும் பார்த்தான்.

அவளும் மெல்லச் சிரித்தாள். கவியின் பார்வை பதியும் இடங்களையெல்லாம் தானும் பார்த்துக்கொண்டாள். ஆடை அணிந்ததிலோ மற்ற அலங்காரங்களிலோ எங்காவது தவறு இருக்கிறதோ என்று நினைத்தாள். முன்பு எப்போதும் இயற்கை யோடு உறவாடிக்கொண்டிருந்த அவளுடல் இப்பொழுது நகரத்துப் புடவையையும் நாடாப் பாவாடையையும் நீண்ட தொரு மேலாடையையும் சுமந்துகொண்டிருந்தது. முன்பு கூடைபோலச் சொருக்கிட்டுக் கூடைப்பூவை உள்ளே சொரி யும் அவள் கூந்தல் உருட்டித் திரித்துச் சுருக்கப்பட்டிருந்தது. அந்தப் புதுமையை ரஸித்தான் கவி.

“இதென்ன இப்படிப் பார்க்கிறீர்கள்?” என்றாள். “ஒன்று மில்லை . . . உன்னுடைய நாகரிக வளர்ச்சி. . .–! ஏது, முழுக்க முழுக்க நகரத்து யுவதி ஆய்விட்டாயே! ஆனால் இந்த ஆடம்பரம் உன் லாவண்ய ஒளியை மறைக்கவில்லை. சொற்சித்திரம் போலிக் கவிதையைச் சோபிக்கச் செய்யும்.”

“இது வேண்டாமென்கிறீர்களா?”

“இருக்கட்டுமே. ஏன் வேண்டாம்? என் லக்ஷ்யத்திலிருக்கும் கவிதை ஆடம்பரத்தில் குறைந்திருக்க விரும்பவில்லை நான்; ஆனால் அழகை அது அமுக்கிவிடக் கூடாது என்றுதான் நினைக்கிறேன். அது ஸாத்யம்தான் என்று நிரூபித்துவிட்டாய்.”

“யாரோ வரப்போவதாய்ச் சொன்னீர்களே . . ?”

“யாரோ என்ன? ஹர்ஷனுடைய தம்பிதான் வரப் போகிறான். சற்றே ரஸனை உள்ளவன்தான் இவனும் . . .”

“பின் என்ன? நீங்கள் பேசத் தகுந்த ஆத்மாதான் . . .”

“அப்படியிருந்தால்தான் நல்லது; அரசனுறவும் அசட்டுக் கௌரவமும் இரவல் பெருமையும் இயல்பை விட்ட நடையுடை பாவனைகளும் உள்ளவன். இந்த நாகரிகச் சூழ்நிலையில் ரஸனை கூட ஆடம்பர ஸாதனமாகப் போய்விட்டதே; இவர்களிடம் ஸத்யமான ஸௌந்தர்ய பக்தியைப் பார்க்க முடியாது . . .”

“அதோ யாரோ வருகிறார்கள் . . .”

“ஆமாம், அவர்கள்தான். அரசியலின் ஆரவாரம்தான் நம்மை நெருங்குகிறது. அமைதி குலையாமல் அகல வேண்டுமே இது . . .”

அவர்கள் வந்தார்கள். காதம்பரி உள்ளே சென்று நின்றாள். வந்தவர்கள் அமர்ந்தார்கள். வழக்கமான சில உபசாரங்கள் நடந்தன. குசலப் பிரச்னம் ஆயிற்று. ஹர்ஷனுடைய தம்பி பேச ஆரம்பித்தான்.

“பாணரே, உமது பால்ய நினைவுகளில் நானும் இடம் பெற்றிருப்பேனே? நான்தான் . . .”

“மறக்கவில்லை நண்ப, ஹர்ஷவர்த்தனருடைய தம்பியாரை என்னால் மறக்க முடியுமா?”

“இன்று நம் நகரம் ஒரு ஸாம்ராஜ்யத்தின் தலைநகரம். வெகுதூர நாட்டினரை வியக்க வைக்கும் சக்கரவர்த்தி என் தமையனார்.”

“க்ஷத்திரிய பரம்பரையில் பல தலைமுறைகளுக்கு ஒருமுறை யாவது மஹாவீரர் தோன்ற வேண்டாமா? மிக்க சந்தோஷம்: ஜயம்பெறட்டும் . . .”

“இனி ஜயிப்பதற்கொன்றுமே இல்லை. எதிரிகளே இல்லையே! இன்று ஹர்ஷ சக்கரவர்த்தியின் குடையின்கீழ் குளிர் நிழலும் நிலவும்தான். தவிர, ஹர்ஷருடைய கவித்வம் அற்புதமான ஸ்ருஷ்டிகள் செய்துவருகிறது . . .”

“அப்படியா? காவ்யமா? பௌத்தச் சூறவளியில் காவ்யப் பயிர்கூடவா . . ?”

“இதெல்லாம் வெறும் துவேஷம், பாணரே, இதுபோல் எத்தனையோ பொய்கள் கட்டப்பட்டன; உண்மையில் பௌத்த

தத்வங்கள் நம் அடிப்படையை ஒன்றுமே செய்யவில்லை. நாம் மறந்துவிட்ட சில ஸத்யங்களை ஞாபகப்படுத்தி நிலைநாட்டி யிருக்கிறது பௌத்தம். புத்தரின் சரித்திரத்தில் மக்களுக்கு ஏற்பட்டிருக்கும் ஈடுபாடு அவற்றை சாசுவதமாக்கும் வேகத்தை யும் அதைச் சித்திரங்களில் அழியாமல் வரைந்து வைக்கவும் தூண்டியிருக்கிறது. அதனால் சித்திரக்கலை அற்புதமாய் வளர்ந் திருக்கிறது. மனித ஹிருதங்களைத் தொட்டு, அவற்றின் நுண்ணிய நரம்புகளை நளினமாய் அசைத்து ஜனனத்தின் சிடுக்குகளை அகற்றி இன்ப அலைகளை எழுப்பிய புத்தருடைய சரித்திர நிகழ்ச்சிகளைப் புரிந்துகொண்டுவிட்டது மனித வர்க்கம். ஆகவே இன்று ஜனங்கள் ஹிருதய பாவங்களை அறிந்து ரஸிக்கின்றனர். சில புதிய சொற்கள், சில புது முறைகள் புகுந்திருக்கின்றன. நம் நிலை கண்கூடாய் உயர்ந்திருக்கிறது. தேவனாய் வாழ்ந்த மனிதன் காலப்போக்கில் மிருகமாய் விட்டிருந்தான். மிருகத்தை மனிதனாக்கித் தேவனாகும் லக்ஷயத்தைக் காட்டிற்றுப் புத்த மதம்; அவ்வளவுதான் . . .”

“நானும் இதை இப்பொழுது உணர ஆரம்பித்துவிட்டேன் . . .”

“பாணரே, இனிமேல்தான் இன்னும் விரிவாய் அறியப் போகிறீர்கள். கேளுங்கள். ‘மனிதனாயிருக்கும் தகுதி ஒன்றே போதும்; அவனுக்கு எதுவும் உண்டு என் ஆட்சியில்’ என்று சாஸனம் செய்திருக்கிறார் ஹர்ஷர். இப்பொழுதிருக்கும் பக்குவ மான மனநிலையில் நீங்கள் இருவரும் சந்தித்தால், அந்த மஹாராஜனுக்கு இந்த மஹா கவியின் அங்கீகாரமும் இந்த மஹா கவிக்கு மகாராஜனின் ஆஸ்தானமும் உரிமையாகி விட்டால் . . . ஆஹா . . .”

“ஹர்ஷர் சக்கரவர்த்தியாயிருப்பதில் பெருமை யதேஷ்டமா யுண்டு; அவர் காவ்ய லோகத்தில் இன்னும் கவனமுடையவரா யிருப்பதில்தான் அந்தப் பெருமையை நான் உணர முடியும் . . .”

“நாளைக்கே ராஜாங்க மரியாதைகளுடன் சக்கரவர்த்தி யின் ஆஸ்தானத்திற்குத் தங்களை அழைக்க ஏற்பாடுகள் செய்தாய் விட்டது. நலம் பெருகட்டும். நான் உத்தரவு பெற்றுக்கொள் கிறேன்.” வந்தவர்கள் நகர்ந்தனர்.

“காதம்பரி, காதம்பரி . . .” என்று இரைந்து கூப்பிட்டார் கவி.

“நான் இங்கேயேதான் இருந்தேன்; நீங்கள் நினைத்தபடி இதுவரை ஒன்றும் விபரீதப் போக்கைக் காணோம்; எல்லாம் சீராகவேதான் போகிறது . . . நானும் வெளியில் கவனித்தேன் ஸமூகத்தை. நீங்கள் சொன்னபடியே . . .”

"பார்த்தாயல்லவா? மக்களின் வெளி வாழ்வில் இப்பொழுது ஒரு களை தென்படுகிறது; அதிலும் குறிப்பாய் ஸாதாரண மக்கள் – எளிய பிறவிகளும் ஸமுதாயத்தில் ஸ்தானம் பெற்றுப் புரிந்துகொண்டு வாழ்கிறார்கள்; ஹர்ஷன் திறமையுடன் ஆள்கிறான்."

"தவிரவும், காவ்ய ரஸம் பெருகவும் பருகவும் மதம் குறுக்கே நிற்க முடியாது என்றே எனக்குத் தோன்றுகிறது . . ."

"ராஜரங்கப் பசையில் நான் ஒட்டப்போகிறேனா? அது எனக்கு ஒற்றுமைப்படுமா . . ."

"ஒட்டுவதும் ஒதுக்குவதும் பிறருக்காகப் பிறருடைய பலாத்காரத்தால் நடப்பதா? போகிறோம்; வேண்டாமென்று பட்டுவிட்டால் அடுத்த க்ஷணம் விட்டுவிடுவதும் முடியு மல்லவா? கவித்வம் ராஜ சம்பந்தம் பெறுவது நம் விஷயத்தில் நல்லதாகவே முடியட்டுமே . . ?"

"நானும் அப்படித்தான் தீர்மானித்திருக்கிறேன். காதம்பரி, நீ என் ஹிருதயத்தின் பிரதிபலிப்பு. உன்னுடைய நலம்தான் என் நலம். ஹர்ஷனைச் சந்திக்கக் கட்டாயம் போகிறேன் நாளை."

○○○

"பிரியே . . . என்ன சொல்வேன்? அழைப்பும் நகரப் பிரதக்ஷிணமும் வரவேற்பும் . . . அடேயப்பா! ஹர்ஷன் சக்கரவர்த்தித் தனத்தை மிக அழகாய்ப் புரிந்துகொண்டிருக் கிறான்."

"இந்த வைபவத்தின் நாயகராய் இருந்த உங்கள் பெருமையை நினைத்தால் எனக்கு . . ."

"காதம்பரி, இவ்வளவு நாகரிகம் கற்றிருந்தும் இன்னும் இந்தக் கபடம் புரியவில்லையா உனக்கு? நல்லதுதான் அதுவும்; புரியவே வேண்டாம் உனக்கு."

"இதில் கபடமென்ன?"

"இதுதான் மாயை. பிறரைப் பெருமைப்படுத்தும் வியாஜத் தில் ஆடம்பரத்தைக் காட்டித் தன் செல்வச் செழுமையை யல்லவா காட்டிக்கொள்கிறார்கள் நாகரிகர்கள்?"

"சக்கரவர்த்தி ஸுமுகமாய் வரவேற்றாரா? உங்களுக்குப் பிடித்ததா எல்லாம்?"

"பிடிப்பதும் பிடிக்காததும் கிடக்கட்டும். நாட்கள் ஆக ஆகத்தான் என்னுடைய சில சந்தேஹங்கள் தீரும் . . ."

“இதுவரை ரஸபங்கமொன்றும் நேரவில்லையே?”

“அதெல்லாமில்லை. ஸுமுகமாய் வரவேற்றான் ஹர்ஷன். பேசிக்கொண்டிருந்தேன். எங்கள் மனோகீதம் முழுநேரமும் ஸுஸ்வரத்திலேயே ஸ்தாயிகளைத் தழுவி நின்றது. கூட இருப்போரும் வழக்கம்போல ராஜ மரியாதைக்குத் தாளம் போட்டனர். நல்லவேளை. அங்கிருந்தவரைக்கும் லயம் வழுவாமலேயே இருந்தது ...”

“அங்கிருந்த வரைக்கும் என்கிறீர்களே? பிறகு ..?”

“அதைத்தான் நினைக்கவே அருவருப்பாய் இருக்கிறது; வெளியே வந்ததும் ஹர்ஷனுடைய தம்பி அபஸ்வரத்தை வாசிக்க ஆரம்பித்துவிட்டான். பாவம் உருக்குலைந்து என்னை இன்னும் வேதனைப்படுத்துகிறது ...”

“ஏன், அவமதிப்பாய் ஏதேனும் ..?”

“அப்படியிருந்தாலும் அடியோடு அறுத்துவிடலாமே? அநுகூலமாய், எதிர்த்துச் சொல்ல முடியாத வகையில் புகுத்தி விட்டான் ...”

“சொன்னதுதான் என்ன?”

“பேசிக்கொண்டே வந்தோம். ‘ஹர்ஷன் சக்கரவர்த்தி என்பது நினைவிருக்கட்டும்; பகைத்துக் கொள்ளாதே; பார்த்துப் பழகு’ என்ற தோரணையில் ஏதோ ஆரம்பித்தான்; ஆனால் இது அவனுடைய பழக்கம் விளைத்த கொடுமை. அவனுடைய பாஷையிலேயே கசப்பு உறைந்து போயிருக்கிறது ... அதிகார ஆணவமல்லவா?”

“எனக்கும் இது பெரியதாய்த் தோன்றவில்லை. இதனால் இனிமைக்குப் பங்கம் இல்லை. கட்டி மாம்பழம் தின்னும்போது தவறிப் போய்க் கொட்டையைச் சிறிது கடித்த கசப்புப்போல் இது; மிக லேசானது ...”

“நானும் இப்படித்தான் கருதவேண்டும் இதை.”

○○○

நாட்கள் ஓடின. வேரூன்றிப் பரவவில்லையென்றாலும் ஹர்ஷ சக்கரவர்த்தியின் ஆஸ்தானத்தில் அக்கிராஸனத்தில் அமர்ந்து வந்தார் பாணர். ஆஸ்தானம் கௌரவம் பெற்றது என்று ஹர்ஷனும் அவன் தம்பியும் அகமகிழ்ந்தனர். பாணர் சமீபத்தில் இருப்பதைப் பயன்படுத்திக்கொள்ள யோசனைகள் நடந்தன. ஹர்ஷனை உயர்த்தி அவனுடைய சரித்திரத்தை எழுத வேண்டுமென்று பிரார்த்தனை உருவத்தில் கட்டளை பிறந்தது.

மஹா கவி பாணருக்குப் பொங்கிற்று ஆத்திரம். காம்பீர்யத்தின் பிடியில் அதை அடக்கிக்கொண்டார். அடங்கிய ஆத்திரம் மெல்ல ஹாஸ்யமாய் வெளிவந்தது. அழகான புன்னகையால் அந்த ஹாஸ்யத்தைத் தட்டிக் கொடுத்தார் கவி. தனிமையில் சிரித்துக்கொண்டார். 'ஸ்துதி பாடகன் ஆகவேண்டுமா நான்? ஆகட்டும், ஆகிறேன். காதம்பரிக்கு இடையூறொன்றும் ஏற்பட வேண்டாம். ஒரு வேடிக்கை செய்வோம்' என்று நிச்சயித்துக் கொண்டு எழுத ஆரம்பித்தார் ஹர்ஷன் சரித்திரத்தை.

ஹர்ஷணைத் தைவீக அம்சத்தோடு இணைப்பதில் பிரமாதமான கற்பனை வேடிக்கை காட்டி, அவன் செயல்களை வானுக்கு மேலும் உயர்த்தி, தேவாஸுர யுத்தங்களின் சாயையைப் புகுத்தி எழுதிக்கொண்டே போனார். மிகைப்படக் கூறுவதின் எல்லையையும் தாண்டினார். சக்கரவர்த்தியின் ஆடம்பரத்திற்குச் சற்றும் குறையாத எழுத்துக்கள் – சொற்கள் – சொற்றொடர்கள். சரித்திரத்தில் ஒரு பகுதி முடியும் தறுவாயிலிருந்தது. என்னவோ நினைத்துக்கொண்டு எழுதியதை எங்கேயோ பிரித்துப் படித்தார். "சீச்சி . . . சீச்சி . . ." என்று அலுத்துக்கொண்டார். ஹாஸ்யத்தின் சாயம் நீங்கிற்று. ஆத்திரத்தின் மறுவேஷம் பகலுக்கு வந்துவிட்டது. "சீ, சீ சுட்டு எரி . . ." என்று இரைந்துகொண்டு தூக்கி எறிந்தார். காதம்பரி வந்தாள். "என்னது" என்றாள். அவள் வந்தவுடனேயே பாணர் முகத்தில் தெளிவும் நம்பிக்கையும் கதிர்விட்டன.

அவர் எறிந்ததை எடுத்துப் படித்தாள் காதம்பரி. சிரித்துவிட்டு "இதென்ன கேலிக்கூத்து?" என்றாள்.

"இதுதான் ஸ்துதி. கூலிக்குப் பிரதி பலன். ஹூம் . . . சக்கரவர்த்தி தீனிபோட்டு வளர்க்கிறாரல்லவா நம்மை . . ." என்று நிறுத்தினார் கவி. அவர் குரலில் இருந்த நிதானத்தின் குளுமையிலும் அவருடைய ஹிருதய சோகம் புகைந்தது.

அரசின் ஆணவம் மஹாகவியை ஸ்துதி பாடகன் ஆக்கியதை அறிந்தாள் அவள். தீர்மானத்திற்காகக் காக்கவில்லை. உடனே முடிவு செய்தாள். தன் பிழையின் முழுப்பங்கையும் அறிந்தாள்.

"கிளம்புங்கள்" என்றாள் காதம்பரி. காதம்பரியின் லக்ஷ்ய வேகம் பாணரை மறுபடியும் ஸ்வதந்திரக் கவி ஆக்கியது.

ஸ்வதந்திர சிந்தனையின் அமுதத்தை வடித்துப் படைத்தார் ஒரு மாபெருங் காவியத்தை.

அதுதான் காதம்பரி.

காதம்பரி பாணர் உபாஸித்த பிரத்யக்ஷ எழிலரசி.

பெண்சாதி

1

"நாலு நாளாச்சு, நானும் பார்க்கிறேன், உறுமிகிட்டே இருக்கிறீங்களே! விவரமாய்ச் சொல்லப் போறீங்களா இல்லையா? இல்லாட்டீ ..." என்றாள் எல்லம்மை.

"இல்லாட்டீ ... உம், இல்லாட்டீ, கிளிச்சுப் புடுவையோ? இந்தாப்பாரு, இதுக்கெல்லாம் அஞ்சறவன் இல்லை நானு. ஜாதியிலே அம்பல காரன். அம்பலகாரன் அரிவாள் தெரியுமில்ல உனக்கு ..?" என்றான் அவள் புருஷன்.

"ஆமாம், உங்க அரிவாள், எனக்குத் தெரியாதா? என்கிட்ட, கட்டின பொண்டாட்டி கிட்டே, பள பளன்னுடுமாக்கும் உங்க அரிவாள்? ஆம்பிள்ளை யைப் பாரு ... மீசை வெச்ச அம்பலகாரருல்ல ..."

"இந்தாடீ, களவாணீ, ஊரான் கிட்டெல்லாம் நீ பளகறது ..."

"தூ, ஆம்பிள்ளை ... என்னா சொன்னீங்க? வீச்சு வாளை வாங்கினாலும் வாங்கிடும், பேச்சு வாளு வாங்காது எங்க குலம். என்னா சொல்றீங்க, கயத்தை அறுத்துக் கையிலே கொடுக்கணுமா ..?"

"பெரிய பத்தினீல்ல ..."

"பாக்கிறீங்களா அதையும்? பத்தி எரிஞ்சிடும் அப்புறம் ..."

"அடே, துடிக்கறையே கெடந்து, உம்... நீ என்ன செய்வே? உன் கூட்டத்து வழி. லிங்கத்தேவன் கூட்டம் தானே..?"

"ஏன்? என் கூட்டத்துக்கு என்னவாம்? நாங்க நின்ன இடத்தைக் குழைச்சுப் பொட்டுப் போட்டுக்கணும் உங்க கூட்டம்! வகை தெரியாமை எதாவது பேசாதீங்க..."

"ஆஹா, பெரிய வகை தெரிஞ்சவல்ல நீ. எவண்டி அவன், நானில்லாதபோது, உன்கிட்ட ரகசியம் பேச? ஏண்டி இங்கே வந்தான்? கிரிசை கெட்ட நாயே, குலைக்கிறையே..."

எல்லம்மை பொறுமை இழந்துவிட்டாள். அவள் இரைய அம்பலக்காரனும் இரையப் பிரமாதமாய்ப் போய்விட்டது. எல்லம்மை கயிற்றை அறுத்தே எறிந்துவிட்டாள். மஞ்சள் கயிறு கீழே கிடந்தது. கருமணிகள் தெறித்தோட, குண்டும் திருமங்கிலியமும் கயிற்றின் நுனியில் நழுவிக்கொண்டு கிடந்தன.

அம்பலக்காரனோ, நரம்பெல்லாம் புடைக்க, "மானம் போனப்புறம் வாழணுமா" என்று கத்திக்கொண்டு அரிவாளோடு கையை ஓங்கிக்கொண்டு கிளம்பினான்.

"அதைத்தான் நானும் கேட்கறேன்" என்று எல்லம்மையும் எதிர்த்துக் கிளம்பினாள். நல்ல வேளை. தெருவில் இருந்த நாலைந்து பேர் உள்ளே வரவே விபரீதம் ஒன்றும் நேரவில்லை. மத்தியஸ்தத்திற்கு வந்தவர்களிடமும் இருவரும் இரைந்து கத்தினார்கள். ஒருவரையொருவர் ஏசிக்கொண்டார்கள். இருவருக்கும் படபடப்பு அடங்கவில்லை. இன்னது பேசுகிறோம் என்று அறியாமல் கத்தினர்.

"ஆமாம், குடும்பமின்னா எல்லாந்தான் இருக்கும். பேசாமை இருங்க..." என்பதுடன் நகர்ந்துவிட்டார்கள் மத்தியஸ்தர்கள். அவர்கள் வந்துவிட்டுப் போனதே கெடுதலாய்விட்டது இருவருக்கும். அவர்கள் மனத்திற்குள்ளேயே குமைந்தார்கள். சற்று நேரம் பல்லைக் கடித்துக்கொண்டு இருந்தார்கள். 'ஊர் சிரிக்கும் படி ஆய்விட்டதே...' என்றுதான் இரண்டு பேருக்கும் ஆத்திரம். மாறி மாறிப் பெருமூச்சு விட்டுக்கொண்டு விறைந்தார்கள் தம்பதிகள். இப்படி ஊமைச் சேஷ்டைகளுடன் சந்தர்ப்பத்தில் முறுக்கேற்றிக்கொண்டிருந்தது மௌனம்.

2

நாலு நாளைக்கு முன் ஒருநாள் அஸ்தமித்து ஒரு நாழிகைப் பொழுதிருக்கும்; எங்கோ போயிருந்த அம்பலக்காரன் வீட்டுக்கு வந்துகொண்டிருந்தான். தூரத்தில் வரும்போது தன் வீட்டுக் கொல்லை வழியாக ஆள் ஒருவன் வேகமாய் இறங்கிப் போவது

தெரிந்தது அவனுக்கு. வீட்டுக்கு வந்தான். வந்ததும் மனைவியிடம் கேட்டான், "யாராவது வந்திருந்தார்களா?" என்று. ஒரு மாதிரியாய், "ஒருவருமில்லை . . ." என்ற சொல்லிவிட்டாள் எல்லம்மை. ஆனால், ஆள் வந்து போனது என்னவோ உண்மை. அவளுடைய சொந்த அண்ணன்தான் வந்துவிட்டுப் போனான். அவள் பிறந்த வீட்டிற்கும் அம்பலக்காரனுக்கும் 'வெட்டுப் பழி குத்துப் பழி' என்ற அளவுக்குச் சண்டை முற்றியிருந்த சமயம் அது. போக்குவரத்து நின்று போய், முகத்துக்கு முகம் பார்க்காமல் ஆகியிருந்தது. இவளும் தன் பிறந்த வீட்டிற்குப் போய் வந்து வருஷக் கணக்கு ஆயிருந்தது. "அங்கே போனாயோ பிறகு இங்கு கால் வைக்கக் கூடாது, இது ஸத்யம், பிடாரி மேலாணை" என்று ஆணை போட்டிருந்தான் அவன் கணவன். இந்த லக்ஷணத்தில் அண்ணன் வந்துபோன விவரம் சொன்னால், வம்பு வந்து, வீம்பாகப்போய், வீண் சங்கடம் முளைக்குமே என்றுதான் அவள், "ஒருவரும் இல்லை" என்று சொல்லி வைத்தாள். ரொம்ப அவசியம் நேர்ந்தால், அண்ணன் வந்து போனதைச் சொல்லி ஒப்புக்கொள்ளச் செய்துவிடலாம், அப்படியெல்லாம் தன்னை நம்பாமல் இருப்பவனல்ல தன் புருஷன் என்றுதான் நினைத்திருந்தாள் அவள்.

3

ஆத்திரம் இருவரையும் பைத்தியம் ஆக்கிவிட்டிருந்தது. ஒருவராவது சிந்தனை செய்யும் நிலையில் இருக்கவில்லை. தன் அண்ணன்தான் வந்திருந்தான், சண்டை வருமே என்றுதான் அதைச் சொல்லவில்லை என்ற விஷயத்தைச் சொல்லிவிட்டதாகவே எல்லம்மை நினைத்துக்கொண்டுவிட்டாள். கோபம் வாயை விரித்து நெஞ்சில் வார்த்தைகளைக் குவியல் குவியலாகக் கொண்டுவந்த வேகத்தில், அவள் என்னவெல்லாமோ கொட்டினாளே தவிர, அண்ணன் பேச்சே வரவில்லை. ஆனால் சொல்லிவிட்டதாய் நினைத்துக்கொண்டவள், நினைத்துக்கொண்டவள்தான் 'இதைச் சொல்லியும், கேட்காமல் மானத்தை வாங்குகிறானே தன் கணவன்' என்று மூர்க்கத்தனமாய்ச் சீறினாள். 'அண்ணனோடு பேசிக்கொண்டிருந்ததை அசம்பாவிதமாக நினைத்துக்கொண்டுவிட்டான்; தன் குல கௌரவம் தெரியாத இந்தப் புருஷன் எப்பவுமே இது மாதிரி ஏதாவது நினைக்கத்தானே செய்வான், இவனோடு வாழ்வதைவிட . . .' என்று பல்லைக் கடித்தாள். அடக்க வேண்டுமென்ற எண்ணம் துளிக்கூட இல்லை அவளுக்கு; அங்கு யாரும் இல்லவும் இல்லை அடக்க. கர்வமும் கலந்துவிட, ஆத்திரம் மூண்டுகொண்டே இருந்தது.

இதற்குக் குறையுமா அம்பலக்காரன் துடிப்பு? ஆண்பிள்ளை, அதிலும் ஊர்த் தலைமை உள்ளவன். 'சற்று நேரத்திற்குள் ஊர் சிரித்துவிட்டதே, ஊரில் தலை காட்ட முடியாதே இனிமேல், செய்ததையும் செய்துவிட்டு இந்தச் சிறுக்கி இருக்கிற இருப்பு, இவளை என்ன செய்தால் என்ன...?' என்று அவனுடைய ஆத்திரம் வளர்ந்தது. முகமெல்லாம் சிவந்து, சிவப்புக் கறுத்து, நெற்றி எலும்பும் நரம்புகளும் உச்சி மண்டைக்கு ஏறிவிட்டன.

சூரியன் மலைவாயில் விழும் சமயம். அம்பலக்காரன் எழுந்திருந்தான். "தொலை களுதை, இன்னிப் போதேடே தொலைஞ்சிடு. உங்கப்பன் ஊருக்கே போயி, உன் சந்தத்தைச் சொல்லி, காத்துட்டுக்கு இல்லாமை உங்க மானத்தைப் போக்கி, தீத்துக் கட்டிக்கிறேன், வம்பு ஏதாவது செஞ்சான், அவன் பொறக்கவேயில்லைன்னு செஞ்சிட்டு வந்துடறேன்..." என்று மூச்சுவிடாமல் உறுமிக்கொண்டே கிளம்பினான்.

"நீங்க ஏன் அங்கே போவணும்? அந்தச் சோலியே நானு வைக்கலையே. அதோ கெடக்கு உங்க கயிறும் தாலியும். அங்கே போயி வேறே நீங்க சிறுமைப்பட்டு வராதீங்க. நானே போய்க்கிறேன்..." என்றாள் எல்லம்மை.

அவள் குரலில் இருந்த 'எகத்தாளம்' வேறு அம்பலகாரன் ஆவேசத்தை உசுப்பிவிட்டது.

"பேசினையோ, போட்டுப்புடுவேன், போக்கத்த நாயிக்கப் புல்லாம் பேச்சு வேறையோ..." என்று வெளியே கிளம்பி விட்டான்.

எல்லம்மை, என்ன செய்யலாம் என்று யோசித்துக் கொண்டு, திண்ணையில் இருந்தபடி அவன் போவதைப் பார்த்துக்கொண்டிருந்தாள்.

அவன் வீட்டை விட்டுப் பத்தடி தூரம் போயிருப்பான். எதிரே மலைமாதிரி ஒரு மேற்கத்திப் பொலிகாளை அறுத்துக் கொண்டு ஓடி வந்தது.

"சகுனத் தடையாயிருக்குது, வாங்க வீட்டுக்கு" என்று இரைந்து சொல்லிக்கொண்டு கீழே இறங்கி நடந்தாள் எல்லம்மை.

"ஆஹா, என்ன கரிசனம்...?" என்று ஆத்திரத்தைக் கேலியாகக் கொட்டிக்கொண்டே அந்த முரட்டுக் காளையைத் துரத்தக் கையை ஓங்கினான் அம்பலக்காரன். மனைவியின் முகத்திலிருந்து அவன் பார்வை திரும்புவதற்குள் தலையை நட்டுக்கொண்டு காளை பாய்ந்தது.

"ஐயோ . . ." என்று வீரிட்டுக்கொண்டு எல்லம்மையும் பாய்ந்தாள். இதற்குள் மாடு அம்பலகாரனைக் கீழே கிடத்தி, முன் காலால் அழுத்திற்று. அடுத்த க்ஷணம் மார்பையோ எதையோ கிழிக்க வேண்டியதுதான்.

பாய்ந்த எல்லம்மை, ஆவேசம் கொண்டவள் போலக் காளையின் கொண்டையை முறுக்கித் தள்ளினாள். அவனும் சமாளித்துக்கொண்டு எழுந்தான். யாரோ கோலை எறிந்ததும், பிரமை பிடித்ததுபோல் குறுக்கே தோப்பில் ஓடிற்று காளை.

கையை ஏந்திப் பிடித்துத் தாங்கினாற் போல் கணவனை வீட்டுக்கு அழைத்து வந்தாள் எல்லம்மை. வரும்போதே, தழுதழுப்பும் கேவலுமாய், "எங்க அண்ணன் வந்துட்டுப் போன முஹூர்த்தமா இது . . ? ஆனா ஆண்டவன் காப்பாத்தினாரே?" என்றாள்.

"உங்க அண்ணனா வந்துட்டுப் போனான்?" என்று தயக்கமாய்க் கேட்டான் அவன்.

மூக்கும் கண்ணும் மலர நெஞ்சு உலர்ந்தது; உதடும் ஒட்டிக்கொண்டது எல்லம்மைக்கு. ஒன்றும் பேசாமல் தலையை மட்டும் அசைத்தாள், 'ஆமாம்' என்று தோன்றும்படி.

உறவு முள்

1

முரட்டுக் கம்பளிதான்; உடம்பில் பட்டால் உறுத்துகிறது; சிவக்கிறது; ஆனாலும் குளிர்காலம் படுத்துகிற பாட்டில் இந்தக் கம்பளியின் ஹிம்ஸைக்கும் ஏதாவது மாற்றுச் செய்துகொண்டு போர்த்துக் கொள்ளத்தான் வேண்டியிருக்கிறது. மனித வாழ்க்கையில் இப்படிச் சில ஸம்பந்தங்கள் ஏற்பட்டு விடுகின்றன. முற்றிலும் பிடிக்காத ஒருவரோடு இன்னொருவர் கட்டாயமாய்ப் பழகி ஆகவேண்டியிருக்கிறது.

"இந்தப் பாவி சூலியைத் தவிர்க்க முடியவில்லையே என்னால்..." என்று வாய்விட்டுச் சொல்லிக்கொண்டே, "சூலி... பாதகி சூலி... நாசகாரி சூலி..." என்று கத்திக் கூப்பிட்டாள் பீகம் ஸம்ரூ.

பீகம் கூப்பிட்டது காதில் விழும் தூரத்தில் சூலி இல்லை. மற்றொரு வேலைக்காரி சூலியைத் தேடிக்கொண்டு சென்றாள். சூலி யாரோ ஒரு ஸ்திரீயோடு பேசிக்கொண்டு – பேச்சென்ன, தன் யஜமானியைப் பற்றி வம்பளந்துகொண்டிருந்தாள்:

"ஸம்ரூவாம் ஸம்ரூ, குலம் கெட்டவளுக்கு ஏற்றாப் போல அர்த்தம் தெரியாத பெயரொன்று வாய்த்ததே, ஹூம் வயிற்றெரிச்சலம்மா, பரம்பரையாய் வந்த ஆட்டம் போச்சு, பாட்டும் போச்சு, வேசியையாகத்தான் பிறந்துவிட்டோம், ஒழுங்காய் ஒருவனைச் சேர்த்துக்கொண்டு கண்யமாய்க் காலம்

தள்ளலாமல்லவா? சொல்லுங்கம்மா, வாயைத் திறக்காமல் நிற்கிறீர்களே ... அம்மா, வந்தவன் பொருந்தவில்லை, இன்னொருவனைப் பார்க்கட்டும். நம்ம நாடு நம்மூரைச் சேர்ந்தவன், நாலு காசுள்ளவனாய் நல்ல மனுஷ்யனாய் நாணயமுள்ளவனாய் அகப்பட மாட்டானா – என்னைப் போலென்ன இவள் அழகு இல்லாதவளா? ஆளானாள், அன்றைக்கே எவனோ வெள்ளைக்காரனைப் பிடித்தாள்; அவன் ஆச்சு இன்னொரு வெள்ளைக்காரன். அவனுகளோ நாடு விட்டு நாடு வந்தவனுக, ரஜா கிடைத்தால் ஓடுகிறவனுக, இல்லாவிட்டால் அவனவனுடைய சொந்தப் பெண்டாட்டிகள் விடுவார்களோ..? அதிலும் வெள்ளைக்காரிகள் ... கட்டி வைத்துக் கறந்துவிடுவார்களே ஸம்பாத்யத்தை ... என்னம்மா, நான் சொல்வது புரிகிறதல்லவா? நம்ம நாட்டுப் பித்துக்கள் தான் வெள்ளைத் தோலைக் கட்டியழுதுவிட்டு வயிற்றில் வந்ததற்குக்கூட வாழ வழி வைக்காமல் வாயை இளிக்கும். சீமைக்காரி ஏமாறுவளோ? ... அட இழவே நான் ஒருத்தி ஸம்பந்தமில்லாமை வளத்துகிறேன் ... திரும்பத் திரும்ப அயல் நாட்டானோடு பழகுகிறாள் இவள். ஹூம், ஜாதி போச்சு ஸம்பிரதாயம் போச்சு ... நானும் வேசியைக் குலத்தில்தான் பிறந்தேன் ... எனக்கு இவள் லீலை கட்டோடு பிடிக்கவில்லை ... சட் சட்" சற்றே மூச்சு விட்டாள் சூலி.

"சூலி, உன்னைப் பீகம் கூப்பிடுகிறார்கள்" என்றாள் வேலைக்காரி.

"ஏன், என்ன இழவு புறப்பட்டுவிட்டது அதற்குள் ..." என்று கிளம்பினாள் சூலி. பீகத்திடம் வந்தாள்.

"எங்கேடி சூலி தொலைந்திருந்தாய்?"

"என்ன அதற்குள் இங்கே வாரிக் கொண்டுபோய் விட்டது?"

"எனக்கும் உனக்கும் அப்படி எதாவது வந்துவிட்டால் தான் ரொம்பத் தேவலையே ..."

"எனக்கு எதுக்கு வரணும்? உடலை விற்கப் பிறந்தேன்; நல்லவேளை, உடல் பருத்துவிட்டதால் பகவானே என்னைக் காப்பாற்றிவிட்டார். என் உடம்பை நானே வெறுக்கும்படி ஒன்றுமே நேரவில்லையே ..!"

"சூலி, உன்னைக் கொன்றுவிடப் போகிறேன் நான், ஒரு நாள் இல்லாவிட்டால் ஒரு நாள் ..."

"முடிந்தால் செய்துவிடு; நானும் இதை எதிர்பார்த்துக் கொண்டேதானிருக்கிறேன். இல்லாவிட்டால் வேறு எனக்குப் புண்ய மரணம் வரப் போகிறதா என்ன? சரி இது கிடக்கு

நித்தியப் பிலாக்கணம்; சொல்லித் தொலை... இப்போ என்ன செய்யணும்?"

"அந்தப் பாவி, கம்பெனியின் புது ஜனரல் டெல்லிக்கு வந்துவிட்டானாம்: ஜாகீர் ஜமீனெல்லாம் பறிபோகிறதாம். என் சொத்தையும் கிரஹணம் பிடிக்குமே..."

"சரி, மேலே புரிந்துவிட்டது. அதற்காக அவனிடம் உடம்பை ஒப்படைத்து உயிர் வாழ ஏற்பாடு செய்கிறாய்; போ போ; அந்தத் தடியனும் சீமையை விட்டு வந்து ரொம்ப நாளாகி யிருக்கும்..."

"சூலி... என் வெந்த புண்ணில் வேகும் தணல் கொட்டாதே... ஆமாம்..."

"உனக்கே குமட்டுகிறதல்லவா, எது வந்தாலும் வரட்டு மென்று பேசாமலிரேன்..?"

"உன் போன்ற விஷ ஜந்துக்களுக்கு இரைபோட வேண்டும்..."

"நம்முடைய சொந்த ஆட்டமும் பாட்டும் எங்கே போச்சு? நம்மூர் ஐயாமாரும் ஆண்கள்தானே? ஆட்டத்திலே அண்ணாந்து போகிறவர்கள்தானே? சந்திக் கூத்துக்கும் தெருக்கூத்துக்கும் நான் போய் அச்சாரம் வாங்கித்தரேன்..."

"அடி பேய் நாயே, பழக்கம் விட்டுப்போய்ப் பல வருஷங்கள் ஆய்விட்டதேடி, அதற்கான தெம்பும் இல்லையேடி..?"

"தெம்பில்லாமலா ஜெனரலைப் பார்க்க இப்படி அணிந்து கொண்டிருக்கிறாய்?"

"அடி பிசாசே, வெளித் தோற்றம் தெருக் கூத்துக்குப் பற்றுமா? தவிர நம்மூர்க்காரர்கள் பிராந்தி குடிக்க மாட்டார் களே, மயக்கத்தில் எதையும் ஏற்க..?"

"சுட்ட பானை ஒட்டாது... எக்கேடு கெட்டுப்போ, எனக்கென்ன, நான் இதில் என்ன செய்ய வேண்டும் சொல்..."

"டெல்லிக்கு என்னோடு வரவேண்டும்..."

"ஐயய்யோ கண்றாவியே, தனியாத் தொலையேன்..."

"சூலி, அப்பவே சொன்னேன். நானே நொந்து போயிருக் கிறேன். நீ வேறு குளறாதே. இந்தத் தடவை என்னால் தனியாய்ப் போக முடியாது போலிருக்கிறது..."

"ஏன்? பயமா? சிரிப்பு வருகிறதடி எனக்கு..."

"சூலி... சொல்லணுமா... சொல்கிறேன்... பயமில்லை, அருவருப்பு; நீ நம்ப மாட்டாய். நீ ஒரு வரண்ட மனுஷி;

என் மனமே என்னைக் கண்டு கூசிக்கொண்டு சில சமயம் விலகிவிடுகிறது; இதுவும் ரொம்ப அபூர்வமாய்த்தான்; ஆனால் அப்பொழுதெல்லாம் . . . சரி, எப்படியெல்லாமோ வாழ்ந்து பழகிவிட்ட எனக்கு ஏதாவது மாறுதல் வருமானால் தாங்க முடியாதென்று தோன்றுகிறது. ஏதாவது செய்து தொலைக்க வேண்டுமே என்று நினைக்கிறேன். எப்பொழுதும் என்னிடம் விழுந்திருக்கும் மிருகப் போக்கு அதை வற்புறுத்திவிடுகிறது . . .”

“இந்த உன் க்ஷணிக விவேகத்திற்குப் பொருளே கிடையாது . . . நானே மலைத்து நிற்கிறேனே . . . உன்னைச் சொல்வானேன் . . . சரி மேலே சொல்லு . . .”

“இந்தத் தடவை இந்த ஜெனரலை ஒரு மாதிரி சமாளித்து விட்டேனானால் அப்புறம் வேறு நினைத்திருக்கிறேன்.”

“என்ன நினைத்திருக்கிறாய்? கங்கா ஸ்னாநம் பண்ணிப் பிராயச்சித்த விரதம் இருக்கவா? அதற்கும் வழியில்லாமல் மதத்தையும் விட்டு மாறித் தொலைந்திருக்கிறாயே?”

“சரி விடு அதை; . . . கிளம்பத் தயாராய் இரு; போ.”

“அங்கே வந்தால் என் வயிற்றுக்கு வழியென்ன? நீ அந்தப் பாளையத்தோடு மண்டிவிடுவாய் ஆட்டையும் மாட்டையும். எனக்கு எதாவது ரொட்டி சுடத் தனி இடம் கிடைக்குமா?”

“அடி ஆசாரக்காரக் குலவதி, ஆத்திரத்தைக் கிளப்பாதே, உன் வயிற்றுப் பாழைப் பழத்தால் தூர்க்கிறேன், அந்தப் புற்றில் ஒரு குடம் பாலை வாங்கி ஊற்றுகிறேன், கூட வந்துதொலை சனியனே . . .”

“நீ அவனைத் தனியாகத்தானே பார்க்கப் போவாய் . . . அவனும் தனியாயிருக்க வேண்டும் . . . இனிமேல் . . . பார்த்துப் பேசி . . . அப்புறம் . . . சரி இரண்டு நாள் என் வாயில் மண்தான் . . .”

“அப்புறம் முழுக்கவே மண் விழுந்துவிடும். கிளம்படி சும்மா . . .”

“பீகம் தாயே . . . வந்து . . .”

“லண்டிச் சண்டி . . . சூலி, சற்று இதோ பார், நாம் தனிமையில்தான் அந்தப் பாவி ஜெனரலைப் பார்க்கப் போகிறோம் . . ., ஆனால் நீகூட இருந்தால் . . . அவன் இருந்த இடத்திலேயே இருக்க ஒருவாறாக ஏதாவது ஸமரஸம் செய்து கொண்டு திரும்பிவிடலாமென்று நினைக்கிறேன். சூலி, ஆச்சுடி . . . எனக்கும் நாற்பது வயதுக்கு மேலே போய்விட்டது . . .”

“போறுமே; பாசண்டன் வேதம் ஓதுவதுபோல் இருக்கிறது நீ வேதாந்தம் பேசுவது . . . கிளம்பித் தொலை, பல்லாக்கா? இல்லாவிட்டால் . . ?”

“பல்லாக்கிலேயே போவேமே.”

“சரி, உனக்குத்தான் புத்தி சற்றே திரும்பியிருக்கிறதே, எதற்காக இப்படிப் பிரமாதமாய் அலங்கார ஆடம்பரங்கள் செய்துகொள்கிறாய் . . .”

சூலியின் இந்தக் கேள்விக்குப் பதிலாய்ப் பீகம் ஸம்ரூ சிரித்துவிட்டான்.

சூலி கேட்டாள். “அடியம்மான்னேன், ஆளை அழிக்குமே இந்தச் சிரிப்பு? பதினைந்து வயது சின்னவளாய்ப் போய் விட்டாயேடி . . !”

“அடி மூதேவி! நிஜமாகத்தான் சொல்கிறாயா? சொல்லித் தொலையடி . . .”

“உண்மையாகத்தான் அழுகிறேன்; நீ இப்படியே செய்து செய்துதானே பாழாக்கினாய்; பாழாகவும் ஆனாய்.”

“அடி நாசமாப் போறவளே! நீ எங்காவது குடும்ப ஸ்திரீ யாய்ப் பிறந்திருக்க வேண்டுமடி. பக்கப்பதிய குங்குமமும் மஞ்சளும் தாலியும் கருமணியுமாய் ஜ்வலிப்பாய்; பொதிபோல் கிடந்தாலும் சோபனமாய்க் கிடப்பாய்.”

“வேசியையாயிருந்தாலும் யாரும் உன் மாதிரி ஜாதி ஜனம் குலம் கோத்திரம் தெரியாத சீமைக்காரன் மேலே பட மாட்டார்கள் . . ., ஹூம் பிறந்தாயே . . .”

“சூலி . . . பல்லை உடைப்பேன் . . .”

“பின்னே பேசாமை போ, என் வாயை ஏன் கிண்டுகிறாய்? ராத்திரி வேளையிலே தங்குவதற்கு இடமெல்லாம் ஏற்பாடாகி யிருக்கிறதா? ராத்திரி பிணமாகப் போய்விடுவாயே. இந்த மானங்கெட்ட சூலி ராப்பூராவும் உயிரைக் கொடுத்தால்தானே விடிந்தெழுந்து வீராப்புப் பேசிக்கொண்டு கிளம்புவாய் வெள்ளையனிடம் . . .”

“எல்லா இழவும் அங்கே போய்த்தான் ஏற்பாடு செய்ய வேண்டும். குளிகை அது இது எல்லாவற்றையும் மறக்காமல் எடுத்து வைத்துக்கொள் . . .”

2

பீகம் ஸம்ரூவின் கதையே விசித்ரமானது. சூலிக்கும் அவளுக்கும் இருக்கும் மேற்கண்ட உறவோ அதி விசித்திரம். சூலி சொன்னது வாஸ்தவம்; ராத்திரி வேளைகளில் ஸம்ரூ முழுக்க முழுக்கப் பிணமாய்த்தான் கிடப்பாள். மருந்தும்

மாயமும் உபசாரமும் உருவுதலுமாய்ச் சூலி இரவு முழுதும் உயிரைவிட்டுச் சிகித்ஸை செய்தால்தான் ஸம்ரூ போது விடிவதைப் பார்க்க முடியும். இது வெகு நாளைய பழக்கம். ஸம்ரூ நடுநிசி வரை அடிக்கொரு தடவை போதைப் பொருளை உபயோகித்து உபயோகித்துத் தன் பதவியை – வாழ்க்கைத் தரத்தைக் காப்பாற்றி வரும் தன் உடலுக்கு விறுவிறுப்பேற்று வாள். இனி முடியாதென்னும் நிலையில் உணர்விழந்து ஓய்ந்து அவயவமெல்லாம் போட்டது போட்டபடிக் கிடக்க வந்து சேருவாள். அந்தக் காலத்திலிருந்த அரசியல் சூழ்நிலை அவளை ஓய்வு எடுக்க விடுவதாயில்லை. ஒருநாள் அவளுடல் நிம்மதி தேடுமானால் அவளுடைய ஜாகீர் நிலைப்பது நிச்சயமில்லை. இவளென்ன மான்யமாய்ப் பெற்றாளா? எதனால் இவள் பீகம் ஆனாளோ அது இல்லையென்றால் அப்புறம் ஜாகீர் எது? ஆகவே இது வழக்கமாய்விட்டது அவளுக்கு. 'சூலி சொல்லுவதுபோல் ஆரம்பத்திலிருந்தே குலத் தொழிலைச் செய்துகொண்டு பழைய மாலினியாகவே இருந்திருந்தால் எவ்வளவோ தேவலை; சிறு வாழ்வு வாழ்ந்தாலும் சற்றும் கவலையில்லாமல் காலம் தள்ளலாமே' என்று சில ஸமயம் நினைத்துக்கொள்வாள் பீகம் ஸம்ரூ.

அவளுடைய பழைய பெயர் மாலினி என்பது. காச்மீரத்தில் பிறந்தாள். கடைந்தெடுத்த கணக்காக கணுக்கால் முதல் வகுடு வரை கணிசமான அவயவங்களும் கனமும் மெலிவும் கரவும் சரிவும் காத்திரமும் அமைந்த கம்பீரத் தோற்றமும் உடைய முழு ஸ்திரீ அவள். அவளுடைய இருக்கையே, கார்வையும் கமகமும் பிகுவும் சொகுவுமுடைய ராக விந்யாஸம் போல் நிறைவும் பாவமும் கொண்டு பரவசப்படுத்தும் தன்மையோடு இருந்தது. கவனத்தைக் கவரும் பருவத்தில் கவனிப்பார் இல்லாம லிருக்கும்படி ஊரில் ஒரே கலஹம்; மாண்டவர் போக மீதி யிருந்தவர்கள் ஊரைவிட்டே ஓடிவிட்டனர். இவளும் கிளம்பி விட்டாள். வழியில் சில கசப்பான அநுபவங்கள் – முறைப்படி நேர்ந்திருந்தால் புதியதொரு இன்பவுலகத்தைத் திறந்திருக்கக் கூடிய அனுபவங்கள் – கிடைத்தன. ஒருவாறு இடர்களைத் தாண்டிக்கொண்டு நலிந்துபோய் ஒரு நகரத்தையடைந்தாள். அங்கும் கலஹம். பிரெஞ்சுக்காரனும் இங்கிலீஷ்காரனும் மோது கின்ற மோதுதலில் இந்தியச் சிற்றரசன் இங்கிதம் புரியாமல் எதையோ செய்தான். இடையில் ஊர்க்காரர்களுக்கு ஓய்வில்லாத தொல்லை. இந்த நேரத்தில் மாலினி தனியே மாட்டிக் கொண்டாள். மலைத்து மலைத்து ஓரத்திலும் ஒதுங்கலிலு மாய்ச் சுற்றி வந்தாள். ஸம்ரூ என்றொருவன் அவளை ஸந்தித்து விட்டான்; கழுகு மாமிசத் துண்டைக் கண்டுவிட்ட கதைதான்.

அவன் பிரெஞ்சுப் பட்டாளத்தைச் சேர்ந்தவன். மாலினிக்கு ஓரளவு இதுபோன்ற அநுபவம் புதிதாயிருக்கவில்லை. புரிந்தும் புரியாமலும் அவனோடு சில நாட்களைக் கழித்தாள். 'ஊர் நிகா புரியு மட்டும் வேறு வழியென்ன ...' என்று தீர ஆலோசித்துத் தான் இருந்தாள். நாட்கள் மாதமானதும் மாதங்களானதும் இடையில் வந்த இந்தத் துணையை விடக்கூடாதென்று ஒரு வழியாய்த் தீர்மானித்துவிட்டாள் மாலினி. அந்த வாழ்க்கையும் பொருந்த ஆரம்பித்துவிட்டது. அந்த ஆள் ஸம்ரூவுக்குத் தெரியாத விஷயங்களைவிடத் தெரிந்தவற்றைச் சொல்வதுதான் ஸுலபம். அவையும் மூன்றே. தான் ஆண் என்ற உணர்ச்சி ஒன்று. இரண்டாவது தின்ன வேண்டும், குடிக்க வேண்டுமென்பது, நிர்தாக்ஷிண்யமாய் ஸர்வஸகஜமாய் யாரையும் எப்போதும் கொன்று போடக்கூடிய விவேகமற்ற தன் திமிர் மூன்றாவது; அவனுடைய கூட்டாளிகளே அவனை மிருகம் போல நடத்துவார்கள். அவனும் அப்படியே மகிழ்ந்து போய் விடுவான்.

மாலினி, நடை, உடை, பாவனை, ஆகாரம், குடி, கூத்து மற்றவை எல்லாவற்றிலுமே அந்தக் கூட்டத்தாரோடு ஒன்றி விட்டாள். உதைத்தல், கடித்தல், முகத்தில் உமிழ்தல் முதலிய மூர்க்க விளையாட்டுக்களில் முதற்பரிசு பெறத்தக்க திறமையும் பெற்றுவிட்டாள். மாதங்கள் ஓடி ஆண்டுகள் நிறைந்தன. மாலினி உடலிலும் உள்ளத்திலும் பரிபூர்ண மிருக வளர்ச்சி பெற்று மேற்கத்திக் கூட்டத்திலிருந்து பிரித்தறியவே முடியாதபடி மாறி விட்டாள். ஸம்ரூவுக்கு அவளைப் பற்றி மஹா ஸந்தோஷம். பிரமாதமான கர்வம் வேறு.

நாட்டின் நிரந்தர ரகளையில் மற்றொரு கட்டம் வந்தது. பிரஞ்சுக்காரர் ஓடினார்கள். ஸம்ரூ நிலைத்திருக்கும்படி ஆயிற்று. மாலினிதான் காரணமோ என்னமோ? ஆங்கிலேயர் நடமாட்டம் வந்தது. மாலினியோடு மறைந்து இருந்தான் ஸம்ரூ. அப்போது வங்காளத் தலைவன் மீர்காஸிம், எங்கேயோ வந்தவன் ஸம்ரூவைக் கண்டுபேசித் தன்னுடன் அழைத்துக்கொண்டு போனான். மீர்காஸிம் வைத்த கண் மாறாமல் மாலினியைப் பார்த்துக்கொண்டிருந்தான். காட்டாறு போல் கொந்தளிக்கும் மாலினி மௌனமாய் என்னென்னவோ சொல்லிக்கொண்டிருந்தாள். உச்சி குளிர்ந்தது மீர்காஸிம் நவாபுக்கு. அதற்குச் சற்றும்தான் குறையாமல் ஸம்ரூவும் மகிழ்ந்தான். அதே வியாஜத்தில் நவாபும் தன் அசடுவழியும் சிரிப்பைக் கொட்டி ஸம்ரூவுக்கு ஜாகீர் கொடுத்துவிட்டார். அந்தக் காலத்தில்தான் யார் விரும்பினாலும் யாருக்கு வேண்டுமானாலும் ஜாகீர் கொடுக்கலாமே! நாடெல்லாம் பிளவுபட்டு நாயும் நாடாண்ட

பொற்காலம் அது! காஸிம் ஸம்ரூவைக் கேட்டதெல்லாம் இவ்வளவுதான்:

"ஸம்ரூ, நீ என் பிராண ஸ்நேகிதன்; பாட்னாவில் தங்கிப் பிராணனை வாங்கும் அந்த ஆங்கிலேயக் கூட்டத்தை அழித்து விடு, ஆள் தருகிறேன் யதேஷ்டமாய். அது முடிந்த பிறகு இன்னுமொரு ஜாகீர் உண்டு உனக்கு; அழகான பெண்களை அடிமைப்படுத்தித் தருகிறேன் உனக்கு. நான் அதுவரை வங்காளத்தை விட்டு விலகி எங்கேயாவது ஒரு மூலையில் உள்ள கோட்டையில் பத்திரமாய் இருந்துகொள்கிறேன். இப்பொழுதே நீ பாட்னாவுக்குப் போய்விடு. மாலினியைப் பற்றிச் சற்றும் கவலைப்படாதே, நான் இருக்கிறேன் . . ."

ஸம்ரூ ஜாகீர்தார் ஆய்விட்டான்; இன்னும் மேற்பதவி காத்திருக்கிறது. இனி பாட்னாவுக்குப் போவதோ படுகொலை நடத்துவதோ பெரிய பிரமாதமில்லை அவனுக்கு; தயாராய்க் கிளம்பினான்; ஆனால் பெண் துணையில்லாமல் போவதா என்று தயங்கினான். மாலினி அவனுக்குச் சாக்குப்போக்குகள் சொல்லி மிருக உத்ஸாகம் காட்டி அணைத்துக் கிள்ளித் தள்ளி அனுப்பிவிட்டாள்.

மாலினி பீகம் ஸம்ரூ ஆனாள்; கோட்டைக்குள் பரம தார்மிகன் மீர்காஸிமின் கண்காணிப்பில் பஹு ஸௌக்யமாய் இருந்தாள்.

ஸம்ரூ பாட்னாவில் படுகொலைகளை நடத்திவிட்டுத் தானும் இறந்துவிட்டான். ஆங்கிலேயர் வங்கத்தை விழுங்கினர். நவாப்பு காஸிம் பக்கீர் ஆனார். பீகம் ஸம்ரூவென்று ஆகியிருந்த மாலினி?

அவளுக்கென்ன? அவள் பாடு யோகம்தான். பெண்மையை, பொன்போற்ற தோற்றத்தைப் பலமாக் கொண்டு, ஆங்கிலேய ஜெனரல் ஒருவனை வென்று அவனுடைய அநுதாபத்துக்குப் பாத்திரமானாள் பீகம் ஸம்ரூ. அந்த ஜெனரல், மஹாராஷ்ட்ர ஸிம்ஹம் ஸிந்தியாவை ஒப்பந்தத்தின் ஒரு ஷராவில் இழுத்து மாட்டி அவளுடைய ஜாகீரை நிலைநிறுத்தினான். அவளை ஆராதித்துப் பிரஸாதம் பெற்றுப் புளகாங்கிதம் அடைந்தான். இங்கிலாந்துக்குப் போகும் கப்பல் கிளம்பிற்று. அனுமதி கிடைத்தது. ஓடிப்போய்விட்டான்.

பீகம் ஸம்ரூ ஸ்வதந்திரப் பறவையாய் ஸிந்தியாவின் பரிவாரத்தில் பளப்பளத்தாள். ஆச்சு, ஸிந்தியாவுக்கு விமோசனமே இல்லாத கிரஹணம் பிடித்துவிடும் போல் இருந்தது. வந்த விலைக்கு ஜாகீரை விற்றுவிட்டு ஆக்ராப்

பக்கம் சென்றாள். அங்கு டெல்லியில் முகலாய ஸந்ததியொன்று மூலையில் கிடக்க மஹா மேதாவிகளான ஆங்கிலேய வாலிபர்கள் முகலாய இன்பத் துறைகளையெல்லாம் எச்சிலும் மிச்சமும் வீண்போகாமல் ரஸித்துக்கொண்டு அட்டஹாஸ அரசியல் நடத்திக்கொண்டிருந்தார்கள். புலனும் அதன் வசப்பட்ட புத்தியுமே அவர்களுக்கு மந்திரிகள். பீகம் ஸம்ரூ நிலாப் புறப்பட்டது போல் நடமாடினாள் அங்கே. பீகம் என்ற பட்டத்தையும் சுட்டிக்காட்டிக்கொண்டு ஸுபோதை பரப்பினாள்; அந்தப் பக்கத்திலேயே ஜாகீரொன்றைக் கட்டிக்கொண்டாள். ஆங்கிலேயருக்கு அருமைத் தோழி ஆனாள்.

ஆநந்தமாய் இருந்துவந்தாள். ஆனால் இதற்குள் ஆன வருஷமென்ன? அவளும் அயர்ந்தாள். அயர்ச்சியைப் போக்க ஆநந்த லாகிரி சேர்க்க ஆரம்பித்தாள். அயர்ச்சி அதிகமாயிற்று. அந்த அளவுக்கு லாகிரியும் மிகுந்தது. இந்த ரீதியில் நாட்கள் செல்லச் செல்ல அவளுடைய உயிரே குடியைப் பொருத்ததாயிற்று. இரவு பூராவும் பிணமாய்க் கிடப்பாள் என்றோமே இதனால்தான். சூலிக்கும் அவளுக்கும் ஏதோ தூர பாந்தவ்யம் வேறு உண்டாம். தற்போது தாதிபோல் இருந்து வந்தாள் சூலி. அவளுக்கு ஸம்ரூவைக் கண்டால் எரியும்; ஆனாலும் அத்புதமாய்ச் சிகித்ஸை செய்து எழுப்புவாள். நேர்ந்தபோதெல்லாம் ஸம்ரூவைக் குத்திக் கிண்டி வேதனைப்படுத்துவதையும் நிறுத்த மாட்டாள். இப்பொழுது டெல்லியில் ஒரு கலக்கம். முகலாய குலத் தோன்றலை மஹாராஷ்டிர வழித் தோன்றல் அரவணைத்து வளைத்து அந்நியனை அகற்றுவதாய் ஆரம்பித்து அவலத்தில் முடிந்து அவனும் இவனும் சேர்ந்து அம்பலத்தில் நிற்கும்படி ஆய்விட்டது. ஆங்கிலேயே அகோரப் பசிக்கு அரிய இரை வாய்த்தது. அகப்பட்டதை எல்லாம் அடிமையாக்கிக் கொண்டே வந்தான் ஒரு ஜெனரல். அவனை ஸமாளிக்கத்தான் ஸம்ரூ சூலியுடன் கிளம்பினாள்.

3

உடலுக்குள் ஒரே ரணம். ஆனால் ஸம்ரூவின் தோற்றம் இன்னும் பழைய வசீகரத்தை இழக்கவில்லை. எடுப்பான அந்தத் தோற்றம் ஏகப்பட்ட முயற்சியால் விறுவிறுப்பும் வெளியலங்காரமும் ஏற்றப்பட்டவுடன் எவரையும் மயக்கும் சக்தி பெற்றுவிட்டது.

ஜெனரலின் வாஸஸ்தலத்திற்குச் சென்றனர்; ஸம்பிரதாயப் படி அறிவிப்பெல்லாம் நடந்தது. தனிமையில்தான் ஸந்திப்பது வழக்கமென்பதைச் சொன்ன பிறகும் அந்த ஜெனரல் இசையவில்லை. அவன் எதிரே சில அதிகாரிகளுமிருந்தனர். எது

வந்தாலும் வரட்டுமென்று துணிந்து அங்கேயே அவனைக் காணப் புகுந்தாள் ஸம்ரூ. சூலியும் கூடவே இருந்தாள். சூலியும் ஒரு பெண் பிறவி; அவள்கூட இருக்கும்போது ஆண் மனிதன் எவனும் திடீரென்று மிருகாவதாரம் எடுக்க முடியாதென்பது பீகத்தின் யுக்தி. பீகம் உள்ளே நுழைவதற்கு முன்னமேயே பரவிய மணம், கண்ணும் முகமும் சிவந்து கதகதப்பு ஏறியிருந்த ஜெனரலின் உடலையும் உள்ளத்தையும் நெகிழவைத்தது. தேவதைபோல உள்ளே நுழைந்தாள் ஸம்ரூ. ஜெனரல் அறிந்து செய்திருக்க முடியுமோ என்னவோ, எழுந்து ஓடிவந்து இறுக அணைத்துக்கொண்டு கண்களை விரித்துப் பெருமூச்செறிந் தான். மெல்லத் தன் உள்ளங்கைகளை நடத்தினான். சற்றே இமைகள் சரிந்தன. சூலிக்குப் பற்றி எரிந்தது; ஏன் ஸம்ரூவே பதறிப் போனாள்; ஆனாலும் அநுபவசாலியல்லவா? ஜெனரலைப் பிடித்து மெல்ல நாற்காலியில் கிடத்தினாள். கடைக்கண்ணால் சூலியைப் பார்த்துப் புரிந்துகொண்டு, பார்வையாலேயே அடக்கி அதட்டினாள். நெகிழ்ந்து போன ஸந்தர்ப்பம் உருவாவதற்குச் சற்று நேரமாயிற்று. ஒழுக்கப்படி யில் அதப் பாதாளத்திலிருந்து அந்தப் புனிதத் திருக் கூட்டத் திலும் அதனையுமறியாது ஏதோ ஒரு மனித இயல்பு வெளிப் பட்டு அனைவரையும் ஸங்கடத்தில் அயர்த்திவிட்டது.

நிஷ்களங்கமென்று வர்ணிக்கப்படும் ஆங்கிலச் சிரிப்புச் சிரித்தான் ஜெனரல். ஸம்ரூ எதிருக்குச் சிரித்தாள். கூட இருந்த ஆண்களும் கரகரத்துக் கலந்துகொண்டனர். சூலி மிரண்டு விழித்து முள் மேல் இருந்தாள்.

“தந்தை போன்ற உங்களுடைய இந்தப் பரிசுத்தமான கிருஸ்துவ அன்பு பரவசப்படுத்துகிறது என்னை ...” என்றாள் ஸம்ரூ.

“ஆமாம் ... ஆ ... மாம் அன்புடைய மகளே” என்றான் ஜெனரல்.

ஆங்கிலேய ஸாமர்த்தியமும் இந்திய அசட்டு ஸமரஸமும் அவர் இருவரையும் மதத்தால் இணைத்துத் தந்தையும் குமரியு மாய் ஆக்கிவிட்டது.

“நான் அயல் நாட்டாரிடம் அத்யந்த விசுவாஸம் கொண்டவள் ...” என்றாள் ஸம்ரூ.

“ரொம்ப ஸந்தோஷம், உன்னைத் தொந்தரவு செய்ய மாட்டோம் ...” என்றான் ஜெனரல். மோஹனாஸ்திரம் அவனை இளக்கிக்கொண்டிருந்தது. அதைக் காருண்யத் திரவமாக்கிற்று அவன் சாதுர்யம்.

வந்த காரியம் வெற்றியென்பது புரிந்துவிட்டது ஸம்ரூவுக்கு. அன்றைய ஸந்திப்பை அத்துடன் முடித்துக்கொள்ள விரும்பி முத்தாய்ப்பு வைக்க ஆரம்பித்தாள். ஜெனரல் ஒப்பவில்லை.

"சற்று நேரம் மன்னிக்கவேண்டும். என் வேலைக்காரிக்குச் சொல்ல வேண்டியதைச் சொல்லி அவளை அனுப்பிவிட்டு . . ." என்றாள் ஸம்ரூ.

பறந்தனர் ஆட்கள். சூலி மிகவும் வசதியான ஜாகைக்குப் போய்ச் சேர்ந்தாள். ரொட்டி சுட்டுக்கொண்டே பீகத்திற்குச் சாபம் கொடுத்தவண்ணமிருந்தாள். நேரம் கழியக்கழியத் தூங்கி வழிந்துகொண்டே படுக்கை போட்டுச் சிகித்ஸைக்கு வேண்டியதையெல்லாம் தயாராய் வைத்துக்கொண்டு காத்திருந்தாள்.

ஜெனரலுக்கு அன்று ஏகக்களிப்பு. நடுநிசி ஆயிற்று. அவனும் மயங்கி அயர்ந்தான். அரை ஞாபகதசையில் ஸம்ரூ கிளம்பிவிட்டாள்; பல்லக்கில் ஏறிச் சாய்ந்தாள். பிரக்ஞை இழந்துவிட்டாள்.

சத்தம் கேட்டு எழுந்து வந்தாள் சூலி. வெளிச்சத்தைக் கண்டுவிட்டு, "பிணம் வந்துவிட்டதா?" என்று கேட்டாள். "பிடியுங்கள் காலை; தடிப்பசங்களா கொடுத்து வைக்கணுமே தொடுவதற்கு? பீகம் பிரக்ஞையோடிருந்தால் உங்கள் கைக்கேது அந்தப் பாக்கியம்? உம், மெல்லப் பிடியுங்கள்" என்று ஹாஸ்யத்தை வேறு கொட்டினாள் சூலி. அவள் தலைப்புறம் பிடித்தாள். படுக்கையில் கிடத்திவிட்டுச் சிகித்ஸைக்கு ஆரம்பித்தாள்.

இப்படி இரண்டு நாள் ஆயிற்று. மூன்றாம் நாள் புறப்பட்டுவிட்டார்கள். சூலிக்குப் பேச ஸந்தர்ப்பம் கிடைத்தது. ஆரம்பித்தாள்:

"பீகம் ஸம்ரூ இனிமேல் பரிசுத்தை ஆய்விடப் போகிறாளாக்கும் . . ."

சிரித்துவிட்டாள் ஸம்ரூ. சொன்னாள்: "கட்டாயம் அப்படித்தான் உத்தேசம்; ஆனால் இந்தப் பாவி சீக்கிரம் கிளம்பமாட்டான் போலிருக்கிறதே. இவன் தொலைந்துவிட்டால் அப்புறம் . . ."

"ஆஹாஹா, மூஞ்சியைப் பாரு . . ., இவன் போனால் இன்னொரு தடியன்; . . . வெட்கம் இல்லாமல் இப்படி விழுவனோடி; சீச்சீ . . . நல்ல சீமை . . . நல்ல ராஜ்யம் நீ போடி போ, உன் சந்தம் இப்படியே நாற வேண்டியதுதான் . . ."

"அதெல்லாமில்லை சூலி, பாரேன் . . ."

“ஆஹா ஆஹா, பார்க்கிறேன், ஸம்ரூ, எனக்குத் தெரியாதோ? மறுபடியும் அங்கே போகப் போகிறாயல்லவா?”

“அவனே இங்கு வருவான் . . .”

“வரட்டும் வரட்டும்; நல்ல பாடம் கற்பித்து அனுப்பு கிறேன் . . .”

“இப்பொழுதே சொல்கிறேன் சூலி, அவனிடம் ஏதாவது வாயைத் திறந்தாயோ வெட்டிவிடுவேன்; துஷ்டி . . .”

“யாரு? நானா துஷ்டி? அடி ராக்ஷஸி . . .”

“சூலி, உனக்கு நல்ல காலமில்லை.”

“என்றைக்கும் இருந்ததில்லையே?”

“அவன் வந்தால் நீ வாயைத் திறக்கக் கூடாது; சுட்டுப் போடுவேன் ஆமாம்; அவனுக்கு நாட்டு பாஷை நன்னாத் தெரியும்!”

“நல்லதாப் போச்சு; முழு மானத்தையும் வாங்கிவிடுகிறேன் அப்படியானால் . . .”

“சீ தொலை . . . ஞாபகம் வைத்துக்கொள்; ஏதாவது விபரீதம் பண்ணி வைக்காதே பிசாசே . . .”

“பார்த்துக்கொண்டே இரேன் சொல்கிறேன் . . .”

ஜெனரல் வந்தான்: பீகம் ஸம்ரூ குதிரை ஸவாரி செய்து கொண்டு வெகு தூரம் போயிருந்த ஸமயம் அது. சூலி ஜெனரலை உள்ளே அழைத்து உள்ள அவமானமும் செய்து கண்டபடி பேசினாள். விஷயம் கிரஹிப்போமென்று அவள் பேச்சைக் கேட்க ஆரம்பித்த ஜெனரல் சரமாரியாய் அவள் சொரிந்த சொற்களால் தாக்குண்டு பிரமை பிடித்ததுபோல ஆய்விட்டான். தவிர அவன் வந்திருக்கும் தோரணைக்கும் எண்ணத்திற்கும் அவனிடம் தற்காப்பு ஆயுதம்கூட இருக்க வில்லை. அவன் செய்வது தெரியாமல் விழி பிதுங்கிக்கொண் டிருந்தான். சூலி பேசிக்கொண்டே இருந்தாள்:

“வெட்கம் கெட்ட பிறவிகளா, உன்னோடு எத்தனை பேர்? இன்னும் எவனெவனோ?” என்றெல்லாம் எக்கச்சக்கமாய், இசை கேடாய் அவள் கேட்டுக்கொண்டிருக்கும்போதே ஸம்ரூ உள்ளே நுழைந்தாள். ஜெனரல் தலைகுனிந்து சவம்போல் இருந்தான். ஸம்ரூவின் ரத்தம் கொதித்துவிட்டது. வாளை எடுத்து சூலியின் மேல் வீசினாள். கோரமாய் வீரிட்டு முடிந்தாள் சூலி. நிமிர்ந்து எழுந்து நின்ற ஜெனரல் செயலற்று வாயமுழ்ந்தி

நின்றான். நிகழ்ச்சி நடந்த விரைவில் – அதில் அதிர்ந்த அதிர்ச்சியில் அவன் நினைவு நிலை கலங்கியது. சூழ்நிலை மறந்து மறந்தொழிந்தது. மனித உலகத்தை விட்டு எங்கோ வந்தவன் போல அலௌகிகமான எதையோ கண்டு அஞ்சி ஜடமானவன் போல நின்றான். அவனுடைய கண்கள் சுழன்றன. சுழல முடியாமல் அயர்ந்து நிலைத்துப் பஞ்சடைந்தன.

சூலியை வாரியெடுத்தாள் ஸம்ரூ. எதிரே மைதானத்தில் ஏதோ குழி இருந்தது. அதில் கொண்டு போட்டாள் சவத்தை. கையாலும் காலாலும் மண்ணைத் தள்ளினாள். மிதித்தாள். இன்னும் சற்று மூடினாள். அதன் மேல் உட்கார்ந்து ஹுக்காவைப் புகைக்க ஆரம்பித்தாள், வியர்வைக்கூடத் துடைக்காமல்.

ஸாக்ஷியாயிருந்து சொந்த மனத்தையிழந்து திகில் கொண்டு விட்டிருந்த ஜெனரல் குதிரையின் மேல் தாவிக் குந்திக் கொண்டான். நடுக்கும் கைகளால் கடிவாளத்தை எம்பிப் பிடித்துக்கொண்டான். குதிரையை உதைத்துக் கிளப்பினான். பறந்தது அந்தப் பிராணி.

அந்த வேகத்தில் எழுந்த புழுதியைப் பார்த்துக்கொண்டே சூலியின் சமாதி மீது சாய்ந்தாள் ஸம்ரூ. சாய்ந்தவள் சாய்ந்தவள் தான்.

முள்ளை அகற்றியதில் உள்ளம் சற்றுக் குளிர்ந்தது போலிருந்தது அந்த அதி உஷ்ண வேகத்திலும். ஆனால் முள்ளை அகற்றிய புண் விர்ரென்று புரையோடி அவளையே குளிரச்செய்துவிட்டது.

மருந்து உண்டா?

சம்பளம் வந்தது. கைமாற்றுக் கடன்களை மட்டும் கொடுத்தேன். அனேகமாய் ஆய்விட்டது. ஏழாவது தடவையாகப் பாக்கி இருந்த பணத்தை எண்ணிப் பார்த்தேன். பத்து ரூபாய் மூன்றணா தான் மிச்சம். சிரித்தேன். இப்பொழுதெல்லாம் இந்தச் சிரிப்பு எனக்கு மிகவும் ஸஹஜமாய்ப் போய்விட்டது.

அறிவு தலைகாட்டி இடிக்கும்போதெல்லாம் இந்தச் சிரிப்புத் தானாய் வருகிறது. ஆசை – அவலாசை என்னை முழுக அடிக்கும்போதெல் லாம் இதைக் காணவே காணேன். எட்டாவது தடவையாக எண்ணிப் பார்த்தேன். பத்து ரூபாய் மூன்றணா. மீண்டும் சிரித்தேன். சிரித்துக்கொண்டே சாப்பிட உட்கார்ந்தேன். வழக்கப்படி ருசி சொல்ல வும் வக்கணை பேசவும் வாய் வந்தது. சாரதா வுக்குப் பிடிக்கவில்லை என் பேச்சு. முகத்தைச் சுளித்தாள். அவள் அழமாட்டாளென்பது எனக்குத் தெரியும். ஆனால் கட்டாயம் வருத்தப்படுவாள். அவள் கக்ஷியும் ரொம்ப நியாயமானதுதான். தன் நகைகளை அடகிலிருந்து மீட்பதாவது அப்புறம் ஆகட்டும், சாப்பிடும் தட்டையும் வெள்ளி டவரா டம்ளரையும் மீட்டாலும் போதும். இந்த இலைப் பஞ்சம் – சாப்பிட உட்காரும்போது நினைத்துக் கொண்டு ஓடிப்போய் இலை வாங்கி வருவதும், சமயம் பார்த்து இரண்டு ஏடுகூட தேறாமல் ஒரு அணாவுக்கு இலை வருவதும் – ஸஹிக்க லையே... என்பதுதான் அவளுடைய கக்ஷி.

எது நிற்கும்?

"என்ன வேண்டிருக்கு? இந்த மாசமும் இலைப் பஞ்சம் தானே ..." என்றாள் என்னைப் பார்க்காமலேயே.

"போடி பைத்தியமே, சம்பளம் வந்ததே ... ஜம்னுபோய் ... விச்ராந்தியா பீட்டைப்போட்டு, நாலே ஆட்டத்தில் விட்டதை யெல்லாம் சேர்த்துப் பிடிக்கணும் என்று பார்க்கிறேன்; அதற்கு வழியில்லையே என்று நான் யோசிக்கிறேன் ..."

"சரி சரி, சீக்கிரம் எழுந்திருங்கள் ... அங்கே போய்ச் சிரியுங்கள்... எனக்குப் பிடிக்கவில்லை ..."

வெற்றிலை போட்டுக்கொண்டிருந்தேன். வாசல் பக்க மாய்க் குப்பு வந்து நின்றான். எட்டிப் பார்த்தேன். என் காதோடு சொன்னான் அந்தப் புண்ணியவான். "ஓய் மேலத் தெருவில் நடக்கிறது ஆட்டம். நல்ல முரட்டுக் கைகள். முன்னியூர் மைனர் வரான். நோட்டைப் போட்டால் சில்லரை எடுக்க மாட்டான். நல்ல சான்ஸ்ங்காணும்."

"கையில் பணமில்லையேடா குப்பு?"

"அடே என்னங்காணும்; இன்னிக்குத்தான் சம்பளம் வாங்கியிருக்கீர் .. ?"

"சம்பளம் வந்தது. ஆனால் பத்து ரூபாதான் பாக்கி. இதில்தான் வீட்டு வாடகை, அசிரிக்காரி, பால் தயிர் பணங்கள் இவ்வளவும் கொடுத்தாகணும் ..."

"இருப்பதை எடுத்துக்கொண்டு வாருமேங்காணும். அங்கே ஏதாவது புரட்டிப் பார்க்கலாம் ..." என்று குப்பு பேசி முடிப்பதற்குள் சாரதா வந்துவிட்டாள். குப்பு தானாகவே நழுவினான்.

"என்ன? தூதன் வந்துவிட்டுப் போகிறானோ?" என்றாள். அவள் குரல் அன்று அதிகப்படியாகவே தேம்பிற்று.

"அது சரி, நீ சாப்பிடாமல் ஏன் இங்கே வந்தாய்? ..."

"சாப்பிடத் தோணலையே எனக்கு."

"என்ன இது, அழ ஆரம்பித்துவிட்டாய்."

"நான் அழவே இல்லையே, என் பேச்சே அழுகையாய் மாறியிருக்கிறதோ என்னவோ?"

"நீ எதுக்கோ துவஜம் கட்டிக்கொண்டு வந்திருக்கிறாய் ..."

"துவஜம் கட்டத் தெரிந்திருந்தால், இந்த வீடு எப்பவோ உருப்பட்டிருக்குமே. பணம் எவ்வளவு பாக்கி இருக்கு? குழந்தைக்கு மருந்து வாங்க வேண்டுமே. நாலு நாளாகவே

மருந்து கொடுக்கவில்லை. குழந்தை வயிறு ரொம்ப உப்பிக் கிடக்கிறது . . .”

“இதுதானே? பிரமாதம். சாயங்காலம் வரும்போதே கேட்டேன். மருந்து ஸ்டாக் இல்லையாம். நாளைக்குத் தருவதாய்ச் சொன்னான். பணம்கூடக் கொடுத்துவிட்டேன் . . . வந்து . . . குழந்தை ரொம்ப சிணுங்கறானோ?”

“குழந்தை என்ன ஆனால் யாருக்குக் கவலை? அவனும் பிழைத்துக் கிடக்கணும், உங்களுக்கும் நல்ல புத்தி வரணும், ரெண்டும் நடக்குமென்று எனக்குத் தோணலை . . .”

அவள் படபடப்பாய்ப் பேசினாள். எனக்குச் சிரிக்க வேண்டும்போல் வந்தது. ஆனால் சிரிக்கவோ முடியவில்லை. இதற்குள் சாரதா மறுபடியும் வார்த்தைகளைத் தூவ ஆரம்பித்தாள்: “நகை, பாத்திரம், தட்டு என்று ஒவ்வொன்றாக ஸ்னானம் பண்ணியாய்விட்டது . . . அதோடு குழந்தைக்கும் . . .” சாரதா தழுதழுத்தாள்.

“போறும் . . . ரொம்பச் சமத்தாய்ப் பேசறே. சரி சரி, போய்ச் சாப்பிடு . . .” என்றேன். பேசினேனே தவிர உள்ளுக்குள்ளே என்னென்னவோ செய்தது. இதற்குள் தூளி நெளிந்தது; முக்கலும் முனகலும் கேட்டன. அவள் குனிந்து குழந்தையை எடுத்தாள். எனக்கும் ஏதாவது பேசித் திரை விழுவிக்க வேண்டுமென்று தோன்றிற்று.

சிரித்துக்கொண்டு, “திருட்டுப் பயல், தன்னைப் பற்றித்தான் பேச்சு நடக்கிறதென்பதைப் புரிஞ்சுண்டு கூப்பிடுகிறான். எலே நாயே, கள்ள நாயே . . .” என்று கொஞ்சுவதற்குக் குனிந்தேன்.

குனிந்ததுதான், உடனே என் மனம் துவண்டு விழுந்தது. என் முகம் சுருங்கிக் கருகி, கண்ணிரண்டும் மருண்டு கூம்பின. குழந்தையின் கண்களில் ஜீவ களையைக் காணவில்லை. அவனுடைய இரண்டு தோள்களும் கழுத்தும் பார்க்க ஸஹிக்கவில்லை. வேண்டா வெறுப்பாய்ச் சற்றே உடல் முழுதும் பரந்த என் பார்வைக்குக் குழந்தையின் வயிறு தென்பட்டதும் என் உயிரும் உணர்வும் கூச ஆரம்பித்தன. அவனைத் தொடாமலேயே – தொட முடியாமலேயே – திரும்பி நாற்காலியில் ஓய்ந்து விழுந்தேன். சில நிமிஷங்கள் என் புலன்களெல்லாம் ஸ்தம்பித்துக் கிடந்தன.

குலைக் கட்டி வியாதிக்கு இவ்வளவு பயங்கரமான அறிகுறிகள் உண்டென்பதே எனக்குப் புதியது, அதிலும் என் குழந்தையை உயிர்ப் பிணமாக்கிவிட்டதே இந்தப் பாவிக்

கட்டி . . ! மருந்து கொடுத்தால் எல்லாம் சரியாய்ப் போய் விடும்! . . . சரியாகுமோ? இந்தப் பைத்தியம் சாரதா ஒருத்தி . . . கண்டபடி உளறுகிறாள் . . . அவள் சொன்ன வார்த்தைகள் . . . "ஒவ்வொன்றாக ஸ்னானம் பண்ணி ஆய்விட்டது; அதோடு குழந்தைக்கும்." 'வெறும் பைத்தியம்; எல்லாவற்றையும் முடிவு கட்டிப் பேசுகிறாள் . . . அதெல்லாம் அப்படி ஒன்றும் வராது . . . வராது . . .'

மெல்லத் திரும்பிப் பார்த்தேன், சாரதாவின் மடியில் கிடந்தது . . . கிடந்தான், குழந்தை. அவன் குழந்தையாய் லக்ஷண மாய் உருப்பட வேண்டும். அவள் இரண்டு கைகளையும் ஊன்றிக்கொண்டு உச்சிமேட்டைப் பார்த்துக்கொண்டிருந்தாள். கண்கள் தேங்கித் ததும்பி நின்றன. ஏந்திய முகவாயும் அழுந்தப் பதிந்திருந்த உதடுகளும் அவளுடைய துக்கத்தைப் பூட்டி அடைத்திருந்தன. திடப்படுத்திக்கொண்டு குழந்தையைப் பார்க்க நினைத்தேன். குழந்தையோடு எழுந்திருந்து சாப்பிடச் சென்றாள் சாரதா. குழந்தையை இடுப்பில் வைத்துகொண்டிருந்தாள். இடுப்பில் பொருந்தாமல் எப்படியோ இருந்தான்; அவள் விளக்குப் பக்கமாய்ச் சென்றபோது விபரீதமாய்ப் பளபளத்த குழந்தையின் வயிறும் வயிற்றின் மீது தெரிந்த நீலக்கோடுகளும் கண்ணில் பட்டுக் கண்ணை அறுத்தன. மனம் வெடித்துவிடும் போல் பொருமிற்று; 'படுபாவிக் கட்டி நாலுநாள் மருந்து கொடுக்காததால் இந்த நிலைக்கா முற்றிவிட வேண்டும்? நாளைக்காவது கட்டாயம் மருந்தை வாங்கிவிட வேண்டும்; எது எப்படிப் போனாலும் குழந்தைக்கு மருந்து வாங்கித் தீர வேண்டும் நாளைக்கு; மருந்துக்குப் பணம் கொடுத்துவிட்ட தாகப் பொய் சொல்லிவிட்டேன் சாரதாவிடம்; அந்த ஞாபகமே வரவில்லையே எனக்கு. கையில் பாக்கியிருக்கும் பணம் மருந்துக்குக் காணும்' என்றெல்லாம் நினைத்தேன்; எண்ணி எடுத்து மருந்துக்கு வேண்டிய தொகையைத் தனியாய் ஒரு பொட்டலம் கட்டினேன். பாக்கி இருந்ததை மடியில் வைத்துக் கொண்டேன் . . . பிறகு இரண்டு தொகைகளையும் எத்தனை தடவை அலமாரியில் வைத்து வைத்து எடுத்திருப்பேன் . . . அப்புறம், மருந்துத் தொகையை மட்டும் அலமாரியில் உள்ளே தள்ளித் தள்ளி எத்தனை தடவை வைத்திருப்பேன் . . . வெட்கக் கேடுதான் . . . மனது நான் சொல்வதைக் கவனிக்கக்கூட மறுத்து விட்டது. சாட்டையால் அடித்ததுபோல் அடித்து அடக்கி விட்டதே! கடைசியில் இரண்டு தொகைகளையும் அலமாரியி லிருந்து எடுத்துக்கொண்டேன். ஆனால் மருந்துப் பணத்தை மட்டும் மேல் வேஷ்டியின் ஒரு தலைப்பில் நாலைந்து முடிச்சுகள் போட்டுச் சொருகிக்கொண்டேன். பத்திரமாய் இருந்தது

முடிச்சு. பாக்கி மடியிலிருந்தது. மடியையும் தலைப்பையும் தொட்டுப் பார்ப்பதும் தட்டிப் பார்ப்பதுமாய் ஆயிரம் ஆக்ஷேபணைகள் ஸமாதானங்கள் செய்து கொண்டாய்விட்டது. சாரதா சாப்பிட்டு உள்ளே வரும்போது தூங்கும் குழந்தையை மூடி எடுத்து வந்தாள். என் படுக்கையை எடுத்துத் திண்ணையில் எறிந்தேன். அவள் ஒரு வார்த்தைகூடச் சொல்லவில்லை. வெற்றிலைப் பெட்டியைக் கொண்டுவந்து திண்ணையில் வைத்து விட்டு வழக்கம்போலவே, அடக்கமாய்ச் சிறிதும் ஓசையில்லா மல் கதவைச் சாத்தி, நிதானமாய்த் தாழிட்டுக்கொண்டு உள்ளே போனாள். நான் கிளம்பினேன் மேலத் தெருவிற்கு.

முதல் இல்லை. கடன் வாங்கி ஆட வேண்டும். சூதாட்டக் கடன், அதற்கான வட்டி நிபந்தனைகள் எல்லாம் விஷ ஜந்துக்கள் போன்றவை. ஆனாலும் எனக்குத் தண்ணி பட்டபாடு; 'என்ன பிரமாதம்? நாலு சீட்டுப் பேசினால், தூக்கி எறிந்துவிடப் போகிறோம், இல்லே பார்த்துக்கொள்கிறோம் பின்னாடி . . . இன்றைக்கு மட்டும் நான் ஜயிக்காமல் இருந்தேன், அப்புறம் இந்த ஆட்டத்தின் முகத்திலேயே விழிக்கக் கூடாது. இன்றைக்கு நான் கட்டாயம் ஜயிச்சே ஆகணும். கொஞ்சம் நிதானமாய் ஆடி, சீட்டுப் பேசும் சமயத்தில் ஆட்டத்தைப் பெருக்கி . . . சரி இன்று நமக்கு நல்ல மிச்சம் . . . இது உறுதி'; என்றெல்லாம் பலமான யோசனைகள் ஓடின. பணம்தான் புரளவில்லை. உன்பாடு என்பாடென்று ஒரு மாதிரியாய்ப் பணம் கிளம்பிற்று. ஆடுகிறவர்களில் ஒருவன் கொடுப்பதாய் ஒப்புக்கொண்டான். மறுநாள் ராத்திரிக்குள் தராவிட்டால் திருப்பிக் கேட்பதில்லை என்ற நிபந்தனையோடு என் கைக்கடியாரத்தை வைத்துக் கொண்டு முப்பத்தைந்து ரூபாய் கொடுத்தான் ஒரு பரம தர்மிஷ்டன்; அதன் விலை நூற்றிருபது. அதைப் பற்றி என்ன? ரூபாயை மடியில் வைத்துக்கொண்டு, 'பதினைந்தும் சில்லறை யுமே பெருகிவிடப் போகிறது நூற்றுக்கணக்காய்' என்று திடப் படுத்திக்கொண்டு சகுனமெல்லாம் பார்த்து, இடம் பார்த்து உட்கார்ந்தேன். 'நாலு சீட்டு, நாலு கலவை, பணத்தை முகத்தில் எறிந்துவிட்டு, கடியாரத்தைக் கட்டிக்கொள்ள வேண்டும் முதலில். பனிரெண்டு மணிக்குள் ஜயிப்பது போதும் இன்றைக்கு. கடியாரம் மணி பனிரெண்டு காட்டிய உடனே கிளம்பிவிட வேண்டும்' என்று நான் தீர்மானம் செய்ததற்கேற்ப, நல்ல சீட்டுகள் கட்ட ஆரம்பித்தன. இதுதான் சமயமென்று ஆட்டத்தைப் பெருக்கினேன். சீட்டைத் தொடாமல் விசிறினேன் பீட்டை; ஒரு சீட்டு இல்லை; இன்னொரு சீட்டு சின்னது; . . . இப்படியே இருந்தது.

சில்லறையும் பதினைந்தும் போய்விட்டது. மடியிலிருந்து எடுத்தேன். மேல் வேஷ்டித் தலைப்பை தொட்டுப் பார்த்தேன். அது பத்திரமாகவே இருந்தது. மடிப்பணம் கரைந்துகொண்டே வரும்போதெல்லாம் அந்த மருந்துப் பணத்தையும் அவிழ்க்க நேர்ந்துவிடுமோ என்று தோன்றிக்கொண்டே இருந்தது. அதோடு கூடக் குழந்தையின் நோயும் பயங்கர நிலையும் நினைவுக்கு வராமல் இல்லை. உள்ளம் கூசும்; கை கூசும். அந்தப் பணத்தைத் தொட்டு நெருடுவதுகூட பயமாய் அருவருப்பாய்த் தோன்றும். 'தொடமாட்டேன். தொடமாட்டேன்' என்று தீர்மானம் செய்து கொண்டேன். தொடாமலேயே இருந்துவிட்டேன். அநேகமாய்க் கடன் வாங்கிய தொகை முடிய இருந்தது. அதற்குள் மருந்துப் பணமும் மறந்துபோய்விட்டது. அந்த முடிச்சு இருக்கிறதென்பதே மறந்துபோய்க் கையிலிருந்ததில் கடைசி அணாவையும் தொலைத்தேன். எல்லாம் ஸ்வாஹா; சில்லறை, கடன் வாங்கிய முப்பத்தைந்து எல்லாவற்றையும் அடியோடு ஊற்றிவிட்டுத் தொடைத்துவிட்டேன்; முகம் அறுந்து தொங்கிற்று; கடன் கொடுத்த அதே ஆஸாமியிடம் மேலும் ஒரு பத்து ரூபாய்க் காகப் பல்லைக் காட்டி முக வாயைப் பிடித்துக் கெஞ்சி அவன் வைய, ஆடுகிறவர்கள் அத்தனை பேரும் அடிக்காத குறையாய் ஏச, அசடு வழிய அவலம் பொங்க அங்கேயே சுற்றிச் சுற்றி வந்தேன். வெற்றிலை சீவல் போட நினைத்து வெற்றிலையைத் தொட்டேன்.

"இப்போ எதற்கு வெற்றிலை சீவல், இருப்பது, ஆடுகிறவர் களுக்கே போறாது; வீட்டுக்குக்குத்தானே போகிறாய், போய்ப் படுத்துக்கொள்ளேன் சிவா, ராமான்னு" என்று இடித்தார்கள் இரண்டொருவர்.

அழுகை வரவேண்டும் அப்போது. ஆனால் வரவில்லை; வராது; இது ஸகஜமான பரிபவம்;

'சரி, கிளம்பிவிட வேண்டும். இனிமேல் அங்கே வேலை யில்லை. மணி என்ன ஆகியிருக்கும்.' கால உணர்வு வேண்டி யிருந்தது ... நாளைக்கு ஆக வேண்டியதற்கு என்னென்னவோ செய்தாக வேண்டுமே. என் கடிகாரத்தைக் கட்டிக்கொண்டிருந்த அந்த உபகாரியின் அருகே உட்கார்ந்தேன், மணி பார்ப்போ மென்று.

"அடே சனியன், தரித்திரம், இங்கே வந்துவிட்டாயா? இனிமல் எனக்கு மண்தான் சீட்டு" என்று வள்ளென்று விழுந்தான் அவன்.

அதிலேயே ஊறி, மரத்து, அழுகியும் போய்விட்டிருந்த எனக்குக்கூடச் சுள்ளென்று பட்டுவிட்டது அந்தத் தீச்சொல்.

விழித்துப் பார்த்தேன். பார்வையில் கோபமே காணவில்லை. கண்களுக்குத் தைரியமோ எழுச்சியோ ஒன்றுமில்லை. ஒதுங்கி நின்றுகொண்டு, "டயம் பார்க்க வந்தேனய்யா ... என்னவோ ரொம்பத் தாண்டிக் குதிக்கிறே" ... என்றேன். அலக்ஷ்யமாய்ப் பேசுவதாக என் எண்ணம். மெல்ல மெல்ல நான் செத்துப் போய்க்கொண்டே இருப்பது மாதிரி, எல்லாம் ஒடுங்கிவர ஆரம்பித்தன. 'நான் செத்துப்போயிவிட்டேனோ' ... என்று கூட நினைத்ததுபோல் ஒரு ஞாபகம். தூதனாய் வந்து என்னை அழைத்த அதே குப்பு, கதவைத் திறந்து, தள்ளாத குறையாய் என்னை வெளியே இழுத்துவிட்டான். வாசற்படி இறங்கினேன். இதற்குப் பிறகு தேசலாய்க்கூட ஒன்றுமே நினைவில்லை.

நான் அந்த க்ஷணத்திலிருந்து சூன்யமாய் இருந்திருக்க வேண்டும். பழக்க வசத்தால் என் கால்கள் நடந்துகொண்டே இருந்திருக்க வேண்டும். மனத்தில் பரவியிருந்த சூன்யம் மறைந்து நான் என்னை உணரும் அளவுக்கு ஞாபகம் வந்ததும் முதலில் நான் உணர்ந்தது, 'நடந்துகொண்டே இருக்கிறேன்' என்பது தான். அடுத்தபடி இடது கை மணிக்கட்டை உயர்த்திப் பார்த்தேன், மணி தெரிந்துகொள்ள; வாழ்வில் எப்படியோ படிந்து ஊறிவிட்ட இந்தக் கால உணர்வு, உயிருக்கொரு அங்கம்போல் அமைகிறது. மணி தெரியவில்லை ... கையே தெரியவில்லை. கும்மிருட்டு; தேய்பிறையின் கடைசி நாட்கள், மணிக்கட்டைக் காதில் வைத்தேன். கடிகாரம் உறுத்தவில்லை. மனத்தில்தான் உறுத்திற்று. 'கடிகாரம் ஏது? அதுதான் அவன் கையில் ஏறிவிட்டதே ... அதை நாளைக்கு வாங்கிவிட்டுத்தான் மறு காரியம் பார்க்க வேண்டும் ...'

இந்த நினைவுக் கோவையில் ஒன்றன்பின் ஒன்றாய் இறந்த காலம் முழுவதும் சிக்கிக்கொண்டன. புலன்கள் ஸ்வாதீன மாயின. மெல்ல, வீரசோழனாற்றின் கரையில் இருப்பதை அறிந்தேன். இடம் ... எந்த இடம்? கிழக்கே. நீரின் இரைச்சல் கேட்டது. 'ஓஹோ, இது கூத்தூர்க் கலுங்கின் சத்தம்; மிக சமீபத்தில் கேட்கிறதே, சரிதான் கூத்தூருக்கே வந்துவிட்டேன்.' ஒரு மைல் தூரம் நடந்திருக்கிறேன். இட உணர்ச்சி வந்ததும் பயந்தே போய்விட்டேன். கூத்தூர்க் கலுங்கு பகலிலேயே நிர்ஜனமாயிருக்கும்; பயம் தானாகவே தோன்றும் அங்கே. கலுங்கையும் மதகையும் அந்தச் சுழலையும் பார்த்துவிட்டால் குலைநடுங்கும் அப்படியே. இந்தக் கும்மிருட்டில் எனக்குத் தெரியாமலேயே அந்த இடத்திற்கு வந்துவிட்டிருந்தேன். நினைவு வந்ததுமே நடுங்க வைத்தது பயம். நடக்க ஆரம்பித்தேன். கலுங்குக் கரையில் வெளிச்சமுண்டு. நேரே அங்கே போய்விடத் தோன்றிற்று. இருட்டை உணர்வதிலேயே என் ரத்தம் சுண்டி

வருவது போலிருந்தது. உதடு, நாக்கு தொண்டையெல்லாம் வறண்டு வெடித்துவிட்டன. கால்கொண்ட மட்டும் வேகமாய் நடந்தேன். இடதுபுறம் ஆறு. வழிந்தோடும் வெள்ளப் பெருக்கு. வலது புறமெல்லாம் சவுக்கு; கருமை மண்டிய தழைப்பு. இந்தப் பக்கம் நாணல் உராயும் சரசரப்பு. அந்தப் பக்கம் சவுக்கையின் கணகணப்பும் ஹுங்காரமும்; முன்னும் பின்னும் தலையிலும் காலிலும் அப்பிக்கொண்டு கனக்கும் இருட்டு, கலுங்கு வெளிச்சம் தெரிந்தது. ஒரு தடவை வியர்த்துவிட்டது உடம்பு. மதகில் போய் உட்கார்ந்துவிட்டேன் தொப்பென்று. குனிந்து பார்த்தேன். நுரைச் சுழல்கள்; படபடப்புக் குறைந்தது. ஆனால் உள்ளங்காலிலிருந்து உச்சி மண்டை வரைக்கும் ஜ்வரம் போலப் பரவியிருந்தது பயம். ஆடாமல் அசையாமல், ஆடவும் அசையவும் தெம்பில்லாமல் உட்கார்ந்திருந்தேன். தனியாய் எப்படி இங்கே வந்தேன். சீட்டாடும் வீட்டிலிருந்து வெளியே கிளம்பும்போது உலகமே மாய்ந்து நானும் மாய்ந்து போய் விட்டிருக்க வேண்டுமென்று தோன்றுகிறது. ஆத்மா தானாகவே நினைத்து என் உடலை இங்கே கொண்டுவந்திருக்க வேண்டும். ஆமாம், கலுங்கில் தள்ளி உடலை மாய்க்கத்தான் என் ஆத்மா இந்த உடலை இங்கே கொண்டு வந்திருக்கிறது.

‘சரி இப்போதென்ன செய்வது? ஆத்மா முட்டாள்தனம் பண்ணிவிட்டது. உடலுக்கு இருக்கும் வலிமை அதற்குத் தெரிய வில்லை. உயிர் இப்போது விழித்துக்கொண்டு முழு பலத்தோடு உடலைக் கட்டிக்கொண்டு நிற்கிறதே!’

‘என்ன குடி முழுகிவிட்டது? இவ்வளவு நாளாய் இல்லாமல் புதிதாய் இன்று என்ன பிரமாதம்? அதெல்லாமொன்று மில்லை . . . அடே யாரிடமாவது கேட்டுப் பணம் வாங்கினால் தானாய் ஓடுகிறது எல்லாம் . . . இல்லையென்றால் நாளைக்கே கிளம்பி ஊருக்குப் போனால், அங்கே பாக்கி இருக்கிற எத்தை யாவது விற்றுச் சுட்டுச் செய்தோமானால் போகிறது. தொலையட்டும் . . . இப்போ மணி என்ன இருக்கும்? திரும்பிப் போக வேண்டுமே இந்தக் கரை வழியாக; ரொம்ப பயமா யிருக்குமே . . .’

‘கிரஹசாரம், இப்படி ஒருவன் வருவானா . . ? கஷ்டகாலம்; நம்முடைய முட்டாள்தனத்தை லாரியில்தான் ஏற்ற வேண்டும் . . .’

சிரிப்பு வந்துவிட்டது, சிரித்தேன். ஸங்கோசமே இல்லாமல் சிரித்தேன். ராத்திரி வீட்டின் பணத்தை எண்ணிப் பார்த்து விட்டுச் சாப்பிட உட்காரும்போது வந்ததுபோல் சிரிப்பு வந்தது.

‘என்ன வேடிக்கை; ஒரு கதை எழுதுகிறவன் கூட இவ்வளவு சீக்கிரமாய் ஒருவனை இந்த நிலைக்குக் கொண்டுவர

மாட்டானே. நமக்கென்னடான்னா திடீரென்று இப்படி வந்து விட்டதே. நான் அந்தி ஆனால் என் நிழலைக் கண்டுகூடப் பயப்படும் நான் ஏன் இங்கே வந்தேன் ... இந்த ஏனெல்லாம் தொலையட்டும்; இப்போது இங்கிருந்து திரும்பி எப்படிப் போவது? ... விடியும் வரையில் இங்கேயே ...; அடேயப்பா நினைத்தாலே குலை நடுங்குகிறது ... இப்படியே எத்தனை நேரம்தான் உட்கார்ந்திருப்பது? நீர்த்துளிகள் மேலே தெறித்துத் தெறித்து ஈரமாய்விட்டது. உடம்பெல்லாம் குளிர்ந்தது ...; எழுந்திருப்போமா? ... அடேயப்பா வேண்டாம் ...'

கரையில் கட்டை வண்டி வரும் சத்தம் கேட்டது. மெல்ல, ஆயிரம் யோசனைக்குப் பிறகு சற்றே திரும்பிப் பார்த்தேன். வைக்கோல் வண்டியொன்று ஊர்ந்து வந்துகொண்டிருந்தது ... இரண்டு மூன்று தடவை முயன்று எழுந்து நின்று வண்டிக் காரனைக் கூப்பிட்டேன். அவன் விழித்து முறைத்துப் பார்த்துக் கொண்டே கயிற்றை இழுத்தானே தவிரப் பேசவில்லை.

"என்னப்பா ... உன்னைத்தான்; நான்தான் கூப்பிடுகிறேன். வண்டி எங்கே போகிறது?"

"சாமி நீங்களா? இதென்னங்க, இந்த வேளையிலே?"

"கூத்தூர்க்குப் போயிருந்தேன். அவசரமான காரியம். கிளம்பி வந்துவிட்டேன். பயமாகவும் இருந்தது. நல்ல வேளையாய் நீ வந்தாயே ..."

"அப்போ வண்டிக்கு முன்னாலேயே வெளிச்சத்தோடே நடங்க ... நான் மெதுவா ஓட்டியாறேன் ..."

"என்னத்துக்கு? வண்டியிலேயே ..."

"அது சரிப்படுங்களா? நடுவிலே போய் ... கூரை மேலே குந்திக்கிட்டாப்பலே இருக்கணுங்களே ... இந்தாங்க முன்னாடி குந்திக்கிட்டு நீங்களே வண்டியை ஓட்டுங்க அப்படின்னா; நான் நடந்தே வர்றேன் ..." என்றான் வண்டிக்காரன்.

சரி என்று கயிற்றைப் பிடித்துவிட்டேன். வண்டிக்காரன் பேசிக்கொண்டே பக்கத்தில் நடந்து வந்தான். நானும் ஏதோ பேச்சுக் கொடுத்துக்கொண்டே வந்தேன். "யார் வீட்டுக்குப் போவுது வைக்கல்" என்று கேட்டேன்.

"மேலத்தெரு அய்யா வீட்டுக்கத்தானுங்க, கருக்கலோட திரும்பி வரனுங்க ... வயலு வேலை இருக்கு ... அதனாலேதான் சாமத்தோடே வண்டி கட்டினேன் ..." என்றான் அவன்.

“அதுவும் சரிதான்” என்றேன். வண்டி மேலத் தெருவில் நின்றவுடன் வண்டியிலிருந்து குதித்தேன். குதித்தபோது மேல் வேஷ்டித் தலைப்பு விண்ணென்று முழங்கையில் இடித்தது ... ‘ஒ ... முடிச்சா’ இப்போ என்ன பிரமாதம்? இரண்டு சீட்டு நன்னாப் பேசினால் ... ஒரே ஆட்டத்தில் கொன்றுவிட மாட்டேனா?’ நின்று அண்ணாந்து பார்த்தேன். விடிய இன்னும் நான்கு நாழிகைக்குமேல் மிச்சமிருக்கும் கட்டாயம்; சென்று கதவை இடித்தேன். குப்பு வந்து கதவைத் திறந்தான்.

மேல் வேஷ்டியின் தலைப்பை அவிழ்க்க முடியாமல் அவிழ்த்து, மருந்துப் பணத்தையும் எடுத்து வைத்துக்கொண்டு உட்கார்ந்தேன், “போடுமைய்யா எனக்கும் ஒரு கை ...” என்றேன் அதிகாரத்தோடு.

உதறிவிட்டு வீட்டுக்கு வந்தேன். திண்ணையில் இருந்தேன். கிழக்கோடு சேர்ந்து வெளுத்துவிட்டிருந்த என் முகத்தைப் பார்த்தாள் சாரதா. ஒன்றுமே பேசவில்லை. விடிந்தது. அன்றும் மருந்தில்லை.

ரத்தச் சுவை

ராமுவுக்குப் பைத்தியம் பிடித்துவிட்டது என்றார்கள் எல்லோரும். நானும் அவனைக் கவனித்தேன். அவன் சரியாயில்லை. நான் ஊருக்கு வந்து இரண்டு நாட்கள் ஆய்விட்டன. ராமுவை அழைத்து வரச்சொல்லிப் பலரை அனுப்பினேன். அவன் வரவில்லை நான் போய்க் கூப்பிட்டேன். அவன் பேசவில்லை; ஆனால் என்னைப் பார்த்துச் சிரித்தான். 'வீட்டுக்குப் போ வருகிறேன்' என்று ஜாடை காண்பித்தான். உடனே திரும்பிக் குரங்கைப் பார்க்கப் போய்விட்டான். ராமு அந்தக் குரங்கினிடம் என்ன கண்டானோ, அதையே கவனித்துக் கொண்டும் அது போகுமிடங்களுக்கெல்லாம் தானும் போய்க் கொண்டும் இருந்தான். வீட்டுக்கு வந்தேன். என் வீட்டாரிடமும் ராமு விட்டாரிடமும் விசாரித்தேன்.

அவனுடைய குடும்பம் நொடித்துவிட்டது. ஒரு கல்யாணத்துக்கு வாங்கின கடனைத் திருப்பிக் கொடுக்காமலேயே பல வருஷங்கள் கழிந்து விட்டன. கடன் கொடுத்திருந்த கோபாலய்யர் வியாஜ்யம் நடத்தி ராமுவின் சொத்து முழுவதையும் கட்டிக்கொண்டு விட்டார். வீடு உள்படப் போய்விட்டது. ஆறு மாதத்தில் வீட்டைக் காலி செய்து தரவேண்டும் என்று கோர்ட்டில் தீர்ப்பு ஆகியிருந்தது. அந்தக் கெடுவில் இன்னும் இரண்டே மாதங்கள் பாக்கி. மனுஷன் என்ன பண்ணுவான். கலங்கிப் போய்விட்டான். பேச்சிலோ செய்கையிலோ வேறு ஒரு விபரீதமும் கிடையாதாம். பிரமை பிடித்தது போல் அந்தக் குரங்கைச் சுற்றிக்

கொண்டு அலைகிறானாம். அதுவோ இவனைப் பாய்ந்து பாய்ந்து கடிக்க வருகிறதாம்.

குரங்கோ ஒற்றைக் குரங்கு. நானும் பார்த்தேன். அதன் பரிமாணம், நீளமும் சரி பருமனும் சரி அஸாதரணமானது தான். கொழுத்து வீறாந்து கிடந்தது அது. ஊரில் அதன் ரகளை இல்லாத நாளே கிடையாதாம். எங்கு வேண்டுமானாலும் ஏறி இறங்கி எதையும் எடுத்துத் தின்றுகொண்டு திமிர்பிடித்து அலைந்து கொண்டிருக்கிறது அது. எல்லோரும் அதைக் கண்டு பயப்பட்டார்களே தவிர அது யாரைக் கண்டும் எதைக் கண்டும் பயப்படவில்லையாம். நாய்களையெல்லாம் அது பலபடித் துன்புறுத்திற்று. நாய்க்குட்டிகளைக் கொன்று போடுகிறதாம். 'ஒற்றைக் குரங்கு ஊரை அழிக்கும்' என்பது ஹனுமானைப் பற்றிய பழமொழியாம். அவர் லங்கையை அப்படி அழித்ததால்தான் நம்முடைய தெய்வமானார். ஆனால் இந்தக் குரங்கு எங்கள் ஊரில் இப்படி அட்டூழியம் செய்து வருகிறது. ஊரில் எல்லோரும் புராதனக் குடிகள். உலகத்தின் அணுவணுவிலும் தெய்வத்தைக் கண்டு போற்றும் புராதனக் கொள்கைகளை உடையவர்களின் வம்சப் பரம்பரை. ஆகவே தான் அந்தக் குரங்கைப் பிடிக்கவோ, அடிக்கவோ, அன்றிச் சுடவோ அவர்கள் அனுமதிப்பதே இல்லை. 'நாம் ஜாக்கிரதை யாக இருக்க வேண்டுமே ஒழிய ஆஞ்சநேய ஸ்வாமிக்கு அபசாரம் செய்யலாமோ' என்கிறார்கள், இப்படியெல்லாம் விவரங்கள் தெரிந்தன.

ராமு கடன்பட்டுப் புண்பட்டதற்கும் இந்த வானர லீலைக்கும் என்ன ஸம்பந்தம்? இது யாரும் சொல்லவில்லை. எனக்கும் புரியவில்லை.

"ராமு சில சமயமாவது நல்லபடி ஒழுங்காய்த் தொடர்ச்சி யாய்ப் பேசுகிறான் அல்லவா?" என்றேன்.

"அதெல்லாம் ஒன்றம் குறைவில்லை. குரங்கைக் கண்டு விட்டால் இந்தப் பிரமை வந்துவிடுகிறது. அதிசயம்தான் இது . . ." என்றார்கள்.

'பாவம், ராமு. அவனை எப்படியாவது என்னுடன் வடக்கே அழைத்துக்கொண்டுபோய் ஒரு உத்தியோகம் தேடிக் கொடுத்து விட வேண்டும். அப்புறம் இந்த ஊரையே மறந்துவிடட்டுமே அவன்' என்று தீர்மானித்துக்கொண்டேன்.

நானே போய் ராமுவை அழைத்துவந்தேன். பார்வையில் பைத்தியத்தின் கோணல் இருக்கிறதா என்று ஆராய்ந்தேன். சற்றும் இல்லை. நடை, உடை, தோற்றம் எதிலும் கோளாறு

இல்லை; ஆனால், அவன் மனத்தில் ஒரே ஒரு விதமான போக்கு ஒன்றையே பற்றிய ஒரே எண்ணம் தொடர்ந்து இருப்பதுபோல் இருந்தது அவன் பாவனை. இதை ஊஹித்தேன். அதாவது அவன் மனம் அதிர்ச்சியில் அயர்ந்து குறிப்பிட்ட ஒரே துடிப்பை மட்டும் தொடர்ந்து துடித்துக்கொண்டிருக்க வேண்டும் என்று தோன்றிற்று.

அவன் போக்கிலேயே ஆரம்பித்தேன் பேச்சை.

"ஏண்டா ராமு, இப்போ எப்படி இருக்கு குரங்கு? ஆமாம், பிராணி விக்ஞானத்தில் எப்போதிருந்து உனக்கு இவ்வளவு ஈடுபாடு?"

"அந்த ஒரு விக்ஞானம் மட்டும் அல்ல; இன்னும் பல விக்ஞானங்களும் இதில் தெரிகின்றன..."

"எதில்? ஊரில் தனியரசு செலுத்தும் இந்த ஒற்றைக் குரங்கினிடமா..?"

"இந்தக் குரங்கு மட்டுமா? நம்மூரில் இதே மாதிரி தனியரசு செலுத்தி அட்டூழியம் செய்யும் பல பிராணிகள் இருக்கின்றன. இந்தக் குரங்கைப் புரிந்துகொண்டுவிட்டதால் இந்த ஊர்ப் புண்யவான்களை, விபூதி ருத்ராக்ஷப் பிராணிகள் எல்லோரையும் பற்றிப் புலப்பட்டுவருகிறது. நாணா, இவனுகள் எல்லோரும் இப்படியே இருந்தால் இன்னும் இரண்டொரு தலைமுறையில் இந்த ஊரில் பாழ்மனைகள் பலவும், மூணோ நாலோ மாடி வீடும்தான் இருக்கும்..."

"ராமு, அந்தக் கோபாலய்யர்..."

"அவன்மேலே குற்றமில்லை... இருக்கிற சம்பிரதாயம் சட்டத் திட்டம்..."

"கோபாலய்யர் உனக்கு ரொம்ப வேண்டியவர். நெருங்கிய உறவினர்கூட... இல்லையா?"

"அதனால்தான் என்னை இப்படி உறிஞ்சிக் கொன்றார்..."

"கடைசியில் அவருக்குக் கொடுக்க வேண்டிய கடன் போக என்ன மிச்சம் உனக்கு?"

"பசை காய்ந்து வரட்சி குத்தும் இந்த மனமும் வாழ்ந்த ஊரில் ஓடு எடுக்க ஆன இந்தத் தீன தசையும் தான் மிச்சம்."

"வட்டியையாவது வருஷா வருஷம் கட்டியிருக்கலாம் நீ."

"அந்த வயிற்றெரிச்சலை ஏன் கேட்கிறாய்? முதலிலேயே ஒரு பகுதியை அடைத்திருப்பேனே? இவன் பண்ணின யுக்தியால்..."

"என்ன யுக்தி . . ?"

"வட்டி அதிகமாய் எழுதுவதற்கென்றே தன் தங்கையின் பெயரால் பந்தகம் எழுதினார். அவள் எங்கேயோ பம்பாயில் இருக்கிறாள் பெண்ணோடு; வரவு வைக்க வழியே இல்லை. பத்திரம் அவளிடம் இருக்கிறதென்று தள்ளிக்கொண்டே வந்து விட்டார் அவர். நம்ம செய்திதான் தெரியுமே உனக்கு, மூணு முழமும் ஒரு சுற்று, முப்பது முழமும் ஒரு சுற்று . . ."

"உண்மையில் பணம் யாருடையது?"

"இவரதுதான்."

"பின்னே ஏன்?"

"அதுதான் அதிக வட்டிக்கும் ஆளை ஒழித்து ஸொத்தை அப்படியே கட்டிக்கவும் யுக்தி. இது இந்த ஊரான்களுடைய வெகு நாளைய சம்பிரதாயம்."

"சரிதான், பஞ்சாபிகள் எல்லாம் தவணைக்கடை . . .

"அதுவாவது நேரடியாகத் தெரியும். கத்தியைப் பார்த்துக் கொண்டே கழுத்தை நீட்டுகிறார்கள். இங்கே. அப்படியே வெளியிலே குளுமைப் பேச்சைப் பூசிப்பூசி உபசாரம் பண்ணியே பணத்தைக் கொடுத்துவிட்டு நோகாமல் கழுத்தை அறுத்து விடுவானுக. பின்னே ஏது இந்த ஸொத்தெல்லாம்? கலெக்டர், திவான் உத்தியோகம் பார்த்தானுகளா, இல்லே பெரிய வியாபாரம் பண்ணினானுகளா? தொன்றுதொட்டு இதுதானே அவர்களுடைய குல தர்மம்."

"கோபாலய்யர் ஏதோ உத்தியோகம் பார்த்து 'ரிடையர்' ஆனவர்தானே?"

"அதுதான் சொல்லணும், வந்த புதிதில் அவர் வட்டி வாங்காமல் ஏழைகளுக்குக் கைமாற்று கொடுத்துக் கொண்டிருந் தார். வரவர, இந்த ஊர் ராக்ஷஸனுகளைவிட ரொமப மேலே போய்விட்டார். என்னோடு சேர்ந்து மொத்தம் ஐந்து குடும்பங் களை நிர்மூலமாக்கியிருக்கிறார் இதுவரை. இன்னும் அவரிடம் கடன்பட்டு வரவே வைக்காத இரண்டு ஜீவன்கள் துடித்துக் கொண்டிருக்கின்றன. சூழ்நிலையும் சுற்று வாடையும் அவரை . . ."

"கோபாலய்யரா? அவர் ரொம்ப நல்லவர். ஆசார அனுஷ்டானம் தவறாதவர். நல்ல வம்சத்தில் பிறந்தவர் . . ."

"வம்சமும் இனமும் என்னப்பா செய்யும்? நான் குரங்கோடு சுற்றுகிறேனே. ஏன் தெரியுமா? எல்லோரும் . . ."

“எல்லோரும் உன்னைப் பைத்தியம் என்ற சொல்லத்தான்.”

“அதை நான் லக்ஷ்யமே பண்ணவில்லை. இதைக் கேள், குரங்கு இனம் சாக பக்ஷி . . .”

“யார் இல்லையென்றது? ஈச்வர சிருஷ்டியே அப்படி.”

“அதுதான் தப்பு; ஸ்ருஷ்டியில் குணம் கிடையாது. குரங்கும் மாம்ஸ பக்ஷி ஆய்விடும். சூழ்நிலை, அப்யாஸம், வெறி இவை போன்ற காரணங்களால் . . .”

“இதுதான் நீ பைத்யப் பட்டம் வாங்கிக்கொள்ள நடத்திய ஆராய்ச்சியோ?”

“இது ஸத்யம் நாணா, ஊராரைக் கேள், சொல்லுவார்கள் . . .”

“என்ன சொல்வார்கள்?”

“. . . இந்தக் குரங்கு எத்தனை நாய்க்குட்டிகளைத் தூக்கிச் சென்று கொன்றிருக்கிறது தெரியுமா? ஆரம்பத்திலே தாய் நாய்கள் குறைத்துத் துரத்தியதால் இதற்கு ஏற்பட்ட கோப வெறியில் குட்டிகளைத் தூக்கிச் சென்றது; கொன்றது; இவ்வளவு தான் ஊராருக்குத் தெரியும். எனக்கு அதுக்கு மேலே தெரியும். குட்டிகளின் கழுத்தை நெறித்துக் கிழித்துக் கையால் குதறி எறியும். கையெல்லாம் ரத்தமாய் விடும். துடைக்கத் தெரியாமல் நக்கும். ரத்தம் நாக்கில் படும். தணிந்த வெறிக்கும் இந்தச் சுவைக்கும் ஒரு தொடர்பு ஏற்பட்டு இது அடிக்கடி ஏற்படுவ தால் நினைவில் அழுந்தும். பிறகு அதே செய்கைக்குத் தூண்டும். வெறி வந்தவுடன் நாக்குச் சுவையும் நினைவுக்கு வரும். வெறியும் தணியும். சுவையும் கிடைக்கும். இப்படியே வழக்கமாகி இன்று இந்தக் குரங்கு ரத்த வெறி மிகுந்து கிடக்கிறது. நேற்று ஒரு ஆட்டைக் கிழித்துக் காயப்படுத்திவிட்டது. கதையெல்லாம் எதற்கு? இன்று இந்தக் குரங்கு பரிபூர்ண ரத்தவெறி பிடித்துப் பக்கா மாம்ஸ பக்ஷியாய் மாறிவிட்டிருக்கிறது. அந்தக் குரங்கை அப்படியே செய்ய அநுமதிப்பதைத்தான் தர்மமென்று கூறுகிறது ஸமூஹம். இதேதான் கோபாலய்யர் கதையும். ஆரம்பத்தில் வட்டி இல்லாமல் உபகார நோக்கத்தோடு, உதார சிந்தையோடு ஏழைகளுக்குக் கடன் கொடுக்க ஆரம்பித்தவர், இப்போ குடும்பங் குடும்பமாய் அழித்துத் துடைத்துக்கொண்டு வருகிறார். அதையும் கடமையைப் போல் செய்கிறார். வழக்கமும் சட்டமும் அதை ஒப்புக்கொள்ளவும் செய்கின்றன. ஸ்வாமி தரிசனம் செய்வது போலவும் கல்யாணச் சடங்கு செய்வது போலவும் அதாவது அவ்வளவு அநுஷ்டானப் பொருத்தத்தோடுதான் இதைச் செய்கிறார். ஸமூஹம் தான் நலமுற்று வளரத் தானே செய்து கொண்ட கடன் கொடுக்கும் ஓர் உதவிமுறை இன்று இப்படிப்

பரிணமித்திருக்கிறது. வளர்கிறது. ரத்த வெறிகொண்டு திரியும் குரங்கை ஒடுக்குவது ஆஞ்சனேய சுவாமிக்கு அபசாரமென்று கருதப்படுகிறதே, அந்த மனோபாவத்திற்கும் ஸமூஹப் போக்குக் கும் ஒரு தொடர்பை உணர்கிறேன். வெற்றி அந்தப் போக்கிற்குத் தானா என்று அறிவதில் ஆர்வத்தோடு இருக்கிறேன். நான் போகிறேன் நாணா, குரங்கின் கதையில் இன்று விசேஷ கட்டம்."

"என்னடா ராமு, நான் வெகு தூரத்திலிருந்து வெகுநாள் கழிந்து வந்திருக்கிறேன்."

"எனக்குத் தெரியவில்லையா இருந்தாலும் . . ."

"என்னைவிட உனக்கு . . ."

"நாணா என் மனம் என் வசத்தில் இல்லை. அதோ ஓடுகிறது. காலையில் நம்மூருக்கு ஒரு குரங்காட்டி வந்தான். அவனுடைய குரங்கை நம்மூர் தடிக்குரங்கு இழுத்துக்கொண்டு ஓடிவிட்டது. பாவம், அந்தப் பிச்சைக்காரனுடைய பிழைப்புக்கு ஆதாரமாயிருந்தது போய்விட்டது. ரொம்பப் பாடுபட்டான். ஒன்றும் முடியவில்லை. மகா ஆத்திரம் அவனுக்கு. எப்படியாவது அதைப் பிடித்துவிட வேண்டும். அல்லது தடிக்குரங்கைக் கொன்றுவிட வேண்டும் என்று இருக்கிறான். போய் என்ன ஆகிறதென்று பார்க்க வேண்டும் . . ."

ராமு கிளம்பினான். இதற்குள் தெருவில் ஒரே சத்தம். பெரியவாள் எல்லோரும் இரைந்து கத்தினார்கள்.

"பிச்சைக்காரப் பயலைக் கட்டிப் பிடியுங்கடா, பந்தக் காலில் கட்டிப் போடுங்கள் படவாவை. குரங்கைப் பிடிக்கவா வது இவன் . . ." என்றார் ரொம்ப பெரியவர் ஒருவர்.

ராமு வேகமாய் போனான். நானும் பின்னே சென்றேன்.

பிச்சைக்காரன் கையிலிருந்த கயிற்றுச் சுருக்கில் தடிக் குரங்கு மாட்டிக்கொண்டு படாதபாடு படுத்திற்று. பிச்சைக் காரனைப் பிராண்டிற்று; கடித்தது. அவனும் அதை அடித்து இரத்தம் பீறப்பிய்த்து விட்டிருந்தான். இதற்குள் ஊர்ப் பெரியவாள் எல்லோரும் பல ஆட்களைக் கூட அழைத்துக் கொண்டு வந்துசேர்ந்தார்கள். குரங்கை விடுதலை செய்யப் பிச்சைக்காரன் இசையவில்லை. அடிக்கக் கட்டளையிட்டார்கள் ஊரார்கள்.

அவன் அடிபட்டுக்கொண்டே கதறினான், சொன்னான்:

"சாமி, அழகான பெண் குரங்கு என் குரங்கு; ரொம்ப சாதுங்க. என் குரங்கின் கழுத்தை முறிச்சுப் போட்டு, இரத்தம்

உறிஞ்சிடுச்சுங்க. இது, இது குரங்கா? குரங்கு ஜாதியில்லீங்க இது! அந்த ஜாதியிலே வந்துட்ட எதோ பிசாசுங்க இது ...” என்று சத்தியத்தைச் சொன்னான்.

ஸத்யம் யாருக்கு வேண்டும். அதையும் இந்தப் பிச்சைக் காரப் பயலா சொல்வது.

“சீச்சீ நாயே, வாயை மூடு. ஆஞ்ஜநேய ஸ்வாமிக்கு அபசாரம் பண்ணிவிட்டுப் பேசறையேடா ...” என்றார் ஒருவர்.

“ஏண்டா நிற்கிறீர்கள்? அவனை உதையுங்களடா, கயிற்றை அறுத்துக் குரங்கை விடுவியுங்கள், ஹூம்” என்று ஆட்களுக்கு உத்திரவு பிறந்தது.

“சாமீ சாமீ, இந்தக் குரங்கு இருப்பது ஊருக்குக் கெடுதல் ...” என்று பிச்சைக்காரன் முடிப்பதற்குள் அவனுக்கு அடி விழுந்தது.

ராக்ஷஸக் குரங்கு யதேச்சையாய்த் தன்னரசு நடத்த ஆரம்பித்தது பழையபடி.

பழையபடியே ஐயாமாரும் தன்னரசு செலுத்த ஆரம்பித் தார்கள். பிச்சைக்காரனுடைய பிழைப்புக்கு ஆதாரமாய் இருந்தது போய்விட்டதுடன் அவனும் ரத்தம் சிந்தினான், அடிபட்டு. எல்லாம் ஆஞ்ஜநேய ஸ்வாமிக்கு அபசாரம் செய்ததன் பலன்.

ஸ்வாமியும் தர்மமும்தான் எல்லாம்.

பல ராமுகளுடைய ஸொத்துக்கள் போயின. இன்னும் பலர் ராமுகள் ஆக இருக்கிறார்கள்.

ஊரில் ஸ்னான ஸந்தியா, ஜப ஹோமங்களுக்குக் குறைவே இல்லை.

ஊர்க்காரர்களோடு ஒப்பிட்டு ஒப்பிட்டுக் குரங்கைப் பார்த்துக்கொண்டு இருப்பதை ராமு நிறுத்தவில்லை. ஊரில் இருந்தவரைக்கும் நானும் ராமுவை அதிகம் விட்டுப்பிரிய வில்லை.

ராமுவுக்குப் பைத்யம் பிடித்துவிட்டது என்கிறார்கள் எல்லோரும்.

குபேர தரிசனம்

"அண்ணா, என்னோடு நீயும் இன்று கும்பகோணத்துக்கு வரப்போகிறாயா?"

"ஆமாம். கட்டாயம் வரப்போகிறேன்."

"இல்லை; நீ லேசில் கிளம்ப மாட்டாயே! நாளைக்கு எனக்குக் காலேஜ் உண்டு."

"கவலைப்படாதே; கட்டாயம் நான் வர வேண்டும்."

"காரியம் ஒன்றும் இல்லையே என்று பார்த்தேன்."

"பெரிய காரியம் இருக்கிறது; குபேர தரிசனம் கிடைக்கப் போகிறது எனக்கு; இன்று நரகாசுரனைக் கொன்றுவிட்டோம் அல்லவா?"

"அண்ணா நீ வர வர, எங்கேயோ போய்க் கொண்டிருக்கிறாய். உன் பாதை ஒற்றையடிகூட அல்ல; அரையடிப் பாதை."

"நீ என்னதான் சொல்றே! உன்னைப் பார்த்து உன் அம்மாவுக்கு எவ்வளவு வேதனை தெரியுமா? அம்மாவுக்கும் விளங்கவில்லை. அவளே உன்னை நாஸ்திகன் என்கிறாள். நீ தீபாவளி ஸ்நானம் செய்யவில்லை. ஸரஸ்வதி பூஜையன்றுகூடப் புத்தகம் படிக்கிறாயாம்; சுப்பரமணிய ஸ்வாமி படத்துக்கு நமஸ்காரங்கூடச் செய்யமாட்டேனென் கிறாய்; ஸ்ரீராம பட்டாபிஷேகப் படத்தின் உருவங் களில் அளவுப் பொருத்தமே இல்லையே என்கிறா யாம். இப்படியெல்லாம் உன்னைப் பற்றி எல்லோ ரிடமும் குறை கூறுகிறாள்.

“இந்தக் குறையெல்லாம் அகலும்படி ஒரு சந்தர்ப்பம் வந்திருக்கிறது. அதற்காகவே நான் கும்பகோணம் வருகிறேன்.”

“கும்பகோணத்தில் என்ன?”

“அங்கே என் நண்பர் குபேர பூஜை செய்கிறார் வருஷந் தோறும். மூன்று வருஷமாய் என்னைக் கூப்பிட்டுக்கொண்டே இருக்கிறார்; நான் போகவில்லை. இந்த வருஷம் கட்டாயம் போக வேண்டும். குபேர தரிசனம் செய்ய வேண்டும் என்று தீர்மானித்து விட்டேன்.”

“ஓ, ராம்தாஸைப் பார்க்கவா? அந்தப் பத்திரிகையை நான்கூடப் பார்த்தேன், அண்ணா? ரொம்பப் புது தினுசாக இருந்தது.”

“எது? பத்திரிகையா, பூஜையா? நான் அந்தப் பத்திரிகையை நன்றாகக்கூடப் பார்க்கவில்லை. அதைத் தேடு எடு, பார்ப்போம்.”

“மேஜை மேலேயே கிடந்ததே; பார்க்கிறேன்.”

தம்பி பத்திரிகையைக் கொண்டுவந்தான். அதோடு கட்டாயம் வர வேண்டுமென்று ஒரு கடிதமும் இருந்தது. போகத்தான் வேண்டும். அழைப்புக்காக அல்ல. அந்தப் பூஜையைப் பார்ப்பதற்காகவாவது போக வேண்டும்.

‘தனலக்ஷ்மி குபேர பூஜைப் புதுக் கணக்கு விழா அழைப்பிதழ்’ என்று இருந்தது.

என்றைக்கு? தீபாவளிக்கு மறுநாள் நல்ல அமாவாசை; நிறைந்த நாளென்று இதைச் சொல்வதுண்டு. அன்றைக்குத் தான் வடநாட்டு ‘ஸேட்’டுகள் விழாக் கொண்டாடுவார்கள். அந்தப் பத்ததியோ? ஆமாம், கீழே கையெழுத்தில்தான் போட்டிருக்கிறதே! ராம்தாஸ், சூரத் ஜரிகை வியாபாரம். சூரத்வாலாக்களின் பத்ததியில் நடக்கிறது குபேர பூஜை.

நண்பர் ராம்தாஸ் எழுத்துலகில் எனக்கு முந்திய தலைமுறையைச் சேர்ந்தவர். பரம்பரை வியாபாரிகளான இனத்தில் பிறந்துவிட்ட இலக்கிய மேதை அவர். ஆழமும் அழகும் நிறைத்து மிகப் பிரமாதமாய் எழுதினார்; அவருடைய எழுத்தைப் படிப்பதே ஓர் ஊக்கத்தை உண்டாக்கும்.

பரிணாமத்தின் விந்தையை என்ன சொல்வது? லலிதமாய் இருதய வீணையில் நாதம் எழுப்பிக்கொண்டிருந்தவர் திடீரென்று இடி இடிப்பதுபோல் புரட்சி முரசு கொட்டினார். அரசியல் முரசாக இருந்தாலாவது இதைப் புரிந்துகொள்ளலாம்; அதுவும் இல்லை. வேறு எங்கோ சென்றது அவர் வேகம். ‘எரிமலை’ என்று பெயர் புனைந்து எங்கிருந்தோ கக்கினார்

நெருப்புக் குழம்பை. சம்பிரதாயங்களை உருக்கிவிடப் போகிறேன் என்றார்.

"அவை உருகி ஓடி மற்றோர் இடத்தில் படிந்து மேடிட்டு உறைந்து நிற்கும்; அங்கிருந்து மறுபடியும் வேறு பல சம்பிரதாயங் கள் உருவாகும். ஆகவே இது வீண் பிரமை; பைத்தியக்காரத் தனமான உணர்ச்சிக் கொந்தளிப்பு" என்று நான் பரிகாசம் செய்தேன்.

நண்பர் 'பிரளயம்' என்று புனைபெயர் பூண்டார்; பழமைகளை இடித்து நொறுக்கித் துகளெழுப்பிவிடுவதாய்க் கூத்தாடினார்.

"தத்துவம் அறியாத இளமைத் துடிப்பு இது" என்றேன். சிரித்தேன். நிதானமாய் என்னைக் கவைக்கு உதவாத வேதாந்தி என்று ஒதுக்கினார் ராம்தாஸ்.

பிறகு 'விநாசபாபு' ஆனார் ஒருநாள். சமுதாய ஏற்பாடு களைச் சந்திக்கு இழுத்துப் பொசுக்கிப் புகை கிளப்பினார்.

நான் இதையும் என் இடத்தில் நின்று பார்த்துக்கொண்டே சிரித்தேன்.

"நீர் இன்னுமா மாறவில்லை? உம், தத்துவ ஞானம் உம்மை மறக்க அடித்துவிட்டது" என்றார் ராம்தாஸ்.

நான் ஆடாமல் அசையாமல் இவ்வளவையும் பார்த்துக் கொண்டுதான் இருந்தேன். பரிணாம சக்கரம் சுற்றி வந்தது. ராம்தாஸ் சுற்றி வளைத்துக்கொண்டு தம் பரம்பரைத் தொழிலில் புகுந்தார்; வியாபாரியானார். பரம்பரைச் சம்பிரதாயப்படியே புதுக் கணக்குப் போடுகிறார்; வருஷந்தோறும் குபேர பூஜையும் செய்து வருகிறார்.

நல்ல வேளை. இந்த வருஷம் தீபாவளியும் அமாவாசையும் சேர்ந்து வரவில்லை. மறுநாள்தான் அமாவாசை. கட்டாயம் போக வேண்டும். நாலு பேரோடு சேர்ந்து நாமும் அவருக்கு நல்லாசி கூறுவதுடன், இந்தக் குபேர பூஜையைக் கட்டாயம் பார்த்து ரசிக்க வேண்டும். ஆவல் கட்டுக்கு அடங்கவில்லை. அவசரமாய்க் கிளம்பினேன்; ஆனால் அவ்வளவு விரைவில் நடப்பதாக இல்லை, பிரயாணம். நான் இருக்கும் கிராமத்தி லிருந்து எட்டு மைல் நடந்துதான் பஸ் ரோட்டைப் பிடிக்க வேண்டும். நான் அதிகமாக ஊருக்கே கிளம்புவதில்லை. அன்று அதிவேகமாய் நடந்தேன். என் தம்பிக்கு ஒரே ஆச்சரியம். போகும் வழியெல்லாம் ஒரே ஞாபகந்தான்: குபேர பூஜை பார்க்க வேண்டும்.

‘பிள்ளையார் பூஜை, வரலக்ஷ்மி பூஜைகள் பார்த்திருக்கிறோம். கொழுக்கட்டையை மறக்க முடியுமா? ஸரஸ்வதி பூஜைதான் தெரியவே தெரியும். இந்தக் குபேர பூஜை எப்படி? இந்த இழவு குபேரனுக்கு ரவிவர்மாகூடப் படம் எழுதவில்லையே. புராண ரீதியோ குபேரனைப் பெருவியாதிக்காரனாக்கி வைத்திருக்கிறது. செம்புக்குக் கண் காது மூக்கெல்லாம் வைத்து நெல் மேலே வைப்பதுபோல், குபேரனுக்கு என்ன செய்வது . . ?’

ooo

மாலை நாலு மணிக்கு நானும் என் தம்பியும் பஸ் வரும் ரோட்டை அடைந்தோம். அது காரைக்கால் ரோடு. நாங்கள் இருந்த இடத்திலிருந்து கும்பகோணம் பதினெட்டு மைல் என்று ஞாபகம். இரண்டு மணிக்கு ஒரு பஸ் உண்டு. நாலரை, ஆறரை இரண்டுக்கும் பிறகு, எட்டரை ஒன்று. அதுதான் கடைசி. காத்திருந்தோம். கைக்கடிகாரம் ஆறு மணி காட்டிற்று. பஸ் வரவில்லை; ஒருக்கால் தாமதித்து வரலாம். ஆறரை, ஏழும் ஆயிற்று; பஸ்ஸைக் காணவில்லை. இந்தச் சமயம் வேறொருவர் வந்தார். சற்றே அநுபவமுடையவர் போலிருக்கிறது. மணி எட்டானபோதும் அவர் கவலைப்படவில்லை. நாங்களோ பறந்தோம். எங்கே பறப்பது? பக்கத்தில் இரண்டு மைலுக்கு ஊரோ தெருவோ இல்லை. நாட்டான் வாய்க்கால் கரை அவ்வளவாக நல்ல பெயர் வாங்காத இடம்; இருட்டுச் சூழ்ந்துவிட்டது. மேகமூட்டம்; ஐப்பசி ஊதல் அடிவயிற்றில் போய்க் குளிர்ந்தது. பிசுபிசுவென்ற தூற்றல். நாங்கள் வேதனைப் பட்டோம். சாவகாசமாக வெற்றிலை போட்டுக்கொண்டு, பொட்டலத்தை மடித்துக்கொண்டிருந்தார் வந்த பிரயாணி. எழுச்சியே இல்லாமல் இருந்தோம். அந்தக் கூட்டாளியின் துணையில் சிறிது ஆறுதல் கண்டோம். அவர் சொன்னார்:

“அடேடே, ஆமாங்க ஐயா, எனக்கு இப்போதான் ஞாபகம் வருது. இன்னிக்குப் பஸ் சரியான நேரத்துக்கு வராதுங்க. தீபாவளில்ல. அவனுக ஒருத்தனும் நேரத்துக்குக் கிளம்ப மாட்டானே! இன்னிக்குக் காரைக்காலில் மஜாவா தண்ணி கிண்ணி போட்டுக்கிட்டு, ராத்திரி நினைச்ச நேரத்துலேதான் கிளம்புவான். அப்போ, நான் வரேன். ரோடு மேலேயே இருக்குது புளியமேடுன்னு ஒரு ஊரு. அங்கே போயிட்டு, காலையிலே கிளம்பறேன். நீங்க சும்மா இருங்க, கட்டாயம் காரு வந்துதானே ஆவணும்? நாளை விடியல்லே, கும்பகோணத்திலேருந்து ‘டிரிப்’ எடுத்துத்தானே ஆவணும்?”

“நீங்க இருக்கீங்களேன்னு, கொஞ்சம் பயமில்லாம இருந்தோம் . . .”

“சரியாப் போச்சு! நீங்க ஒண்ணு; என்ன பயம் இங்கே? சும்மா இருங்க, காரு வந்துடும். சேர்ந்தாப் போல வரும் இரண்டு காரு” என்று சொல்லிவிட்டுக் கூட்டாளி இருட்டிலே மறைந்துவிட்டார்.

நேரம், இடம், இது தவிரக் கையில் இருந்த பணம் எல்லாமாகச் சேர்ந்து தந்த பயம்; குளிர்; பற்றாததற்குப் பசி வேறு. ரேடியம் கடிகாரம், பூனைக் கண் மாதிரி ஒன்பதைக் காட்டிவிட்டது. அஸ்தி நடுங்க நின்றோம்; நிலை கொள்ள வில்லை. கை கோத்துக்கொண்டு நடக்க ஆரம்பித்தோம். மேற்கே நடந்தோம். கண்ணுக்கு ரோடு புலனாவதே சிரமமாக இருந்தது. மரங்களின் தழைப்பும் பயிர்களின் பரப்பும் கவிந்த இருட்டைக் கனமாக்கி நிறுத்தின; கால் தயங்கித் தயங்கித்தான் பெயர்ந்தது. மெதுவாக நடந்தோம். பிசுபிசுப்பித் தடித்து மழை யாயிற்று. வழிந்து தேங்கிய இருட்டில் ஒரு கட்டிடம் குழம்பித் தென்பட்டது. நடையை நிறுத்தி, ஒரு திண்ணையைக் கண்டு பிடித்து அதில் ஏறிக்கொண்டோம். ஆனது ஆகட்டுமென்று உட்கார்ந்தோம். மழை பெய்தது. மணி பதினொன்று. ‘இனிமேல் பஸ் வராது; இரவுப் போது போக வேண்டும். நல்ல போதாய் விடிய வேண்டுமே!’ என்ற யோசனை.

பேசாமல் இருந்து பார்த்தோம்; முடியுமா? பேசினோம்; தூக்கமே வரவில்லை; குளிர் மட்டுமல்ல காரணம்; பையில் இருந்த தொகையுந்தான். நாங்களாக விலக்கவில்லையானாலும் பேய் பிசாசுப் பேச்சு வரவில்லை. திருட்டுப் பேச்சுத் தலைப் பட்டது; ஆனால், ‘உடையது விளம்பேல்’ என்று படித்திருக் கிறோமே; ஆகவே திருட்டுப் பேச்சை விலக்கிவிட்டோம். நாங்கள் பேசுவதில் அங்கே தூங்குகிறவர்கள் யாராவது விழித்துக் கொண்டால் என்ன செய்வதென்று சங்கோசப்படுவதற்குப் பதிலாக, ‘அப்படி யாராவது விழித்துக்கொண்டால் நல்லது’ என்றுதான் நினைத்தோம்; ஏனென்றுகூடக் கேட்க நாதியில்லை அங்கே. பயத்தைப் போக்கப் பேச்சைத் தவிர ஒன்றுமே இல்லை. இலக்கியத்தில் தொடங்கி, இஞ்சிக் கொல்லைப் பைத்தியம் வரையில் பேசியாகிவிட்டது. பஸ் வருமென்று நம்பிக்கையே இல்லை எங்களுக்கு. ஆனால் கிழக்கே சத்தம் கேட்டதும் சபலம் விடவில்லை. வெளிச்சத்தையும் வேகத்தையும் பார்த்தால் அது பஸ் என்றே தோன்றிற்று. பையை எடுத்துக்கொண்டு ரோடில் நின்றோம். வேகமாக வந்தது லாரி. அதிலிருந்து பல குரல்கள்: அழுகை, பாட்டு, சிரிப்பு, அதட்டல் எல்லாம் கேட்டன.

“உள்ளே என்ன, ஏக போதையாய் இருக்கே!” என்றான் தம்பி.

“உள்ளே என்ன! இருக்கிற மஜாவைப் பார்த்தால், லாரிக் கும் ஒரு சீசா ஊத்தியிருப்பானுக போலிருக்கு!” என்றேன்.

இந்த ஏமாற்றம் அலுப்புக்குச் சிறு பரிகாரமாயிற்று.

“அண்ணா, கல்யாணமென்றால்கூட நீ லேசில் கிளம்ப மாட்டாய்; குபேர பூஜைக்குக் கிளம்பினாயல்லவா ... விபரீதந் தான் ...”

“குபேர பூஜைக்கு முன்னாடி இருளில் தவித்து இப்படி யெல்லாம் அவஸ்தைப்பட வேண்டுமோ என்னவோ?”

“எவ்வளவு அவஸ்தைப்பட்டால்தான் என்ன? நீ குபேர பூஜை செய்யப்போவதில்லை; இந்த வேதனைக்கெல்லாம் ஏதாவது வேறு பெயர் வைத்துவிட்டு வேதாந்தமாய்ச் சொற்பந்தல் போட்டுவிடுவாய்; காற்றில் தறி போடும் கற்பனையைத் தத்துவம் என்கிறாய் நீ.”

“அட அசடே, சொல்லுக்கு உள்ள ஆழமும் அழுத்தமும் வேறு எதற்குமே இல்லையேடா; தவிர, சொல்லுக்கு அழிவே இல்லை; தெரியுமோ உனக்கு..?”

“அதனால் சொல்லிலேயே பரம்பொருளைக் காண்கிறா யாக்கும்?” என்று கேட்டுச் சற்று நேரம் மௌனமானான் என் தம்பி. சிறிது நேரம் கழித்துச் சொன்னான்:

“அண்ணா, எங்கள் ‘காலேஜ் மேகஸைனி’ல் நான் ஒரு கவிதை எழுதியிருந்தேனே, படித்தாயோ? அதன் தொடர்ச்சி யாய் மற்றொன்று எழுதிக்கொண்டிருக்கிறேன். இதைக் கேள்.”

“கல்லுருவில் கருவறையில்
காகிதத்தில் காணாமல்,
சொல்லுறவில் சுகம்கண்டு
சோம்புவதால் சொர்க்கமில்லை.”

என் தம்பிக்குக் கவிதை கண்டுவிட்டது; பயந்தே போனேன்; இனி ஓய மாட்டானே பையன் என்று நினைத்து, “பேசிக் கொண்டிருப்போமே; இதெல்லாம் எதற்கு?” என்றேன்.

“அதில்லை அண்ணா; மனிதன் உணர்ச்சி வெள்ளத்தில் தான் முழுமை பெறுகிறான்; அதற்கு ஒரு மதகு வேண்டும் ...”

“மதகு, வெள்ளம் போவதற்கா? அல்லது மோதித் திரிந்து குழம்புவதற்கா?”

“வரம்போடு போவதற்காக, இந்த வரம்பின் நிலைதான் ...”

“மதகும் வரம்பும் வெள்ளத்தின் அளவைப் பொறுத்துத் தானே அமைக்க வேண்டும்?”

மதகு வேண்டும் என்பதுதான் என் கட்சி; அண்ணா, நீயே பாரேன். இந்த ராம்தாஸ், முன்பெல்லாம் பெரிய புரட்சிக் காரர்போல் எழுதினார் அல்லவா?"

"நான் அப்பொழுதே அவருக்கு, ஓய் இதெல்லாம் வெறும் ஆவேசம் ஐயா என்று சொன்னேன்."

"இப்போது பார், நல்ல வியாபாரம்; சௌக்கியமாய் இருக்கிறார்."

"நான், கடன் உடன் வாங்கிக் கஷ்டப்படுகிறேன்; உனக்கு யதேஷ்டமாய்ப் பணமும் அனுப்ப முடியாமல், படிப்பையும் நிறுத்த முடியாமல் அவஸ்தைப்படுகிறேன்; ஏனென்றால் நான் பூஜை விஷயத்தைப் புரிந்துகொள்ளவில்லை. கேட்டால்தானே கொடுப்பான் அவனும்? சரிதானா? இதுதானே உன் அபிப்பிராயம்?"

"கோபித்துக்கொண்டுவிட்டாய் அண்ணா நீ..."

"சீ சீ, அதெல்லாம் இல்லை, சும்மாச் சொல்லு..."

"இன்றைப் பிரயாணத்தைச் சொல்லண்ணா முதலில்; இந்த மழையும் இருட்டும் நம்ம பட்டினியும் பயமும்... இது ஏன் இப்படி நடக்க வேண்டும்? நமக்கும் வசதிகள் இருந்தால் ஆகாதோ? ஆக, நல்ல வாழ்வு, சுகமான வாழ்வு தான் நமக்கு வேண்டியது. இதற்குப் பதில் சொல்லத் தத்துவம் உதவாது. பூஜையைச் சொல்லு, உபாசனையைச் சொல்லு, எனக்குப் புரியும்..."

"நீ ஒரு குழந்தை. இன்னும் உனக்கு வயது ஆக வேண்டும். உபாசனையையும் பூஜையையும் பணம் காசோடு இணைப்ப தென்பது என்று ஆரம்பமாயிற்றோ, அன்றுதான் நாம் நம் பெருமைகளை இழக்க ஆரம்பித்தோம். ஒவ்வொன்றாய்த் தோற்று ஆத்மாவையும் தோற்றுவிட்டோம்."

எவ்வளவு சொல்லியும் என் தம்பிக்கு ஒன்றும் ஏறவில்லை. காசு பணத்தின் பெருமையை அறியாத நான் பேசும் விஷயம் எல்லாம் அவனுக்கு வெறும் பசப்பலாகவே பட்டிருக்க வேண்டு மென்று தோன்றுகிறது. கடைசியில் சொன்னான்: "அண்ணா, என்றைக்காவது ஒருநாள் நீயும் தெரிந்துகொண்டு விடுவாய்; ஈசுவரனை நான் கேட்பதெல்லாம் அதுதான்."

"சரி, உனக்காகவாவது அவன் என்னை மாற்றிவிட வேண்டும் என்கிறாய்?"

"கிழக்கு வெளுத்துவிட்டது; போவோமே அண்ணா."

“எங்கே போவது? வயிறோ பசிக்கிறது. மூணு மைல் நடந்தால் புதூர்; அங்கே ஒரு ஹோட்டல் உண்டு.”

“விடிந்தால் அமாவாசை அண்ணா; தலையையாவது முழுகித் தொலைச்சால்தானே தேவலை . . .”

“தலை முழுகினால், அப்புறம் தர்ப்பணம், அதற்கு வாத்தியார், தர்ப்பை . . ? எல்லாம் கும்பகோணம் போய்ப் பார்த்துக்கொள்வோம்.”

“சரி, அப்போது வயிற்றுப் பாடும் இல்லை. உபவாசம் நீள வேண்டியதுதான்.”

வயிற்றுப் பாட்டை நிறுத்த எனக்கு மனமில்லை. புதூரில் விடியற்காலையில் சுடச்சுட இட்லியையும் கொஸ்தையும் பார்த்தால், தம்பியும் தானே வந்துவிடுவான் என் வழிக்கு. காலையில் முதல் பஸ் ஏழரை எட்டு மணிக்குத்தானே வரப் போகிறது? அதற்குள் வயிற்றைக் கவனிக்கலாமென்று சிரமத்தோடு நடந்தோம். புதூர் வந்தது. ஆனால் அன்று ஹோட்டல் கிடையாதாம். ஆத்திரம் வந்தது. அடக்கிக்கொண் டிருந்தபோது பஸ்ஸூம் வந்தது. மகாநுபாவன் நிறுத்தவே இல்லை; கூட்டம் நெரிந்தது உள்ளே.

நாலு வசவு, நாலு தடவை தலையில் அடித்துக்கொள்வது எல்லாம் ஒரு நிமிஷத்துக்குள் முடிந்துவிட்டன. இன்னும் இரண்டுமணி கடந்தால் இரண்டாவது பஸ்.

அதுவும் வந்தது. நில்லாமல் ஓடிற்று. என் தம்பி கத்திக் கொண்டே ஓடினான்; நிற்பது போலிருந்தது. தம்பி தொத்திக் கொண்டான். நான் பிடிப்பதற்குள் நகர்ந்துவிட்டது. நான் தரையில் கால் தேய, கை சிவக்கப் பற்றிக்கொண்டே ஓட, அண்ணா, அண்ணா என்று தம்பி கத்த, கீழே விழுந்துவிட்டேன். பஸ் நிற்கவே இல்லை. “நீ போ, நான் வந்து சேருகிறேன்” என்று பதில் சொல்லும்போதே கீழே விழுந்துவிட்டேன். துக்கம் தொண்டையை அடைத்தது. சமாளித்துக்கொண்டு எழுந்திருந்தேன். அப்போதுதான் தெரிந்தது நம்மிடம் ஒன்றும் இல்லை என்று. தெய்வத்தைச் சொல்லவில்லை; என் தம்பியைத் தான் சொல்கிறேன். பை, பர்ஸ் எல்லாம் அவனிடம் இருந்தன. என்னிடம் ஒன்றும் இல்லை. புதூர் எனக்கு முற்றும் புதிய ஊர்; புதிய ஜனங்கள்.

‘கும்பகோணம் போவதா? திரும்பி ஊருக்கே போய் விடுவதா?’

'சீ சீ, ஊருக்கா? கும்பகோணமே போவோமே. அடே, யாரிடமாவது ஒரு எட்டணாக் காசு வாங்கிக்கொண்டால், நாளைக்குத் திரும்பி வரும்போது கொடுத்துவிட்டுப் போகிறோம்!'

ooo

ஹோட்டலுக்கு எதிரில் நாலைந்து கடைகள். மளிகைக் கடைக்குப் போனேன். "வாங்க..." என்றார் முதலாளி.

"நமஸ்காரம்; நான் இன்ன ஊர்ப் பள்ளிக்கூடத்தில் வாத்தியார். மூணு மாசந்தான் ஆச்சு இந்த ஊருக்கு வந்து. கும்பகோணம் போவதற்காகக் கிளம்பினேன். படுபாவி, பஸ்காரன் ஓட்டிவிட்டான். கீழே விழுந்துவிட்டேன். பண மெல்லாம் என் தம்பியிடம் தங்கிவிட்டது. தயவு செய்து எட்டணா கொடுத்தீர்களானால், நாளைக்கு நான் திரும்பி வரும்போது கொடுத்துவிட்டுப் போகிறேன்."

முதலாளி சிரித்தார்; நானும் சிரித்து இன்னும் சற்று விவரம் கூறினேன். முதலாளி என்னவோ சொல்ல வாயெடுத்தார். மழுப்பி மறைத்துவிட்டு நாலணாவைக் கொடுத்தார். "இன்னிக்குப் பூரா நின்றாலும் பஸ்ஸிலே இடம் கிடைக்காது; இப்படியே குறுக்கே போயி, சாத்தனூர் வழியாக நாரசிங்கன் பேட்டை ரெயில்வே ஸ்டேஷனுக்குப் போய்விடலாம். ரெயில் கிடைக்கும்" என்றார்.

"எனக்கு வழியே தெரியாதே, எத்தனை தூரம் இருக்கும் இங்கிருந்து?"

"மூணே மைல்தான். எட்டிப் பிடிச்சாப்பலே போயிடலாம்; காலை நேரம்; நீங்க போயிட்டு வாங்க."

"நாளைக்குச் சாயங்காலமே நான் திரும்பி விடுவேன். வரும்போது கொடுத்துவிட மாட்டேனா? நாலணாவுக்கு என்னை நம்பினீங்க."

"ஐயா, நம்பிக்கையைப்பத்திப் பேசணுமா? உண்மையாகச் சொல்கிறேன்; நீங்கள் கும்பகோணம் போவது நிசமானால், ரெயில்தான் நல்லது. வாங்க!" அவர் எனக்குப் பிச்சையாய்த் தரவில்லை என்பதைச் சொல்லிவிட வேண்டுமென்று தோன்றிற்று; "சரி, நாளைக்குச் சாயங்காலம் வரும்போது..."

நான் முடிப்பதற்குள் முதலாளி கும்பிட்டார்; கும்பிட்ட கைகளின் சத்தம் கேட்டதே தவிர, அவர் பேசவில்லை. எனக்கு எப்படியோ இருந்தது. இருக்கட்டுமென்று கிளம்பிவிட்டேன்.

குறுக்கு வழியில் நடந்தேன்; ஓடினேன். கீழே ஈரமிருந்தும் மேலே வெயில் சுள்ளென்று உறைத்தது; 'ஏதப்பா ஏது, இந்தக் குபேர பூஜை பிரமாத வேலை செய்துவிட்டதே!'

படபடவென்று வந்தது; உடம்பெல்லாம் நொறுங்கிவிட்டது மாதிரி ஓர் உணர்ச்சி: பசி, நடை; இரண்டையும் விடப் பிறரிடம் காசு வாங்கியதுதான் உள்ளும் புறமும் என்ன என்னவோ செய்தது. வெலவெலத்துவிட்டது; அப்படியே நடந்தேன். 'இவ்வளவுக்கும் குபேர பூஜைக்கும் சம்பந்தம் என்ன?' என்று கேட்க வாக்கில்லை; வக்கும் இல்லை. இரண்டும் இணைந்திணைந்து எதுக்களித்தது. ரெயில் வரும் சத்தம் கேட்டது; ஓடினேன், கும்பகோணம் போகிற ரெயில்தான். போய்விட்டது. ஸ்டேஷன் கடிகாரத்தில் மணி பன்னிரண்டு ஆயிற்று. அடுத்த வண்டி சரியாக இரண்டே காலுக்கு; உயிரே ஓய்ந்துவிட்டது. தள்ளாடிக்கொண்டே போய் மரத்தடியில் உட்கார்ந்தேன்; கண் விழித்தபோது, வெகு நேரம் ஆகிவிட்டது போல் இருந்தது. ஓடிப்போய் மணி பார்த்தால் இரண்டே காலுக்குமேல் போய் விட்டது; இந்த வண்டியும் போய்விட்டதோ? இல்லை; வண்டி 'லேட்'; 129 நிமிஷம் 7 விநாடிகள் தாமதித்து வருமாம்.

'புதூரிலிருந்தே நடந்திருந்தால்கூடக் கும்பகோணம் போயிருக்கலாம்; குபேர பூஜைக்கு ஆரம்பத்திலேயே போயிருக்கலாமே.'

'நல்ல குபேர பூஜை; நமக்கு யமனாய் வந்திருக்கிறதோ!'

பசி பொறுக்க முடியவில்லை; கடைக்குப் போய் வாழைப் பழம் தின்று சோடா குடித்தேன்; நாலணா போய்விட்டது. யோசனைகள், வேதனை விம்மல்கள், வேடிக்கையாகக் கொள்ளும் மனஸ் தத்துவங்கள் – சற்று நேரம் கழிந்தது. பஸ் போகிற ரோடு பக்கத்திலேயே இருந்தது.

'சரி சரி, இதற்காகக் காத்து நிற்க முடியுமோ? இந்தப் புதிய ஊரிலும் ஒரு புதிய ஆளிடம் நம் புதிய அநுபவத்தைக் கொண்டு, பஸ் ஏறிவிடலாம்' என்று துணிந்துவிட்டது மனம்.

○○○

நாரசிங்கன்பேட்டை ரோட்டு மேலேயே தெரு; இரண்டு பேர்வழிகளைப் பார்த்தேன்; நடந்ததைச் சொன்னேன்; நாகரிக மாக விலாசமும் தந்தேன். அவர்களுக்கு அது கதையாய்த் தோன்றியதாம்; துரத்தி விட்டார்கள். அடி விழாத குறைதான். அப்படி இப்படி யோசித்தேன். வேறு வழி தோன்றவில்லை. கழிக்கப்பட்ட கட்டைத் தளிர்த்துவிட்டது; அநுபவம் முற்றித் தடித்துவிட்டது; ஆள் தேடி அலைந்தேன்.

எது நிற்கும்?

அந்தத் தெருவுக்குள் பெரிதாய், செல்வக்களை நிரம்பித் தெரிந்தது ஒரு வீடு. பெருக்கி மெழுகிய திண்ணையும் வாசலும் அழைப்பது மாதிரி இருந்தது. போய்த் திண்ணையில் ஏறினேன். திண்ணைக் கோடியிலிருந்து பஞ்சாக்ஷரம் ஒலித்தது; சிவ சின்னம் ஜ்வலித்தது; பார்த்தேன்.

"நமச்சிவாயம்... யாரது... வாங்க, உட்காருங்க..." என்றார் ஒரு சைவப்பிள்ளை.

"நான்தான், அசலூரு."

"அப்படியா? முதல்லே தாகத்துக்குச் சாப்பிடுங்க. நல்ல வெயில்... நமச்சிவாயம்..." என்று ஏப்பமும் கனைப்பும் தொனிக்க எழுந்து வந்தார் அவர். அவர் பெயர்தான் தெரியாதே எனக்கு. ஆனால் நல்ல நிலையில் இருக்கிறார் என்பதுதான் தெரிகிறதே; ஆகவே நானாய் நினைத்து அவருக்கு ஒரு பெயரை வைத்தேன், குபேரப் பிள்ளை என்று. அவரிடம் என் காரியம் வெற்றி பெற்றுவிட்டதாகவே நினைத்து நான் பிரமாதமாய்க் கோட்டை கட்டினேன். குபேரப் பிள்ளை மெல்ல நடந்து வந்தார். இரு கைகளும் மறையப் போர்த்திருந்தார் மேல் வேட்டியை. காலும் சரியாய்த் தெரியவில்லை. அவரும் சரியாய்ப் பதித்து நடக்கவில்லை. பிள்ளை என் அருகில், ஆனால் எதிரில் உள்ள ஒட்டுத் திண்ணையில் உட்கார்ந்து, "உள்ளே யாரு? அப்பா சாமிநாதா, அம்மா தேவானை, நீதான் வாயேன்; நீதான் வாயேன்; தாகத்துக்குக் கொண்டு வா செம்பில்" என்றார். இதற்குள் அவரைக் கவனித்துப் பார்க்க முடிந்தது. பாவம், பிள்ளையவர்கள் வியாதிஸ்தர்; இவ்வளவு பக்திக்கும் குணத்துக்கும் இவருக்குக் குஷ்டம் வருவானேன்? வந்திருக்கக் கூடாது. பக்தி, வியாதி: எது முந்தி வந்ததோ. ஜலம் வந்த பாத்திரம் மட்டுமல்ல; குழந்தை தேவானையும் பளபளவென்று தான் இருந்தாள்; குடிக்க எடுத்தேன்; பிள்ளையவர்களின் ஞாபகத்தோடு வாயில் ஊற்றிக்கொண்டேன். ஜலம் விஷமாக இருந்தது; இருந்தாலும் குடிக்காவிட்டால் நன்றாக இருக்குமா?

"இப்போ, சொல்லுங்க, என்ன சமாசாரம்? நீங்க யாருன்னீங்க...?"

"என் பெயர் நாராயணன்; இன்ன ஊரில் நான் வாத்தியாரா யிருக்கிறேன்..." கதையாய்ச் சொல்லி முடித்தேன். அவர் ஒன்றுமே பேசவில்லை. கடைசியில் கேட்டார்: "ஏய்யா, இன்னும் பூசை ஆகவில்லை?"

"அதைப்பற்றிக் கவலைப்படாதீங்க பிள்ளைவாள். தாங்க முடியாமல் பழத்தை வாங்கித் தின்றுவிட்டேன். புதூரில் வாங்கிய

நாலணாவும் செலவழிந்து போச்சு; இங்கிருந்து கும்பகோணத்துக்கு என்னங்க பஸ்சார்ஜ்?"

"ஆறே காலணாத்தான். அது சரி, ஏய்யா, மேல்சாதிக் காரங்க, அமாவாசையிலே இப்படி பாசண்டிக் கணக்கா . . ."

"அது இருக்கட்டுங்க; தயவு பண்ணி ஒரு ஆறே காலணாக் கொடுத்து ஒத்தாசை செய்ய வேணும். என் விலாசத்தைத் தருகிறேன். உங்கள் விலாசத்தையும் குறித்துக்கொள்கிறேன். பெரிய மனசு பண்ணி, என்னை நம்பி . . ."

"நம்பவாவது! நெம்பத்தான் வேண்டும்; இவ்வளவு பாசண்டியாயிட்டீங்களே . . . மழை எப்படிப் பெய்யும்?"

"அதுக்கும் இதுக்கும் இப்போ என்னங்க பிள்ளை?"

"திதி, திங்கள் பார்க்காதவங்க வேறே எதைப் பார்க்கப் போறாங்க? எதைச் சொல்ல மாட்டாங்க? எதுவும் செய்வாங்க. முருகா!"

"மனிதத்தனம் என்பது, என்ன பிள்ளைவாள், கொஞ்சம் கேளுங்க நான் சொல்வதை. மனிதத்தனம் என்பது . . ."

"மனிதத்தனம் என்பது, குலம் கோத்திரம், சடங்கு சம்பிரதாயத்தையெல்லாம் குழி வெட்டிப் புதைப்பது இல்லை ஐயா. சரி சரி, நமக்கேன் . . . ஐயா, வரீங்களா? வேறே இடத்திலே போய்ப் பாருங்க; இல்லாட்டாப் படுத்திருந்துவிட்டுப் போங்க . . . நமச்சிவாயம்!"

பிள்ளை போக ஆரம்பித்தார்; அவரை நிமிர்ந்து பார்த்து விட்டுக் குனிந்தேன். நான் எதிர்பார்க்கவே இல்லை; என் கண்ணிலிருந்து பொலபொலவென்று ஜலம் கொட்டிவிட்டது; அவர் மறுபடியும் உட்கார்ந்தார். அவருக்கே தெரியாமல் அவருடைய கைகள் வெளியே தெரிந்தன; பத்து விரல்களும் குறைந்து போயிருந்தன; முடிச்சுப் போன்ற முன் பாகங்களைப் பார்க்கவே மிகவும் அருவருப்பாக இருந்தது. சில விநாடிகள் பார்த்தேன்: சட்டென்று எழுந்து அந்தக் கைகள் இரண்டையும் என் கைகளால் பிடித்துவிட்டேன். பிள்ளையும் விழித்தார்; அவர் தம் கைகளை உதறவேயில்லை முதலில். சற்று நேரம் கழிந்தபின், "சிவ சிவ சிவா! ஐயா, விடுங்கள்" என்றார்.

"பிள்ளைவாள், எனக்கு ஆறே காலணா வேண்டும்; நாளைக்கே அனுப்பி விடுகிறேன். இவ்வளவு துரம் சொல் கிறேனே. திரும்பி வரவே வேண்டாமையா; குபேரனாயிருக்கிறீர்; உம்மைப் பிடித்த பீடை தொலைந்ததென்று ஒரு ஆறே காலணாவை எறியுமே; என்ன ஆகிவிடும்?" என்று கேட்டபிறகு

கையை விட்டேன்; உள்ளே போய்க் கொண்டுவந்தார்; கையில் கொடுக்க வந்தார்; நான் நீட்டுவதற்குள் கீழே வைத்துவிட்டார்.

"பேப்பர் எங்கே? உங்கள் விலாசம்?" என்றேன்.

"அதெல்லாம் வேண்டாம்" என்றார்.

"என் விலாசமாவது . . ."

"அதுவும் வேண்டாம்; நீங்க பஸ் ஏறிப் போய்ச் சேருங்க."

பிறகு பக்கத்தில் அவர் பேரைத் தெரிந்துகொண்டேன். ஒரு வழியாய்க் கும்பகோணம் வந்தேன், மாலைக்குள். தம்பியின் ஜாகைக்குப் போய் ஸ்நான பானங்களை முடித்தேன்; நடந்ததைக் கேட்டு மிகவும் வருத்தப்பட்டான் தம்பி. ஆன மட்டும் கேட்டா னாம்; பஸ்காரன் நிறுத்தவே இல்லையாம். வந்தது முதல் இருப்பே கொள்ளவில்லையாம் அவனுக்கும். குளித்துக் கொண்டே சாப்பிட்டுக்கொண்டே, புதூர்க் கதை, குபேரப் பிள்ளை கதை எல்லாம் சொன்னேன். ஆச்சரியத்தோடு கேட்டான்.

"அண்ணா, சிரிக்கச் சிரிக்கச் சொல்கிறாய் நீ. எனக்கோ அழுகை வருகிறது. அதலும் அந்த இழவுத் தொகை ஆறே காலணா. கஷ்டம் கஷ்டம்!"

"வாஸ்தவந்தான்; எனக்கும் வேதனையாகத்தான் இருந்தது. இன்பம் என்றா சொல்கிறேன்? உடம்பு உள்ளம் இரண்டுக்குமே சிரமந்தான். ஆதனால் என்ன பிரமாதம்? ஆச்சு, இப்போ எல்லாம் சரியாய்விட்டது. இப்படித்தான் இருக்கும்; கிளம்பு; ராம்தாஸ் கடைக்குப் போவோம். பூஜையெல்லாம் ஆகியிருக்கும்."

○○○

இருவரும் ராம்தாஸின் கடைக்குச் சென்றோம். எனக்கும் கலகலப்பு வந்திருந்தது; பழைய உற்சாகத்தோடு சென்றேன்.

ராம்தாஸின் கடையில் ஏகக்கூட்டம்; பெரிய வியாபாரி களெல்லாம் வந்திருந்தார்கள். பூவும் மாலையும் தாம்பூலமும் பழமும் கிடந்து இறைந்தன.

"வாருங்கள் நாராயணன்! உங்களை நான் இந்த வருஷம் கட்டாயம் எதிர்பார்த்தேன், ரொம்பச் சந்தோஷம்!" கையில் கங்கணம் போன்ற மஞ்சள் கயிறு துலங்க என்னை வரவேற்றார் ராம்தாஸ்.

குபேர பூஜை நடந்த இடம் எதிரேதான் இருந்தது. பணப் பெட்டி; அதன்மேல் கணக்குப் புத்தகங்கள்; அதன் மேலே பெரிய வெள்ளித் தட்டு; அது நிறைய வெள்ளி ரூபாய்கள்; புது நோட்டுக்கள்; சந்தன குங்குமம்; சுற்றிச் சார்த்தியிருந்த

ஜரிகைப்பட்டு. வருகிறவர்கள் எல்லோரும் பணம் வரவு வைத்தார்கள்; அவர்கள் கொடுத்த பணமெல்லாம் தட்டில் சேர்க்கப்பட்டது. குபேரன் கொலுவீற்றிருந்தான். திவ்யமான ஸாந்நித்யம். ஜரிகைப் பட்டும் ரூபாய்க் காகிதங்களும் அவனைப் போர்த்து அணைந்திருக்க, சந்தனமும் குங்குமமும் பூவும் அவனை அழகுசெய்ய, வாசனைப் புகை கமழ, அவன் கம்மென்று மணமும் பெற்றுவிட்டான்.

குபேர சந்நிதியைக் கவனித்துப் பார்த்துக்கொண்டிருந்தேன். ராம்தாஸுடைய புரட்சி விளையாட்டைப் போலவே, பூஜை விளையாட்டும் அங்க புஷ்டியோடு பாந்தமாய் அமைந்திருந்தது. ஆறே காலணாவை இழவுத் தொகை என்று சொல்லிக் கூச்ச மடைகிறார்கள். என் குபேரப் பிள்ளையின் வீடும் வாசலும் நிலமும் நீச்சும் எல்லாமாகச் சேர்ந்துகொண்டு அவருடைய கையை விரல்களோடு சேர்த்துப் பிடிக்க வைத்தன என்னை. தொகையில் அல்லவா இருக்கிறது சூட்சமம்? குபேர பூஜை மிகவும் ரஸிக்க வேண்டிய விஷயந்தான்.

நான் ரஸித்துக்கொண்டிருந்தேன். ராம்தாஸ் வந்து என்னைக் கைப்பிடியாய் அழைத்துச் சென்றார். பூஜைக்கு அருகில் நிறுத்தினார்; "நமஸ்காரம் செய்யலாமே" என்றார்.

"குபேரனுக்குத்தானே? ஆகா, அதற்கென்ன? செய்து விட்டால் போகிறது; ஆனால் நாரசிங்கன் பேட்டையிலேயே எனக்குக் குபேர தரிசனம் ஆகிவிட்டது; இங்கேயும் வேணுமானால் . . ." என்ற ராம்தாஸிடம் நான் பேசிக்கொண் டிருந்தபோதே பல குரல்கள், "ஏன், நமஸ்காரம் செய்யலாமே. செய்யுங்கள்; அதுதான் இடம் இருக்கிறதே" என்றெல்லாம் தூண்டின. பார்த்தேன்; இடுப்பில் அங்கவஸ்திரத்தைச் சுற்றிக் கொண்டு, கை நிறையப் பூவெடுத்து அஞ்சலி சமர்ப்பித்துச் சாஷ்டாங்க நமஸ்காரம் செய்தேன். பணப்பெட்டிக்கு அருகில் ஊருக்கே பெரிய வியாபாரியான ஸ்ரீ . . . ஸ்ரீ அவர்கள் உட்கார்ந் திருந்தார். முதல் வரவு வைக்கும் கனப்புள்ளி அது. அவர்தாம் அன்று அங்கே குபேரப் பூசாரிபோல் இருக்கிறது. அவர் தம் வைர மோதிரக் கையால் பூவை எடுத்துக் கொடுத்தார்; 'இது வேறேயா!' என்று நினைத்துக்கொண்டே குனிந்தேன். அவருடைய புறங்கையும் வெளுத்திருந்தது. தயங்கிச் சற்றே என் கையைத் தணித்து வாங்கிக்கொண்டேன் அந்தப் பிரசாதத்தையும்.

ஏது, குபேரன் நமக்கு இப்படி எங்கும் பிரத்யக்ஷ தரிசனம் தருகிறானே என்று மனத்தைத் திடப்படுத்திக் கொண்டேன்.

படித்தவர்கள்

"ஓய், நீர் மிகவும் பொல்லாதவர். ரொம்பக் கவடு, மஹா மாயாவி, உம் பெண்ணுக்கிருந்த சங்கா தோஷத்தை மறைத்து எங்கள் தலையில் கட்டிவிட்டீர்; வைரத்தோடு போட்டுத்தான் ஆக வேண்டுமென்று நாங்கள் கேட்டபோது, "முடியாது, அதுவும் இப்ப முடியாது, மேலேமேலே கேட்டுக் கொண்டே போகும் இந்தச் சம்பந்தமே வேண்டாம்" என்று உதறிவிட்டு ஓடினீர்; அப்புறம் நீராகவே வலிய வந்தீர், புரோபசரை வேறு சிபார்சுக்கு அழைச்சிண்டு வந்தீர். அப்போதும் எங்களுக்குச் சந்தேகம்தான். ஆனால் உமது மனைவியும் இப்படி ஏதோ ஒரு காரணத்தால்தான் இறந்துபோனாள். சென்னார்; பகவத் சங்கல்பமும் இருந்தது. சம்மதித் தோம். உமது வைரத்தோடு ஒன்றும் பெரிசில்லை எங்களுக்கு. எங்கள் பையன், எம்.ஏ. பாங்கில் வேலை, யாருக்கும் கசக்காது இந்த இடம். நான் நீயென்று போட்டி போட்டுக்கொண்டு ஜாதகம் வரும். ஏதாவது ஏற்பாடு பண்ணிப் பேசி முடித்துக் கொண்டு ஊருக்குப் புறப்படும். எங்கள் பையனுக்கு இந்த மாசமே வேறு பெண்ணைப் பார்த்துக் கல்யாணம் பண்ணப் போறோம்; ஆமாம். அது இதுன்னு லிஸ்டெல்லாம் போடக் கூடாது; ஏதோ நாங்கள் திருப்பித் தருவதை வாங்கிக்கொண்டு பேசாமே போகணும். சேசே, எவ்வளவு கஷ்டம், கவலை, ஓய், இந்தக் கல்யாணத்திலே என் கைக் காசு... எவ்வளவு செலவு தெரியுமா... தொலையட் டும். திருப்பிக் கொடுக்கிறதை வாங்கிக்கொண்டு

பேசாமெ காதும் காதும் வைச்சாப்பிலே போய்ச் சேரும்... ஆமாம், இல்லேன்னா..." என்றார் சம்பந்தி.

இவ்வளவையும் கேட்டுக்கொண்டிருந்த பையனுக்கு, எம்.ஏ. படித்து வேலையும் பார்க்கிற மாப்பிள்ளைக்குத் தூக்கிவாரிப் போட்டது. அப்பாவின் அநியாயத்திற்கும் மாமனாரின் பெருமூச்சிற்கும் வெட்கப்பட்டானோ, அல்லது வேதனைப் பட்டானோ தெரியவில்லை; தன் அவ்வாவும் அம்மாவும் அவள் கொண்டுவந்தது போதாதென்று அந்த அபத்தப் பாட்டின் அபஸ்வரப் பல்லவியைப் பாடிப்பாடிக் கழுத்தையறுக்கும் தொல்லையைத் தன் மனங்கொள்ளாத அவளை, தன்னிடம் கூட அதைச் செல்லாத – ஜாடை கூடக் காட்டாத – பெருந் தன்மைக்காரியை, அவ்வளவு சுலபமாக விட்டுவிட முடியாதே அவனால்; என்ன இருந்தாலும் அப்பாவுக்கு அடுத்த தலை முறையல்லவா? அவனுக்குத் தூக்கி வாரிப்போட்டது. தன் தனிமையைத் தீர்த்துத் தன் குறையை நிரப்பித் தன் ஏழைமை போக்கித் தோழமை வழங்கி, தன்னை முழுமைப்படுத்தி, உயிருக்கு உயிர் துணையாய் நின்று உலகையே மறந்து தன்னை யும் மறந்து ஒன்றிப்போகும் இன்ப நிலைகளைத் தந்து, நினைப்பின்பப் பரவசமாய் அவற்றை நிறைத்து வைத்திருந்த அவளை, அவ்வளவு சுலபமாக விட்டுவிட முடியாதே அவனால்? என்ன இருந்தாலும் இளந்தலைமுறையல்லவா?

கருமித்தனத்தால் செலவு செய்ய மனமில்லாமல் பொறுப்பைத் தட்டிக் கழிக்கிறார் தன் மாமனார். இவள் உடம்பிற்கு அப்படியொன்றும் ஏராளமாகச் செலவழித்து வைத்தியம் பார்க்க வேண்டியதில்லை. மாந்திரீகம், பூஜை, ஹோமம் இப்படி ஏதாவது செய்தால் போதும் என்றுதான் எல்லோரும் சொல்கிறார்கள். இதைக்கூடச் செய்ய மன மில்லையே இவருக்கு என்றுதான் அவன் நினைத்தான். அவனென்ன படிப்பில்லாதவனா, நாகரிகம் தெரியாதவனா, அப்பாவுக்குத் தெரியாமல், தன் சொந்த சம்பாத்தியத்திலிருந்து கூட அவனால் செலவழிக்க முடியும். மெல்ல ஜாடை காட்டி மாமனாரைப் பேசாமல் இருக்கச் சொன்னான். பிறகு தனியாக அவரிடம் பேசினான். "செலவு ஆகுமே என்று யோசிக்க வேண்டாம். நான் அத்தனையும் ஒத்துக்கொள்கிறேன். கையோடு இவளை அழைத்துக் கொண்டுபோய், மந்திரவாதிகள், பூசாரிகள், ஜோஸ்யர்கள் எல்லாரையும் கேட்டு, என்னென்ன செய்ய வேண்டுமோ எல்லாம் செய்யுங்கள். அவளைப் பார்க்கும்போது எனக்குப் பயம் ஏற்படுகிறது. இதைச் சொல்லும்போது அழுகை வருகிறது. அவள் இரைந்து பேசி நாங்கள் கேட்டதில்லை; அப்படிப்பட்டவள்..." மாப்பிள்ளை பேசி முடிப்பதற்குள்

எது நிற்கும்?

அவளே வந்துவிட்டாள். தோற்றத்திலோ நடையுடைகளிலோ சிறு கோளாறுகூட இல்லை; ஆனால், பாந்தமான நீளமும் விரிவும் குறுக்கலும் அமைந்த அழகான கண்களில் மட்டும் ஒரு மிரட்சியும் மருட்சியும் புலப்பட்டன. சிவந்த அவளுடைய கொடி உடம்பு, இப்போது சற்றே இளைத்து வெளுத்துத் துவண்டிருக்கும் நிலையிலும் ஸௌந்தர்யம் மிகுந்து பரவி யிருந்தது. ஆனால், பழைய காம்பீர்யம் மறைந்து புதிதாய் ஒரு வெறுமை – சூன்ய நிலையில் நிழல் தண்டிற்று. வந்திருக்கும் மாமனாரை உள்ளேகூட விடாமல்தான் சம்பந்தி மரியாதை நடந்திருக்கிறது; தன் மகளை அவர் அப்போதுதான் பார்க்கிறார். அவளுடைய கண்களைக் கவனித்தபோது அவருக்குச் சுரீர் என்றது. வெலவெலத்துப்போய்க் கண்ணை மூடிக்கொண்டார். அதிர்ந்து அப்படியே உட்கார்ந்திருந்தார். அதே க்ஷணத்தில், "அதோ பார். கொலைகாரன், பாவி, கொலை பாதகன் . . . எங்கப்பா மாதிரி இருக்கிறதே. அவர் எங்கே வந்தார் . . ." என்று கீச்சுக் குரலில் கத்தினாள் அவள். கத்தலில்கூட மென்மை தான் மீதூர்ந்திருந்தது. பயங்கரமில்லை. மாப்பிள்ளை அப்பால் போய் மறைந்துகொண்டான். அவன் வாடை வீசினாலே அவள் கத்துவது வழக்கம். நேரிலேயே பார்த்துவிட்டாளே என்ற பயம் அவனுக்கு. இதற்குள், "அப்பாவும் ஒரு கொலை காரப் பாவிதானே . . . எங்கம்மா ரத்தம் கொட்டியே செத்தாளே . . . நானும் . . . அதுதான் சேர்ந்துகொண்டுவிட்டார்கள்" என்றாள் மறுபடியும்.

அவருக்கு உதடெல்லாம் உலர்ந்து, நாக்கெல்லாம் வறண்டு, உடம்பும் கொதிப்பேறிவிட்டது.

வீட்டு வேலைக்காரப் பெண் வந்து அவளை அழைத்துச் சென்றாள். இல்லை . . . அழைத்துச் சென்றாள் என்பது சம்பிரதாய வார்த்தையே தவிர, உண்மையில் அவளை அந்த வேலைக்காரப் பெண் அதட்டி இழுத்துச் சென்றாள். அதட்டிய சொல்லும் தோரணையும் அவருடைய அடிவயிற்றைச் சுருட்டிக் கசக்கித் துவைத்தன. மாப்பிள்ளையையும் அது ஏதோ செய்யத்தான் செய்தது. அவனும் இன்னும் மரத்துவிடவில்லை.

மாமனாரும் மாப்பிள்ளையும் புறப்பட்டு வீட்டிற்கு வெளியே சென்றார்கள். ஓரிடத்தில் உட்கார்ந்து பேசினார்கள்.

"மாப்பிள்ளைக்கு நான் அதிகமாய் ஒன்றும் சொல்ல முடியாதவனாய் இருக்கிறேன்; ஆனால் ஒன்று; உங்களுக்கு அவள் பொண்டாட்டி; உங்கள் பருவம் ஒரு பிரச்சனை; நான் அதை அறியாத முட்டாள் இல்லை. நான் வயதானவன். அவள் என்னுடைய ஒரே மகள். அதுவும் இறந்த என் மனைவி யின் ஒரே மகள். மாப்பிள்ளை; உங்களுக்குக் கண்ணிலும்

உடம்பிலும் கரிக்கின்றன. எனக்கோ உயிரிலேயே கரிக்கிறது. வருத்தப்பட வேண்டாம்; பயப்படவும் வேண்டாம். கூடிய சீக்கிரம் என் குழந்தை உங்கள் உயிருக்குயிரான மனைவி ஆவாள். உங்கள் இன்ப வறுமை விரைவில் நீங்கும். தயவு செய்து என்னுடன் ஒத்துழைக்கத் தீர்மானம் செய்யுங்கள். கைவிட்டுவிடத் தீர்மானிக்க வேண்டாம்... தயவு செய்யுங்கள் தயவுசெய்யுங்கள். மந்திரவாதிக்கும் ஜோஸ்யருக்கும் பூசாரி களுக்கும் சாஸ்திரிகளுக்கும் கொடுப்பதால் இந்தப் பிரச்சனை தீரக்கூடியதன்று. என்னை மன்னிக்க வேண்டும், இது என் கருமித்தனமென்று துடித்து நொடித்துவிடக் கூடாது. என் மகளின் பெண்மைக் கனி நேற்றுவரை உங்களுக்குச் சுவை யளித்தது எப்படிப் பொய்யல்லவோ, அப்படியே இன்னமும் வற்றாத சுவைதரப் போவதும் பொய்யல்ல; உறுதி; இரட்டிப்பு உறுதி. இந்தக் கனியின் முன்பருவத்துப் பூப்புமணிச்சி சற்றே காலத்தை முந்திக்கொண்டது. இது இயற்கையின் பங்கு. என் மனைவி... பச்சையாகச் சொல்வதற்காக என்னை மன்னித்து விடுங்கள் மாப்பிள்ளை... என் மனைவி என்னுடைய அகால, அவசர அவசரத்தால், அபார்ஷனில் இறந்ததை இவள் பார்க்க நேர்ந்ததும், பின்னால் கண்டபடி கேட்க நேர்ந்ததும் விதியின் பங்கு; இரண்டும் சேர்ந்து, இவள் பருவம் பூத்த சில நேரங்களில் இவளை அந்தரங்கத்தில் தாக்கி இருக்க வேண்டும். இது சங்கை யும் இல்லை; தோஷமும் இல்லை; அவற்றையும் பேய் பிசாசு களையும் நாமே படைத்துக்கொண்டு அவதிப்படும் அறியாமை இருளிலிருந்து இன்னுமா நாமெல்லாம் விடுதலை பெறாமல் கஷ்டப்பட வேண்டும்? அற்பணத்தைவிட அறியாமை கொடியது. நான் சொல்வதைக் கேளுங்கள். அவள் விரைவில் குணமடை வாள். அவளை மெல்ல அழைத்து வரச் சொல்லுங்கள். நான் அதோ அந்த டாக்ஸி ஸ்டான்டில் நிற்கிறேன். உங்கள் தாயார் தகப்பனார்களுக்கு உட்பட்டுத்தான் நீங்கள் நடக்க வேண்டும் என்பதுதான் எனக்கும் ஆசை; ஆனால் இந்த விஷயத்தில் கொஞ்சம்... தயவுபண்ணி அவசரப்பட்டுவிடாதீர்கள்."

அவளை யாருமே அழைத்து வரவில்லை. ராஜாத்தி மாதிரி நடந்து வந்தாள். பின்னால் வேலைக்காரப் பெண் ஒரு சிறிய பெட்டியோடு வந்தாள். வேகமாய் முன்னே நடந்து வந்து, "அப்பா, இதென்ன வீட்டுக்குக்கூட வராமல் இங்கே நின்றுகொண்டு கூப்பிட்டு அனுப்பினீர்கள். இவர்கள் ஏதாவது தவறாக நடந்துகொண்டார்களா? இதைப் பொருட்படுத்தா தீர்கள். இது நம் சாபக்கேடு. எனக்கு ஒன்றுமே இல்லை. சில சமயம் என்னவோ ஆய்விடுகிறது. என் சுய அறிவு போய் விடுகிறதென்று நினைக்கிறேன். அதாவது நானே தீர்ந்துபோய்

எது நிற்கும்? 119

நானே அல்லாமலும் இல்லாமலும் ஏதோ கத்துவதாக இவர்கள் கூறுகிறார்கள். இதோ இருக்கிறாளே, வேலைக்காரப் பெண், இவள்தான் எனக்குத் துணை. இவள் இல்லாவிட்டால் நான் போயே இருப்பேன். இவளையும் என்கூட அழைத்து வருகிறேன்" என்றாள் அவள்.

டாக்ஸி டிரைவர் பெட்டியை வாங்கி உள்ளே வைத்தார். "சாமி, இது தெய்வமுங்க, தெய்வக் கோளாறு! இதை ரொம்பப் படுத்துது. சாமிக்கெல்லாம் செய்யுங்க. எல்லாம் சரியாயிடும். என்னையும் கூப்பிடுதுங்க; ஆனா நான் வர முடியுங்களா . . . நீங்கள் தான் அம்மாவுக்குச் சொல்லணுங்க" என்றாள் வேலைக் காரப் பெண்.

"நாம் நேரே நம்மூருக்குப் போகவில்லை, அத்தையைப் போய் அழைத்துக்கொண்டு அப்புறம் நம்மூருக்குப் போக வேண்டும்; அதனாலே அப்போ இவளை வரவழைத்துப்போமே. அதற்குள் இவளும் இங்கே எல்லா ஏற்பாடும் செய்துவிட்டு வர சௌகரியமாயிருக்கும்" என்றார் அவர்.

"நல்லதுங்க அப்படியே செய்யுங்க. அப்போ நான் கட்டாயம் வரேனுங்க" என்றாள் வேலைக்காரி.

அவருடைய தூரத்து உறவுத் தமக்கை செய்த கைப் பக்குவத்தில் அவளுடைய உடம்பும் உள்ளமும் தெளிந்து தேறியிருந்தன.

மாப்பிள்ளை அவசரப்பட்டு திடீரென்று ஒருநாள் வந்து சேர்ந்தார். கடிதம்கூடப் போடவில்லையே என்று மாமனா ரிடம் மெல்லிய குரலிலும் ஊமை ஜாடைகளிலும் பேசிக் கொண்டிருந்தார். அவள் உடம்பு எப்படி இருக்கிறதென்று விசாரித்தார். எப்படியோ அந்த வாடை வீட்டிற்குள் வீசி விட்டது. அவளும் வந்துவிட்டாள். சீறினாள் ஒரே சீற்றமாய். அத்தை ஓடி வந்து அணைத்துக் கைத்தாங்கலாய் அழைத்துச் சென்று ஜில்லென்று எலுமிச்சம் பழமும் மோரும் கலந்து கொடுத்தாள். மாப்பிள்ளை ஓட்டமும் நடையுமாய்க் கிளம்பி னார். மாமனார் கூடவே சென்று ஹோட்டலில் ஆகாரம் செய்வித்து உபசார வார்த்தை சொல்லி அனுப்பிவைத்தார்.

மகளிடம் வந்தார். ஒரு மாறுதலும் இல்லை. முகத்தில் கூடச் சோர்வு தெரியவில்லை. பளிச்சென்றிருந்தாள். அடுத்த வீட்டுப் பெண் குழந்தைகளுடன் சினிமாவுக்குப் புறப்பட்டாள். அவள் போன பிறகு அத்தை அவரிடம் "என்ன வாயிருக்கும் இது? நீயும் பேசாமல் இருக்கிறாய்? ஆனால் எனக்கும் ஒண்ணும்

தெரியலையே. இப்படியே இருந்தால் எப்படி ... யாரையாவது கூப்பிடு ..." என்று அநுதாபப் பட்டாள்.

"அக்கா, என்ன பதில் சொல்வதென்றே புரியவில்லை எனக்கு. நீயும் ஒரு பொம்மனாட்டி. நல்ல வேளையாக அக்கா முறை எனக்கு. மனம் திறந்து வாய்விட்டுப் பேசப் போகிறேன். தப்பாகத் தவறாக நினைத்துக்கொண்டு, நீயாச்சு, உன் பெண்ணும் ஆச்சு என்று கிளம்பி விடாதே. எனக்கு வேறே கதியே இல்லை. நீ இனிமேல் இங்கேயே இருக்கப் போகிறாய். இருக்க வேண்டும். குழந்தையை உன் பெண் மாதிரி பார்த்துக்கொண்டு அவள் உடம்பைத் தேற்றிவிட்டாய். மனசிலும் அவள் சந்தோஷமாகத் தான் இருக்கிறாள் ..."

"அந்தக் குழந்தை இருக்க வேண்டிய இடத்தில் இப்படி இருக்கச் செய்ய வேண்டாமா? மாப்பிள்ளை வந்தபோது இவள் ஏன் இப்படி ஆனாள்? அந்தப் பேச்சு வந்தாலே எப்படியோ ஆகிவிடுகிறாளே ..."

"அக்கா அதையும் நீதான் மாற்ற வேண்டும். அவள் எப்போதுமே சந்தோஷமாக இருக்கிறாள். அது ஒரு நல்ல அடையாளம். மெதுவாப் பேச்சுக் கொடுத்துப் பொம்மனாட்டி கள் குளிக்காமல் இருப்பதும், சில சமயம் இரண்டு மூன்று மாதங்களில் ஏதோ கோளாறு நேர்ந்து குளித்துவிடுவதும் உண்டு. கொஞ்சம் அதிக நாள் ஆய்விட்டால் குறைப்பிரசவங்கள் நேர்வதுகூட உண்டு. இதெல்லாம் ரொம்ப சகஜமான சங்கதிகள். இதுக்கெல்லாம் பயப்படக் கூடாது. அலட்டிக் கொள்ளவும் கூடாது. ஆகா ஊகுன்னு மாஞ்சும் போகக் கூடாது. உடம்பைப் பார்த்துக்கொண்டு போஷாக்கோடு இருந்துண்டு, கணவனுடனும் சகஜமாகப் பேசிக்கொண்டு கலகலப்பாகவும் இருக்க வேண்டும். இதெல்லாம் உடம்பு வாகு. பெரிய கெடுதலோ ஆபத்தோ இல்லையென்று மெல்ல மெல்லச் சொல்லிப் புரிய வைக்கணும். அப்புறம் இப்படிப் பேச்சுக் கொடுத்து, குழந்தை பிறந்து செத்துப் போவதுண்டு. செத்தே பிறப்பதும் உண்டு. இதனாலெல்லாம் தாய்க்கு ரொம்பக் கஷ்டம். பகவான் இப்படியெல்லாம் கஷ்டப்படுத்தித்தான் தாய்மையின் சந்தோஷத்தையும் தெய்விகத்தையும் பெண் களுக்குக் கொடுக்கிறார். இதையெல்லாம் மாற்ற முடியாது. குழந்தைகள் செத்துப்போவதுகூட ஒன்றும் புதிதில்லை. அதனாலே தாயோ தந்தையோ வருத்தப்பட்டாலும், வருத்தம் நீடிப்பதில்லை. 'குழிப்பிள்ளை குதித்து வயிற்றுக்குள் வரும்' என்று சொல்வார்களே. இதையெல்லாம் அவள் சிரிக்கச் சிரிக்கச் சிரித்துச் சிரித்துச் செரித்துக்கொள்ளும்படிச் சொல்ல

எது நிற்கும்?

வேண்டும் நீ. இவ்வளவும் ஒரே நாளில், ஒரே தடவையில் உள்ளே போகாது. போனாலும் செரிக்காது. நாளடைவில் சிரிப்பும் கேலியுமாய், கல்லியும் அரட்டையுமாய் சொல்லிச் சொல்லிக் குழந்தையின் மனத்தில் பட்டிருக்கும் பழம் புண், புது இடறல், சிறு சிராய்ப்பு எல்லாம் ஆறும்படிச் செய்ய வேண்டும். நான் ஆண்பிள்ளை. பெற்ற தகப்பன். என் குழந்தையிடம் போய் இதையெல்லாம் எப்படிப் பேசி உணர்த்த முடியும்? அக்கா, இவளுடைய அம்மா அபார்ஷனில் காலமானாள். உனக்குத்தான் தெரியுமே. அதற்குப் பிறகு என் மாமியார்தான் இந்த வீட்டில் இருந்துகொண்டு எனக்குச் சமைத்துப் போட்டாள். குழந்தையையும் வளர்க்கத் தெரியாமல் வளர்த்தாள். அவளுக்கு என்னைக் கண்டாலே பிடிக்காது எப்போதும். அதுவும் அவள் பெண்ணுக்கு அகால மரணம் ஏற்பட்டது என்னால் தானென்று அவளுக்கு ஒரு அரைகுறையாகப் புரிந்த துணிச்சலான தீர்மானம். மறைமுகமாகக் குத்திக் கொண்டேயிருப்பாள். அவள் இல்லையென்றால் எனக்கும் பிண்டம் பெருங்காயமாய்விடும். தாயில்லாக் குழந்தையும் கஷ்டப்படுமே என்று பொறுத்துக்கொண்டிருந்தேன். அக்கம் பக்கத்தில் உள்ளவர்களிடம் வீட்டுக்கு வருகிறவர்கள் போகிறவர்களிடமும் இந்தக் குழந்தையையும் பக்கத்தில் வைத்துக்கொண்டு, நான்தான் அவள் பெண்ணைக் கொன்றுவிட்டதாகப் புலம்புவாள். பிரம்மஹத்திக்காரன், கொலைக்காரப் பாவி என்றெல்லாம் எனக்குப் பெயர் சூட்டிப் பேசிக் கொண்டே இருப்பாள் எப்போதும். சில சமயம் குழந்தைகூட என்னிடம் இப்படி ஏதோ சொன்னதும் உண்டு. நான் அவ்வளவாக அதைப் பெரிது படுத்தவில்லை. ஆனால் அக்கா, அது என் குழந்தையின் உள்ளத்தில் குத்திக் குத்தி இவ்வளவு பெரிய குழிப்புண்ணாக ஆக்கியிருக்குமென்று நான் நினைக்கவேயில்லை. பிறகு அந்தக் கிழவி செத்துப் போனதும் வேறு நாதி இல்லாமல் கிடந்தோம் நானும் குழந்தையும். பெரியவள் ஆனாள் . . .”

“நாங்களெல்லாம்கூட வந்தோமே அப்போது, அப்போதே ஏதோ பயந்து கோளாறு மாதிரி இருந்தது அவளுக்கு . . .”

“பயமும் இல்லை; கோளாறுமில்லை. குழந்தையின் மனசில் இருந்த புண்ணின் வலி அது. என்னைக் கண்டால் முகத்தைச் சுளித்துக்கொண்டு ஏதோ உளறும். ஒரு கணம், அவ்வளவுதான்; அப்புறம் ஒண்ணுமே இருக்காது. அப்புறம் தீட்டுக் காலங்களில் எப்போதாவது தெரியும். கவனிக்காமல் விட்டுவிட்டேன்.

“கல்யாணம் ஆச்சு. முதல் நாள் வரை அதுவே ஓடியாடி வீட்டில் காரியம் செய்தது. அலைச்சல், சோர்வு. சீர் போதாது,

நகையில் கால்பவுன் குறைச்சல், மாத்தே இல்லை என்று ஆரம்பித்துக் காபி சரியில்லை, அப்பளம் சரியாகப் பொறிபட வில்லையென்று அர்த்தமில்லாமல் ரகளை பண்ணி அந்தப் பாவிச் சம்பந்தி வேறே கூத்துக்காட்டி அடித்தான். எல்லாம் சேர்ந்து குழம்பியிருந்தாள் குழந்தை. அன்றைக்கே ஆக வேண்டு மென்று சாந்தி கல்யாணத்திற்கு அவசரப்பட்டார்கள். படித்தவர் களாம் இவர்கள். வெல்வெட்டு மெத்தையும் கட்டிலும் வாங்கித் தராமல் நான் செத்துவிடப் போகிறனே என்று சந்தேகப் பட்டார்களோ என்னவோ, பாவிப் பயல்கள் பறந்தானுக. நடந்தது. விடியற்காலம் நாலரை மணி இருக்கும். எனக்கு அரைத்தூக்கம்; திடீரென்று வந்து என்னை எழுப்பினாள் குழந்தை. கண்ணும் மூஞ்சியும் கலங்கிக் கிடந்தது. என்னவோ என்று பதறிப்போய், "என்னடி கண்ணு . . ." என்றேன். "அப்பா, நீங்கள் என் அம்மாவைக் கொலை செய்யவில்லையே" என்று துடிப்புடன் கொட்டிவிட்டு ஓடினாள். புடவை தடுக்கிற்று. அப்படியே சாய்ந்தாள். ஓடிப் போய்த் தாங்கிக்கொண்டேன். மாலை போல் துவண்டாள்; மாலை உதிராமல் அள்ளித் தூக்குவது போல் எடுத்துக்கொண்டு போய்ப் போட்டு ஆசுவாசப் படுத்தினேன். கண்ணீர் விட்டாள். கண்ணைத் துடைத்தேன். தடவிக் கொடுத்தேன். தட்டிக் கொடுத்தேன். ஆறு வயதுக் குழந்தை மாதிரி சுருட்டிக் கொண்டு தூங்கினாள். விசிறிக் கொண்டே உட்கார்ந்திருந்தேன். யாரோகூடப் பார்த்துச் சிரித்த ஞாபகம் இருக்கிறது. அன்று அவர்களுடன் புறப்பட்டுப் போனபோது மலர்ந்த முகத்தோடுதான் இருந்தாள். அந்த அசுர ஜனங்களுடன் அருமையாகப் பழகி வந்திருக்கிறாள். குளிக்காமல் இருக்கிறாள் என்று மாப்பிள்ளை எழுதினார். சந்தோஷப்பட்டேன். அபார்ஷன் என்று சேதி வந்தது. அதற்குப் பிறகுதான் இந்தக் கூத்து. அக்கா இனிமேல் நீதான் குழந்தைக்குத் தாயாய் தோழியாய், டாக்டராய் நர்ஸாய் இருந்து அவளுடைய மனப்புண்ணுக்கு வைத்தியம் செய்ய வேண்டும். மெதுவா அவளைப் பெண்மைக்கும் தாய்மைக்கும் உரியவளாகச் செய்ய வேண்டும். பேச வேண்டும். புரியவைக்க வேண்டும். நீதான் இந்தப் புண்ணியத்தைக் கட்டிக்கொள்ள வேண்டும்" என்றார் அவர். தன் மகள் அப்பொழுதே குணமடைந்து விட்டதாகவே தோன்றிற்று அவருக்கு.

இடம்

"அடிப் பாவி, ஐயோ என் கால் போய் விட்டதேடீ . . ." ராஜம் அலறினாள்.

"நாம் இரண்டு பேருமே மகாபாவிகள்; அறிவாள்மணை உன் காலைத்தானே சீவிற்று? இதோ என் கழுத்தையே சீவப்போகிறது" என்று கத்திக்கொண்டு, ரத்தம் சொட்டும் அரிவாள் மணையைத் தூக்கினாள் லில்லி.

லில்லி ராஜத்தின் இளைய மகள். ராஜத்திற்குப் பிள்ளைகள் இல்லை. இரண்டே பெண்கள். அவளுடைய புருஷர் பரமசாது. செட்டியார் ரொக்கக்கடை குமாஸ்தா. அந்தக் கடை பரம்பரைக் கடை. கடையின் லேவாதேவி முறையும் பழமையான சம்பிரதாயமுடையது. குமாஸ்தாவும் பழைய பாணிதான். அடக்கமானவர்; அதிர்ந்து பேசத் தெரியாதவர்; பேரேட்டுப் புலி. பைசாகூட விடாமல் வட்டி வாங்கிவிடுவார். கடன் வாங்கும் புள்ளிகளுடைய பூர்வோத்தரம், நாணயம், பெறுமானம் அத்தனையும் அவருக்கு அத்துபடி. சம்பளத்தையும் தீபாவளி இனாமையும் தவிர வேறு எந்தச் சலுகையையும் எதிர்பார்க்க மாட்டார். எளிய உடைதான்; சட்டை கிடையாது. யாருக்கும் அவர் இருக்கும் சுவடே தெரியாது. தலையைக் குனிந்துகொள்வது மட்டும் போதாதென்று, குடையால் வேறு மறைத்துக்கொண்டுதான் போவார்; வருவார். அவருடைய மிகுதியான நேரம் கடையிலேயே கழியும். இரவில் கடைக்குக் காவலும் அவர்தான்; ஆகவே அங்குதான் படுக்கை. அநேகமாய் இரவு சாப்பாட்டிற்கு வீட்டிற்கே வரமாட்டார்

காப்பிக் கிளப்பில் இட்லி தின்பார். இப்பொழுதிருக்கும் முதலாளி சிறு பையனாயிருக்கும்போதே பெரிய செட்டியார் கலமாகிவிட்டார். பள்ளத்தூரிலிருந்து மீனா ஆச்சியுடனும் மகன் சிதம்பரத்துடனும் புது முதலாளியைக் குமாஸ்தா அய்யர்தான் அழைத்து வந்தார். பத்து மடங்காய்ப் பெருகி யிருந்த ரொக்கத்தைப் பைசா உள்பட ஒப்படைத்தார். புது முதலாளி ஒரு பையனுக்குத் தகப்பனாகியும் மைனர் விளையாட்டில் குறையவில்லை. மீனா ஆச்சிக்கும் அவருக்கும் அடிக்கடிச் சண்டை. பள்ளத்தூரிலிருந்து உறவினரை அழைத்து வந்து பஞ்சாயத்துப் பேசி, நிறைய பணம், நகை நட்டுகளுடன் பிரிந்து போய்விட்டாள். மகன் சிதம்பரமும் செட்டியாரும் தனியே இருந்தார்கள். இந்தக் குடும்பச் சண்டை காரணமாகச் சில நாட்களுக்கு முதலாளி உள்ளூரிலேயே தங்க நேர்ந்தது. அவர் சுத்த சைவம். கிளப்புச் சாப்பாடு பிடிக்கவில்லை. நம்பிக்கையான தவிசுப்பிள்ளையும் கிடைக்கவில்லை. குமாஸ்தா ஐயருடைய வீட்டுச் சாப்பாடும் நெருக்கமான சிநேகமும் ஏற்பட்டன. சில நாட்களில் இரண்டுமே மிகவும் பிடித்து விட்டன. ராஜம் அதாவது குமாஸ்தா ஐயருடைய சொகுசான மனைவி, தோற்றம், சுபாவம் எல்லாவற்றிலுமே பரவசமூட்டும் பசப்பும் குறுகுறுப்பும் நிறைந்த, வயதை அறவே மறைத்து விட்ட சொகுசான அங்க அவயங்களின் அசைவு நிறைந்த ராஜம், விதவிதமாய்ச் சமைத்து எடுத்துக் கொண்டுபோய்ப் பரிமாறுவாள். “நாங்கள் இருவரும் உங்கள் வீட்டிற்கே வந்து சாப்பிடுகிறோமே . . .” என்றார் செட்டியார்.

“சுடச் சுட எடுத்துப் பரிமாறிச் சாப்பிட்டால் அந்த ருசியே தனிதான்” என்றாள் ராஜம்.

அவள் வீடு இருந்த தெரு ஊர்க் கோடி; காற்று வசதி; பக்கத்தில் குளம், தோப்பு துரவு; ஹாயாக இருக்கலாம். அந்தத் தெருவில் ஒரு வீடு விலைக்கு வரும் சேதியைச் சொன்னாள் அந்தரங்கமாய். உடனே செட்டியார் அதை வாங்கிப் புதுப்பித்துக்கொண்டு அங்கேயே தங்கவும் வந்துவிட்டார். “ரொம்ப சௌகரியமா போச்சு” என்றார்கள் இருவரும். சிதம்பரத்திற்கு பதினாறு அல்லது பதினேழு வயதிருக்கும். படிப்பு வரவில்லை. லேவாதேவிதான் குல வித்தை. படித்தா வர வேண்டும்.

ராஜத்தின் பெண் லில்லிக்குப் பதினான்கு பிறந்திருந்தது அப்போது. ஹைஸ்கூலில் படித்துக்கொண்டிருந்தாள். கொடியாடு மாதிரி நல்ல உயரம் அவள். அதற்கேற்ற பருமன். சதைப் பற்றுள்ள முன்னழகும் பின்னழகும் பொருந்தியவள். நல்ல மவுசு உண்டு அவளுடைய பெண்மைக்கு; ஆனால், கை

கால்களின் நீளமும் நெடுமையும் தரை அதிர நடக்கும் நடையும் நிமிர்வும் கரகரப்பான குரலும் சேர்ந்து அவளுடைய தோற்றத்திற்கு ஓர் ஆண்மைப் பூச்சையும் தந்திருந்தன. இந்த உயரம், நீளம், வாளிப்பு. இதெல்லாமே ராஜத்திற்கோ அவள் புருஷனுக்கோ முற்றிலும் தொடர்பே இல்லாத அம்சங்கள். ராஜம் நல்ல சிவப்பே தவிர ஒல்லி; அவள் உடலமைப்புத்தான் கவர்ச்சிமிக்கது. அவளுடைய புருஷர் மாநிறம்; சோனி. லில்லிக்கு, அவன் கவுன் போட்டுக் கொண்டு விளையாடிய காலத்திலேயே எல்லாரிடத்திலும் ஒரு பரபரப்பை உண்டாகும் கட்டுடல். பாவாடைப் பருவத்தில் அவளைப் பார்ப்பதற்கென்றே கூட்டம் கூடும். இப்போது பகட்டான தாவணிப் பருவம்; கேட்கவா வேண்டும்; தவிர, முன்பெல்லாம் சாதாரணத் துணிதான் அவள் உடம்பை மூடியிருக்கும். இப்போது பகட்டான தாவணிகளும் விலை உயர்ந்த பாவாடைகளும் அழகூட்டுகின்றன. காதிலும் மூக்கிலும் வைரம் மின்னுகின்றது. கழுத்திலும் கையிலும் பொன் நகை நிறம் சேர்க்கிறது. வெய்யிலே படாத மேனி மினுமினுப்புடன் லில்லி ஊரையே கலங்க அடித்துக் கொண்டிருந்தாள்.

அவள் பள்ளிக்கூடத்திற்குக் கிளம்பும் வரைக்கும் சிதம்பரம் அவள் வீட்டில்தான் இருப்பான், எப்போதும் இவனுக்கும் அவளுக்கும் கேலியும் சண்டையும்தான். ஒருவரையொருவர் ஓடிப் பிடித்துக்கொண்டே இருப்பார்கள். சலுகையாய் வைது கொள்வார்கள். பேனா, கணக்கு நோட்டு, ஜாமிட்ரி பாக்ஸ் எதையாவது ஒளித்து வைத்துவிட்டு, அழ, அழச் செய்து கடைசியில் கொடுப்பான் சிதம்பரம். ராஜமும் செட்டியாரும் சேர்ந்து நின்று சிரித்து மகிழ்ந்து போவார்கள். செட்டியார் சிதம்பரத்தை அதட்டுவார். “பொம்மனாட்டிக் கொஞ்சம் பணிந்து போனால்தான் என்ன” என்று ராஜம் சொல்லும் போது, அவளுடைய கண்களில், நெளிந்து நீண்டு, கூடி விரிந்து விஷமத்தைக் கொட்டி வழியவிடும் பார்வைகள் காட்டும் ஜாலம், அடேயப்பா!

செட்டியார் வீட்டு வண்டியில்தான் லில்லி பள்ளிக்கூடம் போவாள். சிதம்பரம் வழி பார்த்து அனுப்பிவிட்டுக் குறையோடு வீட்டுக்குத் திரும்புவான். தானும் கூடப் போகாத குறை அவனுக்கு.

அசைப்பில் எப்போதாவது சிதம்பரத்தைப் பார்க்கும் செட்டியாருக்கு இந்த நாளில், அதாவது தன் வாலிபப் பருவத்தில், தனது பள்ளத்தூர் வீட்டில் இருக்கும் பெரிய பினாங்கு நிலைக் கண்ணாடியில் தன் முழு வடிவத்தையும் பார்த்துக்கொண்ட பழைய நினைவு வரும். செட்டியார் நல்ல அஜானுபாகு.

நல்ல ஊட்டம். அப்பொழுதும் சரி, இப்பொழுதும் சரி; தன்னுடைய வாலிபத் தோற்றத்தை அப்படியே கொண்டு வளர்த்து நிற்கும் சிதம்பரத்தைப் பார்க்கும்போது அவருக்கு நெஞ்சு நிறைய மகிழ்ச்சி பொங்கும்; கூடவே ஒரு நெகிழ்ச்சியும் தோன்றும். உடனே ஓடிப்போய் ராஜத்தைப் பார்ப்பார். அப்போது அவள் என்ன செய்து கொண்டிருந்தாலும், எங்கே இருந்தாலும் அவளைப் பார்த்துவிட்டுத்தான் மறு காரியம். இருவரும் இரண்டு குழந்தைகளையும் பற்றிப் பேசிப் பெருமிதப் படுவார்கள். "ஒரே ஓமல்; ஊரில் இருக்கும் உருப்படாத தோசிகள். ஏகாதசிகள் எல்லாம், என் கண்ணாண குழந்தை களைக் கண்ணாலே சுட்டு எரிக்கிறதுகள். முன்பெல்லாம் செவ்வாய் வெள்ளியன்று செய்து வந்தேன். இப்போதெல்லாம் நான் தவறினாலும் நான் சாம்பிராணி போடுவதும் சுற்றிப் போடுவதும் தவறுவதே இல்லை" என்பாள் ராஜம்.

"எனக்கும் அதே கவலைதான். அதனாலேதான் உடனே இங்கே வந்தேன். உங்களுக்கும் மெனக்கிட்டுப் போயிருக்கும்…" என்று நெகிழ்வார் செட்டியார்; நகராமலும் நிற்பார்.

"வீட்டு வேலைதான்; வேறென்ன. போட்டது போட்டபடி வந்தேன் நீங்க வந்ததும்" என்று சொல்லும் ராஜத்தின் புடவை மேல் தலைப்பு, கழுத்தோரத்தில் கொசுவி மடிந்து ஒதுங்கிப் பூணூல்போல் நடு மார்பில் கிடக்கும். கால் தலைப்பு இடுப்பில் தூக்கிச் செருகியிருக்கும். தான் கொடுத்த வைரநகைகளும் தங்க நகைகளும் எப்படித் தகுந்த இடத்தில் சேர்ந்து அணி செய்கின்றன என்பதைத் திருப்தியுடன் அநுபவித்த செட்டியார் இளித்துக்கொண்டே மெல்ல நகர்வார். இப்படியே ஓடிற்றுக் காலமும். நகை நட்டு, மாடு வண்டி, கன்று கறவை, பாத்திரம் பண்டம் எல்லாமே எது யாருடையது என்ற வேறுபாட்டுணர்ச் சியே இல்லாமல் காலம் ஓடிற்று. திடீரென்று செட்டியார் காலமாகிவிட்டார். செலவு அயிட்டங்கள் அதிகமாகிவிட்டிருந் தால் வருமானத்தையும் அதிமாக்குவதற்காக ஏராளமான ரூபாய்களை வெளியே விட்டிருந்தார் செட்டியார். கடையில் பேரேட்டுப் பக்கங்கள் கூடியிருந்தன. எல்லா விவரமும் ஐயருக்குத்தான் தெரியும். மீனா ஆச்சியும் எட்டிக்கூடப் பார்க்கவில்லை; ஆகவே ஐயரும் ஐயர் வீட்டு அம்மாவும் இல்லாமல் ஒண்ணுமே நடக்காது. தவிரவும் தனக்கு இவர் களைத் தவிர வேறு வேண்டியவர்களும் கிடையாதென்று சொல்லிச் சிதம்பரம் விடாப்பிடியாய்க் கட்டிக் கொண்டு விட்டான். அடிக்கடி கோவில் குளமென்று ஊர் சுற்றிக் கொண்டிருந்தார்கள். லில்லியின் படிப்பை நிறுத்திவிட்டான் சிதம்பரம். ஆரம்ப காலத்தில் ஊர் சுற்ற ராஜமும் துணையாகச்

எது நிற்கும்? 127

சென்றாள். நாள் ஆக ஆக அவள் வீட்டை விட்டு நினைத்த போது கிளம்ப முடியவில்லை. இவர்கள் இருவருமே போய் வர ஆரம்பித்தார்கள்.

"கூடப் பிறந்த அண்ணனைவிடச் சிதம்பரம் என் குழந்தை லில்லிடம் உயிரையே வைத்திருக்கிறான்; என் வயிற்றில் அவன் பிறக்கவில்லையே தவிர, முழுக்க முழுக்க எனக்குப் பிள்ளை மாதிரிதான் அவன்" என்று ராஜம் வாய் ஓயாமல், வருவோர் போவோரிடமெல்லாம் சொல்லிக்கொண்டிருந்தாள். சகோதர பாசம் தலைக்கு மேல் போய்விட்டது. சிறிது காலம் லில்லி வீட்டிற்குள்ளேயே சிறையிருந்தாள். அங்கும் சிதம்பரம்தான் பிரியாத் துணை. சிதம்பர ரகசியமாய்ப் பிரமாதமான காரியங்கள் நடந்தன. அம்பலப் புழையில் நல்ல வசதியான குடும்பத்தைச் சேர்ந்த ஒரு மாப்பிள்ளை – படித்த மாப்பிள்ளை கிடைத்தார் ராஜத்திற்கு. பொள்ளாச்சியில் ஹோட்டல் வைத்திருக்கும் அவளுடைய ஒன்றுவிட்ட அண்ணாவின் உதவியுடன், ஸ்ரீமான் சிதம்பரம் செட்டியார் அவர்களுடைய செலவான் சுமார் பன்னீராயிரம் ரூபாயில் லில்லிக்கு நல்ல இடத்தில் பெரிய இடத்தில் கன்னிகாதாகமும் பாணிக்கிரஹணமும் நடந்தேறின.

இங்கு உள்ளூர் மஹா ஜனங்களுக்கு ராஜத்தின் சம்பந்திகளைப் பற்றிய விவரம் கிடைக்கவில்லை. கஜகர்ணம் போட்டும் சிறு துப்புக்கூடக் கிடைக்கவில்லை. நாலைந்து வருஷங்களுக்கு லில்லி இந்தப் பக்கமே வரவில்லை. மஹாஜனங்களுக்கும் வர வர ஆர்வம் குறைந்தது மட்டுமின்றி நல்ல எண்ணமும் வந்துவிட்டது. 'கடலில் இருக்கும் கன்னியைக் கொள்' என்பார்கள். எங்காவது குடியும் குடித்தனமுமாய் வாழட்டும் என்று விட்டுவிட்டார்கள். நாலைந்து வருஷம் கழித்து லில்லி வந்த போது அவளுக்கு ராஜா மாதிரி ஒரு பிள்ளைக் குழந்தை இருந்தது. கேரளாவிலிருந்து வந்தாள். அவள் புருஷருக்கு ஏதோ டீ, ரப்பர் தோட்டத்தில் வேலையாம். பெரிய வேலையாம். அவர் வரவில்லை. லீவே கிடைக்காதாம் அவருக்கு. சிதம்பரம் தஞ்சாவூருக்கே போய்த் தன் காரில் அழைத்து வந்தான். நீண்ட நாள் கழித்து அந்தக் கூடப் பிறந்தவளைப் பார்க்கும் குதூகலமும் குஷாலும் குடிகொண்டன. சிதம்பரத் தனிமைப் பிரயாணங்கள் நடந்தன. சினிமாவுக்கெல்லாம் போனார்கள். ராஜம், வீட்டில் இருந்து குழந்தையைப் பார்த்துக் கொண்டாள். திரும்ப வெகு நேரம் ஆகும். இரவுகளில் கூடக் குழந்தையை அழாமல் பத்திரமாய்ப் பார்த்துக் கொண்டாள். லில்லிக்கு உடனே வரச் சொல்லித் தந்தி வந்தது. ஊருக்குப் போனாள்.

அவள் மறு தடவை வந்தபோது கையில் இரண்டாவது ஆண் குழந்தையுடன் வந்தாள். ராஜத்திற்கு ரொம்ப வருத்தம்;

“என்னடி இது, உன் அக்காவும் தடித் தடியாய்ப் பிள்ளை யாகவே பெற்றுக் கொண்டிருக்கிறாள். நீயும் அப்படியே ஆரம்பித்துவிட்டாயே” என்று வாய்விட்டே ஒரு நாள் சொல்லி விட்டாள். லில்லிக்குப் பொறுக்கவில்லை. அழுதுகொண்டு, “என்னம்மா இது, அச்சான்யம் மாதிரி . . .” என்று குழந்தையை வாரி மார்பில் அணைத்துக்கொண்டு மறுபடியும் கண் கலங்கினாள்.

“போடி அசடு, வீட்டுக்கு அழகு பெண் குழந்தைதான். பெண்ணோ போத்தோ என்பார்களே, அதுக்கு அர்த்தம் எல்லாரும் சொல்வது தப்பு. பெண்ணை ஊட்டிப் போட்டி, தேய்த்துத் தடவி, உருவிப் பிடித்து, பொத்திப் போத்தி வளர்த் தால் வீடு செழிக்கும்” என்றாள் ராஜம். அவள் அநுபவஸ்தி.

லில்லிக்கு இந்தப் பேச்சு பிடிக்கவில்லை. அவள் கண்கள் குளமாகிவிட்டன. “அம்மா, உன் மாப்பிள்ளை மஹா உத்தமன்; உத்தமி பெத்த பிள்ளை. ஆயிரம் ரூபா சம்பளம் வாங்குகிறார். எங்கள் மாமனாருக்கு அம்பலப்புழையில் நிறைய ஆஸ்தி இருக்கு. ஒரே பிள்ளை இவர். உத்யோகம் வேண்டாம், என்னுடன் இரு இரு என்று அடிக்கடி மாமனார் சொல்கிறார். நான் என் மாமனார் மாமியார்களுக்கு நமஸ்காரம் பண்ணி விட்டு, இவரிடம் வரும்போது, எனக்கு ஒரு கூச்சம் வருகிறது. நடுக்கம் வருகிறது. அழுகை அழுகையாய் வருகிறது. என்னை இவர் தழுவி அணைத்துக் கண்ணையும் துடைத்துவிட்டு, ‘ஏன் அழுகிறாய்?’ என்று கெஞ்சிக் கேட்கும்போது, எவ்வளவு பாடுபட்டுச் சமாளித்துக்கொள்கிறேன் தெரியுமா உனக்கு. உயிர் போய் உயிர் வருகிறது. ‘அம்மா ஞாபகம், பிறந்த வீட்டு பிரமை, பரவாயில்லை, என் கண்ணல்லவா, போய்விட்டுவா’ என்று ஆறுதல் சொல்லி, அவரே எல்லா ஏற்பாடுகளும் பண்ணி அனுப்பி வைக்கிறார் ஒவ்வொரு தடவையும். அம்மா, எனக்கு அந்த இடம் கிடைத்திருக்கவே கூடாதம்மா, கிடைத்திருக் கவே கூடாது. எங்காவது எச்சிக்கரை மாதிரி எறிந்து கிடக்கும் இடத்திற்குப் போயிருக்க வேண்டியவள் நான்” என்றாள் லில்லி.

“போறுண்டீ போறும், வாயை மூடு; சிதம்பரம் இதைக் கேட்டுக்கொண்டே வந்துவிடப்போகிறான். பன்னீராயிரம், ஆமாம் பனிரண்டு ஆயிரமல்லவா பேசித்து, பேசிண்டும் இருக்கு . . .” என்று ராஜம் முடிப்பதற்குள் சொன்னபடியே சிதம்பரமும் வந்துவிட்டான்.

“என்ன கோவம் இப்போ, லில்லி ஏதாவது சொன்னாளோ, ஆயிக்கும் மகளுக்குமே ஒத்துவராமை ஆயிடுச்சு இப்பல்லாம் . . .” என்றான் அவன்.

“அதெல்லாம் ஒண்ணுமில்லை . . .” ராஜம் பேசிக்கொண் டிருந்தபோதே, விருட்டென்று கிளம்பி வாசல் திண்ணைக்குப் போய் விட்டாள் லில்லி.

அவள் வந்து ஒரு வாரத்திற்கு மேலாகியும் சிதம்பரத்துடன் நெருக்கமே காட்டாமல் வழுக்கிக் கொண்டிருந்தாள் லில்லி. அதிகமாக முகம் கொடுத்துக்கூடப் பேசவில்லை. சிரிப்புக் கிடையாது; சிங்காரமும் இல்லை.

“கைக் குழந்தைக்காரியல்லவா, அதிலும் இந்தக் குழந்தை ஒரே முசுடு; பாடாப் படுத்தறது” என்று சிதம்பரத்தின் ஏமாற்றத் தைச் சமாளிக்க முயன்றாள் ராஜம்.

இந்தத் தடவை பத்தே நாள் இருந்துவிட்டுப் போய்விட்டாள். நல்ல வேளையாக மூன்றாவது குழந்தை பெண்ணாய்ப் பிறந்தது. கோமதி என்று குல தெய்வத்தின் பெயர் வைத்தார்களாம். சிதம்பரமும் ராஜமும் கேரளாவுக்கே புறப்பட்டுப் போனார்கள். சிதம்பரம் உடனே திரும்பிவிட்டான்; ராஜம் ஒரு மாதம் கழித்துத் திரும்பினாள்.

ஐந்தாறு வருஷங்கள், ஓடிவிட்டன. சிதம்பரம் ராஜத்தின் பார்வையில் இருந்தானே தவிர, அவள் பிடியில் இல்லை. கல்யாணமும் செய்துகொள்ளவில்லை. ஊரிலும் தங்குவதில்லை. அவன் முன்புபோல் இல்லை. தன்னுடன் பேசும்போதுகூட, பந்த பாசத்துடன் அந்தரங்கமாய்ப் பேசவில்லை என்பதைப் புரிந்துகொண்டாள் ராஜம். ஒரு நாள் அவனைத் தேடிக் கண்டுபிடித்து, “கோமதிக்கு உடம்பு சரில்லையாம், கட்டியோ என்று சந்தேகமாம். ஆறு வயதிற்குப் பிறகு கட்டி விழுமோ, இருந்தாலும் கவலையாக இருக்கிறது. நம்மூர் கட்டி வைத்தியம் மாதிரி எங்கேயும் கிடையாது; அதனாலே நாம் ரண்டு பேரும் போய் லில்லியையும் பார்த்துவிட்டுக் கோமதியை அழைத்துக் கொண்டு வந்துவிடுவோமா?” என்று கேட்டாள்.

சிதம்பரம் சிரித்துவிட்டு, “நான் வேண்டாம்; நீங்களே போய், அவங்க விட்டாங்கன்னா குழந்தையை அழச்சுகிட்டு வாங்க” என்றான்.

தன் வயதுக்குப் பொருத்தம் இல்லாத களுக்கென்ற சிரிப்புட னும் கண் சிமிட்டலுடனும், “எந்தக் குழந்தையைச் சொல்கிறாய்? லில்லியா கோமதியா? அவங்க விட்டாங்கன்னா . . . என்று பொடி வைச்சுவேறே பேசறே . . !” என்றாள்.

சிதம்பரம் போகவில்லை. கோமதியை எப்படியோ அழைத்து வந்துவிட்டாள் ராஜம்.

அந்தக் கோமதிக்கு இப்போது பதினைந்து வயது. ராஜத்தின் கை வருங்கால நோக்குடன் செய்த போஷாக்கால் ராஜத்தின் பிடியிலிருந்து விலகி எங்கோ சுற்றிக்கொண்டிருந்த சிதம்பரம், முன்போலவே அடிக்கடி ராஜத்தின் வீட்டில் தாராளமாய்ப் புழங்க ஆரம்பித்திருந்தான். சாப்பாடு, பேச்சு, பொழுதுபோக் கென்று நெருக்கமும் அதிகமாகி விட்டிருந்தது.

"சிதம்பரம், உன் மருமாளைப் பார்த்தியா? சூனா வயிறும், சுருங்கிய முன்னும், சூம்பிய பின்னுமாய் வந்தாளே, இந்த ராஜத்தின் கை உன்னையும் லில்லியையும் ஊட்டம் கொடுத்து வளர்த்த கை அப்பா, எப்படி இருக்கா பார் நிகுநிகுன்னு! மலையாளப் பேச்சும் ஜாடையும் மாறி, அசல் தஞ்சாவூர் களை வந்து, ஜம்னு நிற்கிறதைப் பாரு, டில்லி மட்டக் குதிரை மாதிரி டாக்டாக்குன்னு நடக்கிற அழகைப் பார். குழந்தை பெரியவ ஆனான்னு கடுதாசு போட்டேன்; இவ அம்மாக்காரி பதிலும் போடவில்லை; பணம் காசுகூட அனுப்பவில்லை; ஆயிரம் ரூபாய் சம்பளம், ஆஸ்தி பாஸ்தின்னு அளந்தாளே, அதுதான் போகட்டும்; இங்கே அவள் வந்துவிட்டுப்போய் எத்தனை வருஷம் ஆச்சு; எல்லாம் கசந்து போச்சு. அதி புத்திசாலி ..." என்றெல்லாம் ராஜம் அடிக்கடி சிதம்பரத்திடம் சொல்லிக்கொண்டிருந்தாள்.

பல வருஷங்கள் கழித்து இப்போதுதான் குடும்ப பாரமும் பொறுப்பும் சுமக்கும் பெரிய பெண்மணியாய் லில்லி வந்திருந் தாள், பிறந்த வீட்டிற்கு. அப்படியொன்றும் வயது அதிகம் ஆகி விடவில்லை. அவளுக்கு உடம்பும் தளர்ந்து விடவில்லை. முழுமை பெற்று மலர்ந்து கிடந்த பெண்மை மணக்க, வகிட்டிலும் நெற்றியிலும் இட்ட பெரிய குங்குமப் பொட்டுக்கள் இரண்டும் நிறைந்திருந்த எழில் மிக்க இல்லத்தரசியாய்ச் சுமங்கலிப் பொலி வுடன் வந்திருந்தாள். தான் வருவதைப் பற்றிக் கடிதம்கூட எழுதாமல், திடீரென்று வந்து வீட்டின் கூடத்தையும், ஊஞ்சலையும் ஈஸிசேரையும் வாசல் திண்ணையையும் நிறைத்துக்கொண்டு நின்றாள்; இருந்தாள்; சாய்ந்தாள்; கிடந்தாள்; நடமாடினாள்; பேசினாள்; சிரித்தாள்; விளையாடினாள். எல்லாரையும் கூப்பிட்டு க்ஷேமம் விசாரித்தாள். தெருக் குழந்தை களை எல்லாம் அழைத்துத் தின்பண்டங்கள் தந்தாள்.

சிதம்பரம் ஊரில் இல்லை. தானே நேரில் அவன் வீட்டிற்குச் சென்று இதைத் தெரிந்துகொண்டு வந்தாள் லில்லி. "அம்மா, நான் இந்தத் தடவை இங்கே இரண்டு மாசமோ மூணுமாசமோ இருக்கப் போகிறேன். அவர் சீமைக்கெல்லாம் போயிருக்கிறார். திரும்பி வந்து, இங்கே பத்து நாள் இருக்கப் போகிறார். இந்தத் தடவை நான் ஊருக்குப் போவதற்குள்

நம்ம சிதம்பரத்திற்கு ஒரு கல்யாணத்தைப் பண்ணி வைக்கணும்னு தீர்மானம்," என்றாள் லில்லி.

சிதம்பரம் வந்துவிட்டதைக் கேள்விப்பட்ட லில்லி, அவன் வீட்டிற்கு ஓடினாள். அவளுடைய தோற்றத்திலும் பேச்சிலும் சிரிப்பிலும் இளமையின் குறுகுறுப்புச் சேர்ந்திருந்தது. அவளுடைய அந்த யதேச்சையில், தாராளத்தில் தன்னைப் பார்த்துச் சுவைக்கவும் தன்னுடன் பேசி மகிழவும் அவள் கொடுத்த அந்த ஊதாரித்தனமான வாய்ப்பில், இருபது வருஷங் களுக்குமுன் பிறந்த தங்கள் இருவருடைய நெருக்கத்தையே கண்டுவிட்டதாக ஒரு கணம் பிரமித்துவிட்டான் சிதம்பரம்; ஆனால் மறுகணத்திலேயே அவளிடம்தான் கண்ட ஒரு முழுமை யால், நிறைவால் பிரமை தெளிந்து, சுருங்கிப் பின்வாங்கினான்.

"சிதம்பரம், வாயேன் வீட்டுக்குப் போகலாம்" என்றாள் லில்லி.

"இதோ, நானே அங்கே வரத்தான் புறப்பட்டேன்; கோமதி பள்ளிக்கூடத்திலிருந்து வந்துவிட்டாளா . . ?" என்று கேட்டுக் கொண்டே கிளம்பினான் அவனும்.

லில்லியை மனத்திற்குள் ஏமாற்றம் கிள்ளிற்று. சிதம்பரம் தன்னை 'எப்போது வந்தாய்' என்று கேட்காத ஏமாற்றம் அன்று அது. அதைத் தொடர்ந்து, மனத்தில் நெரிஞ்சில் தைத்தது போல இருந்தது. இவன் வந்ததும் வராததுமாய் அங்கே வரத் தயாராய்ப் புறப்பட்டிருந்தானே அது ஏன்? கோமதி வந்துவிட்டாளா என்ற கேள்வியின் அவசரமும் அந்தத் தொனியின் அபஸ்வரமும் ஏன்?

இருவருமே வீட்டிற்கு வரும் வழியிலும் உள்ளே வந்த பிறகும் பேசவில்லை, பேச முடியவில்லை. முயலவும் இல்லை.

உள்ளே வந்ததும், "கோமதீ . . . கோமதீ!" என்று கூப்பிட்டான் சிதம்பரம். லில்லி மிகுந்த கூர்மையுடன் கேட்டுக்கொண்டும் பார்த்துக்கொண்டும் இருந்தாள்.

"கிணற்றடியில் இருக்கிறாள்; இதோ வந்துவிடுவாள்" என்றாள் ராஜம்.

கோமதி வந்தாள். சிரித்துக்கொண்டே வந்தாள். அவள் வருவதை, நடந்து போவதை, முழங்காலுக்கு மேல் இருந்த பாவாடையை, தன் கடமை மறந்த மேலாக்கை, கால்களை, கால்களின் ஈரம் தரையில் தோய்வதை எல்லாவற்றையுமே, பசி தீரச் சுவையூறப் பார்த்துக்கொண்டிருந்த சிதம்பரத்தின் பரவசத்தைச் சற்று அதிகப்படியாகவே உணர்ந்தாள் லில்லி. அதன் விளைவான படபடப்பை அடக்கிக்கொண்டபோது,

அவளுக்குத் தன் பால்ய நினைவுகள் தோன்றிக் கலக்கின. அவளுடைய கண்ணும் காதும் மேலும் கூர்மை பெற்றன.

"கோமதி, மாமாவுக்கு மலையாளத்துப் பக்ஷணம் எல்லாம் கொண்டுபோய்க் கொடு. இதோ நான் காபி போட்டுக் கொண்டு வருகிறேன்," என்றாள் ராஜம்.

"இதென்ன மாமா உறவு, புது உறவு, தில்லானாமோ . . . உறவு" என்று முணுமுணுத்துச் சூள் கொட்டினாள் லில்லி.

கையில் கொடுத்துக் கையில் வாங்கியும் காரணமே இல்லாமல் சிரித்ததும் அசடு வழிய வேடிக்கை பேசியும் எல்லாப் பைத்தியக்காரக் காரியங்களும் . . . அவளுக்குத் தெரியாதவைகளா நினைவில் பதியாதவைகளா இந்த விபரீதங் களெல்லாம்!

சாயங்காலம் வந்தவன் இரவு சாப்பாடு ஆனபிறகும் கிளம்புவதாகத் தெரியவில்லை. லில்லிக்கு, முள்ளை இடறி மிதித்து, முள் வேலி மேல் விழுந்து, முட்புதரின் மேல் உட்கார்ந்தது போல் இருந்தது. கோமதியை நிமிண்டி நிமிண்டி அழைத்துக் கொண்டு உள்ளே போய் ஒதுக்கம் காட்டினாள். சிதம்பரம் இளித்துச் சலித்து விடைபெற்றான். மறுநாள் மத்தியானம்; மணி ஒன்று அடித்தது. எல்லோரும் சாப்பிட்டு உட்கார்ந் திருந்தார்கள்.

"சிதம்பரம், நீ எனக்கு ஒரு ஒத்தாசை பண்ணணுமே . . ." என்றாள் லில்லி.

"என்ன செய்யனும் சொல்லேன்."

"தஞ்சாவூருக்காவது, கும்பகோணத்துக்காவது போய் லெதர் சூட்கேஸ் ஒன்று வாங்கி வர வேண்டும்."

"அதுக்கென்ன? வாயேன் போய்விட்டு வருவோம்"

"நான் வரவில்லை. தயவு பண்ணி நீ மட்டும்போய், வாங்கிக்கொண்டு நாலுநாலரை மணிக்குள்ளே வந்துவிடு."

"சரி அப்புறம், வேறு ஏதாவது."

"வேற ஒன்றும் வேண்டாம். சுருக்கப் புறப்படு. இப்போ கிளம்பினால்தான் நாலு மணிக்குள் . . ."

சிதம்பரம் கிளம்பிப் பேனான்.

நேரம் ஊர்ந்துகொண்டிருந்தது. பள்ளிக்கூடத்துக்குப் புறப்பட்டாள் கோமதி. லில்லி அவளைத் தடுத்து நிறுத்தி விட்டாள். ராஜம் விழித்தாள்; பிறகு முறைத்தாள். "அவளை ஏன் நிறுத்துகிறாய்?" என்று கேட்டாள் காரமாய். "என்னவோ, குழந்தை என்னோடு இருந்தால் தேவலை போலிருக்கு" என்று

சொல்லிவிட்டு, நடுக் கூடத்தில் ஜமக்காளத்தை விரித்துக் கோமதியை இறுக அணைத்துக்கொண்டு படுத்தாள் லில்லி. ராஜமும் படுத்துத் தூங்கிவிட்டாள். லில்லியின் மனத்திற்குள் ஒரே எண்ணச் சுழல்கள், இடையில் இனி ஒரு க்ஷணம்கூட கோமதி இந்த வீட்டில் இருக்கக்கூடாது என்று தான் செய்துள்ள முடிவை எப்படிச் சொல்வது, நிறைவேற்றுவது என்ற யோசனை வேறு. அதைத் தொடர்ந்து வந்த தன் கணவருடைய நினைவில் அவளுக்குப் புல்லரித்தது. 'அந்த மஹா உத்தமர் ...' என்று உதடு அசைந்தது. மூக்கு மலர்ந்தது. கண் சுரந்தது. தன் தலையில் வெந்நீர் போல் விழுந்து தெறித்த கண்ணீரைக் கண்ட கோமதி யும், "அம்மா" என்று கேவி விம்மினாள். "பாட்டி விழித்துக் கொண்டுவிடுவாள்; அதற்குள் நீ உன் துணிமணிகள் எல்லா வற்றையும் சேர்த்து என் பெட்டிக்குப் பக்கத்தில் வை; நீ என்னோடு ஊருக்கு வர வேண்டும். அப்பாவையும் அந்தத் தாத்தா பாட்டியையும் பார்க்க வேண்டாமா ..." என்றாள் லில்லி. கோமதி, தன் சமான்களைச் சேகரித்துக்கொண்டிருந் தாள். லில்லி எழுந்து நின்றாள். ஒரு முடிவுக்கு வந்தாள். தலைவாரிப் பின்னிக்கொள்வதற்காக உட்கார்ந்தாள். ஆவலாய்த் தன் கையால் வாரிப்பின்ன வந்த ராஜத்தின் கை தன்மீது படாமல் வில்லாய் வளைந்து வேறு பக்கம் போய்விட்டாள். முகம் கழுவிப் பொட்டும் இட்டுக்கொண்டாள். பூக்காரி நெருக்க மாய்த் தொடுத்து, நீளமான சரமாய் மல்லிகைப்பூ கொடுத்துப் போயிருந்தாள். அதைத் துண்டுகளாக்கக் கத்தி கித்தி ஒன்றும் தென்படவில்லை. உள்ளே போய் அரிவாள் மணையை அழுத்திக் கொண்டு பூச்சரத்தை நறுக்கப் போனாள்.

இதற்குள் ராஜமும் கூடத்தில் உட்கார்ந்து தலைவாரிக் கொள்ள ஆரம்பித்தாள்.

லில்லி அவளைப் பார்க்காமல், "அம்மா, சிதம்பரம் வந்ததும் ராத்திரி வண்டிக்கு நான் ஊருக்குப் புறப்படுகிறேன்." என்றாள்.

"என்னடி இது, தூக்கிவாரிப்போடறையே, இரண்டு மாசம் இருக்கப் போகிறேன் என்றாய்; அவரும் வரப்போகிறார் என்றாய் ..."

"அம்மா, அவரை நீ நினைக்கவே கூடாது; அவர் மஹா உத்தமர் ... அவரை இழுக்காதே ... அவர் இங்கு வரக் கூடாது. இன்னொரு சேதி. கோமதியையும் அழைத்துக்கொண்டு போகிறேன். அவள் இனிமேல் இங்கு ஒரு க்ஷணம்கூட இருக்கக் கூடாது. அவளை விடமாட்டேன் இங்கே; இது சத்தியம், சத்தியம்" என்று தரையில் கையை அறைந்தாள். "அந்த மஹா உத்தமருக்கு நாம் செய்திருக்கிற துரோகம் போறும். இனி

மேலும் துரோகம் செய்வதால் இடி விழும். நான் மாட்டேன், மாட்டவே மாட்டேன்...” என்று கத்தினாள் லில்லி.

“சீ சீ... நாய்க்குட்டி; பேசாமல் கிட. ஏது... என்ன பேசுகிறோம், யாரிடம் பேசுகிறோம், என்ற ஞானம் இருக்கா உனக்கு? ஆயிரம் ரூபா சம்பளம், அத்தனை சொத்துக்காரன் என்றெல்லாம் பீத்திருக்கறாயே, இது இந்த இடம் உங்கள் அப்பன் தேடிக் கொடுத்த இடமாடீ? கோமதியைப் பந்தோபஸ்து பண்ணப் போறையோ? இங்கே பட்ட கடன் எப்படித் தீருமடி? யார் தீர்ப்பது? எவனும் பணத்தையும் காசையும் நகையையும் நட்டையும் சும்மா கொட்ட மாட்டான். எதை எப்போ, எப்படி பந்தோபஸ்து பண்ணனும்னு இந்த ராஜத்துக்குத் தெரியும். உன்னைவிடப் பெரிய இடமாகத் தேடுவேன் அவளுக்கு; பெரிய சுத்தக்காரி... நீ பேசறையோ...” என்றாள் ராஜம்.

“அடிப் பாவி, நீயும் ஒரு தாயா?” என்று இரைந்து கத்திக் கொண்டு, அரிவாள் மணையைத் தூக்கி எறிந்தாள் லில்லி. அது ராஜத்தின் வலது காலில் கணுக்காலுக்குப் பக்கத்தில் சீவிவிட்டது.

“அடிப் பாவி ஐயோ, என் கால் போய்விட்டதேடீ” என்று ராஜம் அலறினாள்.

“நாம் இரண்டு பேருமே மகாபாவிகள்; அரிவாள்மணை உன் காலைத்தானே சீவிற்று! இதோ என் கழுத்தையே சீவப் போகிறது” என்று கத்திக்கொண்டு ரத்தம் சொட்டும் அரிவாள் மணையைத் தூக்கினாள் லில்லி.

வாசலில் கார் வந்து நின்று சத்தம் கேட்டது; புதிய சூட்கேசுடன் வந்த சிதம்பரம், அதைத் தூக்கி எறிந்துவிட்டு, “என்ன இது...” என்று பாய்ந்தான்.

“அரிவாள்மணையை இடறிவிட்டேன். டாக்டரை அழைத்துக்கொண்டு வாயேன்” என்றாள் ராஜம்.

டாக்டர் வந்து கட்டுக் கட்டினார். குமாஸ்தாவும் வந்து தன் முதலாளியின் பக்கத்தில் வணக்கமாய் நின்றார்.

“கோமதி, புது சூட்கேசில் உன் துணிமணி நகை நட்டு எல்லாத்தையும் எடுத்து வைத்துக்கொள். அம்மாவுடன் பத்திர மாய் ஊருக்குப் போ. சிதம்பரம், நீ போக வேண்டாம். டிரைவரை அனுப்பு; லில்லியின் அப்பாவையே, நேரே திருச்சிக்குப் போய் இவர்களை ரயில் ஏற்றிவிடச் சொல். வெட்டுக்காயம்தான் எனக்கு. சுருக்க ஆறிப்போய்விடும். உரத்த கட்டை இது. ஆனா...” என்றதுடன் சோர்ந்து சற்றே சாய்ந்தாள் ராஜம்.

இளவரசு

"எல்லா விதமான செல்வத்தையும் கொடுத்துப் புத்திர சம்பத்தையும் கொடுத்துவிட்டால், உலகத்தின் கண்ணுக்குப் பொறுக்காது என்றுதான், பெருமாள் நம் பிள்ளையவர்கள் வம்சத்தை ஏகபுத்திர வம்சமாகச் செய்திருக்கிறார் என்று எங்களூர்க் கோவிலின் பெரிய தீட்சிதர் சொல்வார். இதை எல்லோரும் நம்புகிறார்கள். ஸ்ரீமான் சுப்பராயப் பிள்ளையும் முன்பெல்லாம் – அதாவது பத்து வருஷங்களுக்கு முன்புவரை – இதை நம்பிக் கொண்டுதான் இருந்தார். அப்போது அவர் அறிவு மலராதிருந்த காலமாம். இப்போது அவர் விஞ்ஞான யுகத்தின் மனிதராய்த் தன்மதிப்பு மிகுந்து விளங்கும் நிலையில் அதை நம்ப மறுக்கிறாராம். ஆனாலும் உண்மை என்னவோ மாறவில்லை; ஊரறிய நான்கு தலைமுறைகளாய் அந்தக் குடும்பத்தில் ஒரே பிள்ளைதான்.

இந்தத் தலைமுறையிலும் இருநூறு வேலி நிலத்தை ஏக தேசமாய் ஆண்டு அநுபவித்துவரும் எங்களூர் ஸ்ரீமான் சுப்பராயப்பிள்ளை அவருடைய தந்தைக்கு ஒரே மகன். ஆயிரம் ஆயிரமாய்த் தெய்வங்களுக்குச் செய்து, காப்பாற்றப்பட்டு ஆளாகியிருக்கிறார். அப்படி இவரை ஆளாக்கப் பாடுபட்ட இவருடைய தாய் இன்னும் உயிரோடு இருக்கிறாள். நேரில் தெய்வங்களைக் கண்டு பேசாததாலும் தம் புதிய நண்பர் சிலர் ஆராய்ச்சி செய்து அந்தத் தெய்வங்களின் பேரில் பல குற்றங்குறைகளைக் காட்டிவிட்டதாலும் நம் பிள்ளையவர்களுக்குத் தெய்வங்களைக் கண்டால் பிடிக்காமல் போய்

விட்டது. ஆனால் தாயைக் கண்டால் அவருக்குப் பய பக்தி விசுவாசங்கள் பொங்கிவரும். ஆகவே அவளை மறுத்துப் பேசவோ அவள் இஷ்டத்திற்கு மாறாக எதுவும் செய்யவோ அவருக்குத் துணிவு கிடையாது. அதனால்தான் அந்தக் குடும்பத்தில் பரம்பரையாய் ஏற்பட்ட கோவில் கட்டளைகள் மண்டபப் படிகள், தான தருமங்கள் ஒன்றும் குறையாமல் நடந்து வருகின்றன. இவற்றோடு நின்றுவிடாமல் இன்னும் பல புதிய தெய்வ காரியங்களும் தான தருமங்களும் ஏற்பட்டு நடக்க வேண்டும் என்றுதானோ என்னவோ, பிள்ளைகுட்டி விஷயத்தில் சுப்பராயப்பிள்ளை மிகவும் துர்ப்பாக்கியசாலியாக இருந்தார். பிறக்கும் குழந்தைகளையெல்லாம் மாதக் கணக்கிலும் இரண்டு மூன்று வயசிலுமாக வளர்த்துக் குழியிலிடும் கண்ணராவிக் கதை நிரந்தரம் ஆகிவிட்டது. பிள்ளை கலங்காமல் இருக்க முடியுமா? கல்லாய்ச் சமைந்து போனார். தம் மனம் மட்டும் அறிய மிகவும் தவித்தும் தாய் மனைவி இவர்கள் வாயிலாக நாட்டிலுள்ள தெய்வங்கள் எல்லாவற்றின் பிரசாதங்களையும் பெற்று மக்களைப் பெறுவதற்கான திருவருளைச் சம்பாதித்து வந்தார்.

குழந்தையும் பிறந்தான், ராஜா மாதிரி. அருமை தெரிந்த பாட்டி அவனுக்குப் பிச்சையப்பன் என்று பெயர் வைத்தாள். தரையில் படாமல் தாங்கி ஏந்தி வளர்த்தார்கள். மிகவும் பிடிவாதக்காரக் குழந்தையாகவே இருந்தான். செல்லம் கொடுத்து வளர்த்தது மட்டுமல்ல அதற்குக்காரணம். பிறந்ததிலிருந்தே ஒரு கோளாறு அவனுக்கு. அழுது ஏங்கிவிட்டால், மறுபடியும் கேவி மூச்சுவிடச் சில நிமிஷங்கள் ஆகிவிடும். ஊரே கூடி ஒருமுறை அழுது புலம்பும்படி ஆகிவிடும். இதற்காக அவன் எக்காரணம் கொண்டும் அழாமல் இருக்க வேண்டி, எதற்கும் தயாராக இருக்க வேண்டிய நிலையில் அவனை வளர்த்து வந்தார்கள். எந்த வேளையில் குழந்தை எதைக் கேட்பானோ, என்ன செய்ய வேண்டுமென்று சொல்வானோ, தெரியாது. என்ன செய்தாவது அவன் கேட்பதைக் கொடுப்பார்கள். இதில் விசேஷம் என்னவென்றால், இது வரைக்கும் குழந்தை விபரீதமாக எதையாவது கேட்டுக் கொடுக்க முடியாமற்போய் அவனுக்கும் விபரீதமாய் ஒன்றும் நேர்ந்து விடவில்லை. குழந்தையின் விருப்பங்கள், அநேகமாகவே வேடிக்கையும் விநோதமுமாகவே இருந்து வந்திருக்கின்றன.

உற்சவத்தின்போது வந்த கோவில் யானையை வீட்டுக் கூடத்திற்குள் கொண்டுவர வேண்டுமென்றான் குழந்தை. மறு பேச்சுப் பேசாமல் சுவரை இடித்த நிலையை அப்புறப்படுத்தினார்கள். சாஸ்திரிகள் சொன்னதை ஒப்புக்கொண்டு, இது மகா கணபதியின் அநுக்கிரகம் என்று பாட்டி சொல்லிக்

கொண்டாள். இதுபோன்ற விஷயங்களில் சுப்பராயப் பிள்ளையின் நண்பர்கள் நாசுக்காய் இருந்துவிடுவதுதான் வழக்கம்; அப்படியே இருந்துவிட்டார்கள்.

பிச்சையனுக்குப் பிடித்த விளையாட்டு அப்பாவைப் போல் நடிப்பது. அவருடைய சட்டையை எடுத்துப் போட்டுக்கொள்வான். ஆச்சு, அப்பா ஆகிவிட்டானா? அவனுக்கு ஒரு குழந்தை வேண்டுமே. அதுவும் அப்பாவேதான். குந்தி உட்கார்ந்துகொண்டு குழந்தையைப் போல் பேசி நடிக்க வேண்டும். இதில் சிரமமான பாகம் ஒன்று. குழந்தையின் சட்டையைப் பிள்ளை போட்டுக் கொள்ள வேண்டும். இல்லாவிட்டால் விடமாட்டான். சட்டை கிழிந்து தொலையட்டும்; அப்பொழுது பிள்ளை படுகிற சிரமம்... பாவம், ரொம்பக் கஷ்டம்! நல்ல வார்த்தை சொன்னாலும் நடக்காது; அதட்டினாலோ குடிமுழுகிப் போய்விடும்.

குழந்தைக்குத் தலையில் ஒரு புண் வந்தது. யாரும் தொடவோ பார்க்கவோ விடமாட்டான். பிடித்தாலோ வில்லாய் வளைந்து துள்ளுவான். தூங்கும் நேரம் பார்த்து மருந்து போட்டார்கள். அது ஆறவில்லை. பிடிவாதம். ஒரு நாள்கூடக் குளிக்காமல் இருக்க மறுத்துவிட்டான். திருப்பதிக்கு விசேஷப் பிரார்த்தனை செய்துகொண்டாள் பாட்டி. இன்னும் பல பெரிய தெய்வங்களுக்கும் பணமெல்லாம் முடிந்து வைத்தார்கள். புண் ஆறாமல் இருந்தபோதே சுரம் வேறு வந்துவிட்டது. கவலையும் குழப்பமும் தாங்க முடியவில்லை. பாட்டி கண்ணீரோடு சுப்பராயப் பிள்ளையிடம் வந்தாள். மகன்மீது அவளுக்குச் சந்தேகம். குழந்தையையும் அழைத்துக்கொண்டு தாமும் நேரில் மலையேறி வருவதாகப் பிள்ளை வேண்டிக் கொள்ள வேண்டும் என்பது அவள் விருப்பம். பிள்ளை ஒப்புக் கொண்டார்.

சில தினங்களில் புண்ணும் ஆறி, சுரமும் நின்றது. தலைக்கு ஜலமெல்லாம் விட்டாயிற்று. திருப்பதிக்குப் போக வேண்டும். ஆடம்பரமான ஏற்பாடுகள் நடந்தன. பிள்ளை எல்லாரையும் அடக்கிவிட்டுக் காதும் காதும் வைத்ததுபோல் ரகசியமாகத் தாம் மட்டும் குழந்தையை அழைத்துக்கொண்டு சொந்தக் காரிலேயே திருப்பதிக்குப் போனார். டிரைவர் வீட்டில்கூடத் தெரியக் கூடாதென்று கண்டிப்பாக மிகவும் ரகசியமாய் எல்லாம் நடந்தன.

திருப்பதிப் போய்ச் சேர்ந்தார்கள். மிகவும் இதமாய்ப் பேசிக் குழந்தையை உட்கார வைத்துக்கொண்டார்கள். முடியெடுக்கப் போகிற சமயத்தில், "இதெல்லாம் என்ன?" என்றான் குழந்தை. டிரைவர் விளக்கினார். அப்பாவும் நடுவில் இரண்டொரு வார்த்தைகள் சொன்னார்.

“ஊஹூம், மாட்டேன்” என்றான் குழந்தை.

நாமாக இருந்தால், “அப்படியெல்லாம் சொல்லக் கூடாது; சுவாமி கோபித்துக்கொள்வார்” என்போம்.

பாட்டி வந்திருந்தால், “உம்மாச்சி கண்ணைக் குத்திவிடும்” என்று பயந்து பயம் காட்டியிருப்பாள். பிள்ளை சென்னார். அறிவு மலர்ச்சி, தர்ம சங்கடம் எல்லாம் தெரியும்படி சொல்ல நினைத்தாரோ என்னவோ, அவர் சொன்னதில் ஒன்றுமே புரியவில்லை. “பாட்டிக்காக, பாட்டி வந்து . . . பிச்சைக் கண்ணு, நீ ரொம்பச் சமர்த்தல்லவா? இது அவசியமாய் . . .” முடிக்க முடியாமல் விழித்தார் சுப்பராயப் பிள்ளை.

டிரைவர் யஜமானுக்கு உதவி செய்ய முன் வந்தார். குழந்தையைத் தடவிக்கொடுத்துக் கொண்டே சென்னார்; “தம்பி, அப்பா உனக்கென்றே தனியாய் ஒரு மோட்டார் கார் வாங்கப் போகிறாரே. அதை வாங்கப் போக வேண்டும் சுருக்க. தலையைக் காட்டிவிடு, தம்பி. ஏழுமலையான் உங்கள் குலதெய்வமல்லவா? முடி கொடுக்க வேண்டும்.”

இதெல்லாம் குழந்தைக்குத் தெரிந்தோ தெரியவில்லையோ, நல்ல வேளையாக அழுவதற்குப் பதிலாக அருமையான யோசனை ஓடிற்று பிச்சையப்பனுக்கு. டிரைவரையே பார்த்துக் கொண்டிருந்தவன், “அப்படீன்னா உன் முடியைக்கொடு முதலில்” என்றான்.

பிள்ளை விக்கித்துப் போய்விட்டார். டிரைவர் தம் அழகான சுருள் சுருளாய் அடர்ந்திருந்த கிராப்புத் தலையைத் தடவிக் கொண்டார். ‘அப்பனே, வேங்கடாசலபதி, இதுவும் உன் லீலையோ!’ என்றுதான் அவர் நினைத்திருக்க வேண்டும்.

“உம், உட்காரு.” தான் எழுந்து நின்று டிரைவரை இழுத்தான் குழந்தை. யஜமான் பக்தி காரணமாய் ஈசுவர பக்திக்கும் உடந்தையாகி உட்கார்ந்தார் டிரைவர்; முடி கொடுத்துவிட்டார்.

“சமர்த்து! சர்க்கரைக் கட்டியல்லவா எங்கள் பிச்சைக் கண்ணு? உட்காரடா, கண்ணு” என்று சொல்லி மகனை உட்கார வைத்தார் பிள்ளை. நேரம் ஆகிக்கொண்டிருந்தது. சடசடவென்று எல்லாவற்றையும் முடித்துக்கொண்டு ஓட வேண்டும் என்ற அவசரம் அவருக்கு.

முடியெடுப்பவர்கூடச் சிரித்துவிட்டார். முன்னுக்கு நகர்ந்து குழந்தையைத் தடவிக்கொடுத்துக் கொண்டே ஆயுதத்தை எடுத்தார். அவ்வளவுதான்; துள்ளிக் குதித்தான் பிச்சை. நல்ல வேளையாய்க் காயம் படவில்லை.

"நான் மாட்டேன். ஐயோ, நான் இங்கே சவரம் பண்ணிக்கவே மாட்டேன். ஊருக்குப் போக வேண்டும். அப்பா கிளம்ப மாட்டாயா? ஐயையோ!" என்று குதித்தான் குழந்தை. முகம் சிவந்து அவன் மூக்கு மலர ஆரம்பித்தது. கண்ணும் கலங்கிவிட்டது. டிரைவர் நடுங்கிப் போய்விட்டார். பிள்ளை தவித்தார். எக்கச்சக்கமான நிலை. பிச்சை அழ ஆரம்பித்து ஏங்கிவிட்டால் என்ன செய்வது? தெய்வங்களுக்கெல்லாம் வேண்டிக்கொள்ள அம்மாகூட அருகில் இல்லையே?

"கண்ணே, முத்தே, இங்கே பார்" என்று பிள்ளையும் டிரைவரும் மாறி மாறிக் கெஞ்சினார்கள். குழந்தை அழுகை மாறிச் சிரித்தான்.

"நேரம் ஆகிவிட்டதே. போய்ப் பாயசமெல்லாம் சாப்பிட வேண்டாமா?" என்றார் அப்பா.

"சாப்பிட்டுவிட்டுக் கார் வாங்கப் போக வேண்டுமே!" என்று சொல்லிக்கொண்டே குழந்தையை உட்காரவைத்தார் டிரைவர்.

"அப்பா செய்தால்தான் நானும் செய்வேன்; முதலில் அப்பா முடி கொடுக்கட்டும்" என்றான் பிச்சை.

தூக்கிவாரிப் போட்டது பிள்ளைக்கு. அதிர்ந்தே போய் விட்டார். பதில் சொல்ல யோசித்துக்கொண்டிருக்கும்போதே, "உம், உட்காரப்பா. இல்லாட்டி நான் அப்படியே கீழே விழுந்து விடுவேன்" என்றான் குழந்தை.

டிரைவர் பிச்சையைக் கீழே விழாமல் தாங்கிக்கொண்டு, குழந்தையோடு பேசுவது போல் மேலே நடக்க வேண்டியதைத் தெரிவித்தார்: "அப்பா முடி கொடுத்தவுடனே நீயும் கொடுத்து விடுகிறாயா? அப்புறமும் தகராறு செய்யக் கூடாது; என்ன?" என்றார் டிரைவர்.

கிராப்பும் இல்லாமல் குடுமியாகவும் இல்லாமல் ராஜபார்ட் 'டோபா' மாதிரி, தோளில் புரளும் முடி பிள்ளையவர்களுக்கு. அந்த முடியில் அவருடைய தாயன்பு காப்பாற்றப்படுகிறது. 'புத்திர வாஞ்சையில் அந்த முடியைக் கொடுத்தாலும் அம்மா மிகவும் சந்தோஷப்படுவாள். பின்னால் அது வளரும்போது நம் இஷ்டம் ஈடேறும். இதுவும் ஒரு வேடிக்கையா?' என்று நினைத்துக்கொண்டே இருந்தார். நாட்டின் அறிவு மலர்ச்சிக்குத் தலைமை தந்து தம்மை நம்பியிருக்கும் நண்பர்களின் நினைவும் அவருக்கு வந்தது. கசப்பு விழுங்குவது போலிருந்தது பிள்ளையவர் களுக்கு. டிரைவர் குனிந்தபடியே சிரித்தார்; முடியெடுக்க வந்திருந்த திருப்பதிக்காரரும் விழுந்து விழுந்து சிரித்தார்.

பாவம், அவருக்குப் பிள்ளையவர்கள் பெரிய பணக்காரர் என்றாவது, அவர் அடைந்திருந்த அறிவு மலர்ச்சியாவது தெரியாது.

“என்ன ஐயா, இப்படி விழுந்து விழுந்து சிரிக்கிறாயே!” என்று பாய்ந்தார் பிள்ளை.

“என்ன அப்பா, நீ சவரம் பண்ணிக்கொண்டால்தான் நானும் பண்ணிப்பேன். மாட்டியா?” என்று குரலைத் தேய்த்தான் பிச்சைக் கண்ணு.

குரல் தேய்வது பெரிய விபரீதத்திற்கு அஸ்திவாரம் என்பது தெரிந்த பிள்ளையவர்கள் முணுமுணுத்துக்கொண்டே உட்காரச் சித்தமானார். யார் யாரை நினைத்துக்கொண்டாரோ, வைதாரோ, மனத்தில் என்ன என்ன பண்ணிற்றோ, அல்லது ஆண்டவன் அருளைத்தான் வெடுக்கென்று தெரிந்து கொண்டு அப்படி வியந்து வாழ்த்தினாரோ, உதடு துடிக்கப் பொருமிக் கொண்டே பொத்தென்று உட்கார்ந்தார். ஒட்ட எடுத்து அர்ப்பணித்தார் ஆண்டவனுக்கு.

குழந்தையைக் கூப்பிட்டார்கள். ஓடினான் அவன். பிடிக்கப் போனார்கள். விழுந்து உதைத்துக்கொண்டான். கெட்டியாய்ப் பிடித்துக்கொண்டு, முடியெடுப்பவரை அந்த இடத்திற்கே வரச் சொன்னார்கள். எம்பி எம்பிக் குதித்தான் பிச்சை. கத்தி வைக்க மறுத்துவிட்டார் அவர். நிர்ப்பந்தம் அதிகமாயிற்று. உதறிக்கொண்டு விழுந்தான் பிச்சை. உடம்பில்கூட நன்றாய்ச் சிராய்த்துவிட்டது. அழுதான்; ஏங்கிவிட்டான். அப்பாவும் டிரைவரும் வேதனையில் துடித்தார்கள். ஒரு நிமிஷம் குழந்தை திறந்த வாய் திறந்தபடி இருக்க, ஏங்கியழுத குரலும் மீளாமல், கண்கள் செருகப் படுத்துவிட்டான். அந்தத் திருப்பதிக்காரர், “ஐயோ, கோவிந்தா, வேங்கடாசலபதி!” என்று கதறினார்.

குழந்தைக்கு மூச்சு வந்தது. கேவி வாயை மூடிக் கொண்டான்; விசித்து அழ ஆரம்பித்தான்.

“வேண்டாம் சுவாமி, இந்தத் தண்டா” என்று கடையைக் கட்டினார் திருப்பதிக்காரர். கொஞ்சம் அதிகமாகவே அவருக்குப் பணம் கொடுத்தார்கள். அவர் கிளம்பும் சமயத்தில், கடைசி முறையாய் இன்னுமொரு தடவை முயற்சி செய்து பார்த்து விடலாமென்று யோசனை செய்து குழந்தையை மெல்லத் தாஜா செய்தார்கள். அவன் ஒப்புக்கொள்ளவில்லை.

“கீழே விழுவேன். கண்ணைக் குத்திக்கொள்வேன்” என்று என்ன என்னவோ சொல்ல ஆரம்பித்துவிட்டான். முழுத் தோல்வி.

ஊருக்குத் திரும்பிவிட்டார்கள். பாட்டி மிகவும் கவலைப் பட்டாள். பேரன் முடிகொடுக்கவில்லையே என்று. உள்ளூர்க் கோயில் தீக்ஷிதர் வந்து ஆறுதல் சொன்னார்: "அபசாரம் எதுவும் இல்லை. குழந்தை முடிக்குப் பதிலாகத் தகப்பனாரே கொடுத்துவிட்டார். இது ரொம்ப விசேஷம். கவலைப்படாதீர் கள். அடுத்த தடவை குழந்தைக்குத் தலை பண்ணும்போது கொஞ்சம் ஒட்ட எடுக்கச் சொல்லிவிட்டு, நம்ம பெருமாளுக்குச் சகசிரநாமம் பண்ணிவிடுவோமே. அந்தப் பெருமாள் ஏற்றுக் கொள்கிறார் தம்மிச்சையாய்" என்றார்.

அவர் வெளியே சென்று காண்பவர்களிடத்திலெல்லாம் சந்தோஷத்தோடு, "இனிமேல் ஒரு குறைவுமில்லை; சுப்பராயப் பிள்ளையவர்கள் தம் ஆஸ்திகத்தன்மையை மெய்ப்பித்து விட்டார். முடி கொடுத்திருக்கிறார் ஐயா, திருப்பதிப் பெருமாளுக்கு முடி கொடுத்திருக்கிறார்" என்று சொல்லிக் கொண்டே போனார்.

ஊரெல்லாம் இதே பேச்சு. ஒரு நாள் பிள்ளையார் கோவிலுக்குப் பக்கத்தில் இரவு ஒன்பது மணிக்குமேல் சிலர் இதைப் பற்றிப் பேசிக்கொண்டிருந்தார்கள். அநேகமாய் எல்லோரும் பிள்ளையவர்களின் நண்பர்கள்; அறிவு மலர்ச்சி யுகத்து ஆட்கள் எல்லோரும்.

அப்போதுதான் ரகசியமாய்ப் பிள்ளையாரைத் தரிசனம் செய்துவிட்டுத் திருநீறும் பூசிக்கொண்டு வெளியே வந்தார் பிள்ளையவர்களின் நெருங்கிய நண்பர் ஒருவர். கோவிலுக்கு அந்தப் பக்கத்தில் தம் நண்பர்கள் கூடியிருப்பதை அவர் பார்த்துவிட்டார். தம்மைத்தான் அவர்கள் கண்காணித்து விட்டுப் பேசிக்கொண்டிருக்கிறார்களோ என்று அவருக்குச் சந்தேகம். மெதுவாய் மேல்துண்டை எடுத்து முகத்தைத் துடைப்பதுபோல் விபூதியை அழித்துவிட்டு அப்போதுதான் வருபவர் போல் அவசர அவசரமாகக் கூட்டத்தில் கலந்து கொண்டார். அங்கு இருந்த நண்பர்கள் வருத்தத்தோடு திருப்பதிக் கதையைச் சொன்னார்கள். தலைமைக்கு நேர்ந்து விட்ட இழுக்கை எண்ணிப் பொருமினார்கள்.

விபூதியை அழித்தவர் வீரமாய்ப் பேசினார்! "ஐயா, கவலைப்படாதீர்கள். ஆமாம், இனிமேல் சுப்பராயப் பிள்ளையைப் பற்றிக் கவலைப்படாதீர்கள். அவர் முடி கொடுத்திருந்தாலும் பரவாயில்லை. வருங்காலத் தலைமுறைக்கு வழிகாட்ட, இதோ நம் இளவரசு முடி கொடுக்க மறுத்துவிட்டார். அதுவே நமது வெற்றி. வாழ்க பிச்சையப்பன்! வாருங்கள், போவோம்."

தங்கக் கழுகு

ஆங்கிலம் படித்து, அதிலும் சட்டப் பரீக்ஷை யில் தேறியவர்கள், நிச்சயமாக ராஜ போகத்தை அனுபவிக்கக்கூடிய காலம் அது; வெள்ளைக்கார ஜட்ஜுகளிடம் பாரதத்தின் பழைய தரும சாஸ்திரங்களை எடுத்துக்காட்டிப் பெரிய வழக்கு களை வென்று பெயரும் பொருளும் பெருகி வாழ்ந்தார்கள் ஒரு சிலர்; அப்படி வாழ்ந்த மயிலாப்பூர் வக்கீல்களில் ராமய்யர் ஒருவர். முக்கிய மானவரும்கூட. அவரை நேரில் காண ஐ.ஸி.எஸ். ஜட்ஜுகள் அவர் வீட்டுக்கே வருவார்களாம். காத்திருந்து பார்த்துப் பேசிவிட்டுப் பேவார்களாம்; காலை வேளைகளில் அவர் பூஜையும் பாராயண மும் முடித்து, அரை மணி நேரம் ஒரு சாஸ்திரி களிடம் வேதாந்த பாடம் கேட்டுவிட்டுத்தான் வெளியில் வருவாராம்; வெள்ளைக்காரனாயிருந் தாலும் அப்பொழுதுதான் அவரைப் பார்க்க முடியும். கக்ஷிக்காரர்கள் வந்து கைகட்டிக் காத்திருப்பார்கள்; வேதாந்தப் பாடம் சொல்லும் சாஸ்திரிகளும் முன்னாடியே வந்து காத்துக் கொண்டிருக்க வேண்டும் என்பது வழக்கம். ஒரு நிமிஷம் தாமதம் ஆய்விட்டால்கூடப் பிரமாத மான கோபம் வந்துவிடும் வக்கீலுக்கு. சாஸ்திரி களுக்கு இவர் ஏழெட்டு வருஷமாய் சிஷ்யனா யிருந்து வருகிறார். ஆகவே, சாஸ்திரிகளுக்கெதிரில் ஒன்றும் சொல்லாவிட்டாலும் வேறு யாரிடமாவது எதாவது இரைவார்; சாஸ்திரிகளும் கம்பீரமாய்ச் சிரித்துக்கொண்டு, அந்த அளவு மரியாதையாவது மிச்சம் இருக்கும் நிலையில் விலகிக்கொள்ள

வேண்டுமென்று நினைப்பார். ஆனால், வெகு நாளைய பழக்கம்; திடீரென்று முடித்துக்கொள்வதில் எவ்வளவோ சிரமம் இருக்கிறது; சாஸ்திரிகள் எதையுமே லக்ஷயம் செய்யாதவர் தான்: ஆனால் சுடக் குடிக்கும் ஆத்திரம் கிடையாது அவருக்கு.

சாஸ்திரிகள் எதையுமே லக்ஷயம் செய்யாதவர் என்பது வக்கீலுக்கு நன்றாய்த் தெரியும். அவரிடம் உட்கார்ந்து பாடம் கேட்கும்போதும் பேசும்போதும் அடக்கமும் ஒடுக்கமுமாய் நடந்துகொள்வார் ராமய்யர். சாஸ்திரிகளுடைய மேதையைக் கண்டு வியப்பார். வணங்குவார்; கூடவே அவருடைய அலக்ஷ்ய புத்தியை மட்டும் ரஸிக்க முடியாமல் மென்று விழுங்குவார். அதற்காக சாஸ்திரிகளை அலக்ஷயம் செய்யவும் முடிவதில்லை இவருக்கு; இவருக்கென்ன, யாருக்குமே அது முடியாது; உணர்ச்சி களுக்கே இடமில்லை என்பதுபோன்ற ஆழமும் அழுத்தமும் வெளிப்படும். சாஸ்திரிகளின் பரந்த முகமும் ஒளிவீசும் கண்களும் மேதை வீற்றிருக்கும் அகலமான நெற்றிமேடும் எதிரிலுள்ள யாரையுமே கோபுரத்தடி பொம்மையாக்கும். சபலமே இல்லாத அவருடைய சுபாவம் அவரை எதற்காகவும் ஏங்க வைக்காமலிருந்தது. தேவைகள் விரிவடையாமலிருந்த அவருடைய இல்லறம், தாம் ஏழையென்றுணரும் சந்தர்ப்பத் தையே தரவில்லை அவருக்கு. வேதாந்தம் என்பது பண்டிதர் களுக்குப் படித்துப் பட்டம் பெறுவதற்காக; பணக்காரர்களுக்கோ அது பொழுதுபோக்கு என்று நாமெல்லாம் அனுபவப் பூர்வமாய்த் தான் கூறுகிறோமென்றாலும் அது முக்காலும் பொய்க்காத சத்தியமல்லவே?

சாஸ்திரிகள் ராமய்யருக்குப் பாடம் சொல்ல ஆரம்பித்து ஏழெட்டு வருஷங்கள் ஆகிவிட்டன. அய்யர் காலேஜில் படித்த அரைகுறை வடமொழி, இன்று நிறைந்து வழிந்து, பெரிய வேதாந்த நூல்களில் ஓடிப் பாய்கிறது. அவருடைய லௌகிகச் செல்வமும் பன்மடங்கு பெருகி, மண்டிக் கிடக்கிறது; சாஸ்திரி களோ எல்லாவற்றிலும் ஏழெட்டு வருஷங்களுக்கு முன்பிருந்த அதே நிலையில்தான் இருக்கிறார்; பழைய ஒற்றையறைக் குடித்தனம்தான்; இழைகள் நைந்து பழுப்பேறிய வேஷ்டிதான்; ஆனால் இவற்றைக் கூறும்போது நம்முடைய சிறுமையைக் கொண்டு அவரை அளக்க முயல்வதுபோலத் தோன்றுகிறது எனக்கு; அவருடைய பழைய முகமலர்ச்சியிலோ, மலைபோன்ற நிமிர்ந்த கம்பீரத் தோற்றத்திலோ மாறுபாடு இல்லை; வக்கீல் இதை உணராமலிருக்க மார்க்கமில்லை; ஆனாலும் அந்த நிலையின் உயரத்தை எட்டிப் பார்க்கும் உயர்வு இல்லாத தாலோ என்னவோ இதை அலக்ஷ்ய புத்தியென்று எடுத்துக் கொண்டார்: ஏற்கனவே சாஸ்திரிகளின் அலக்ஷ்யத்தில் சற்று

ஆத்திரப்படுகிறவர் அந்த எண்ணத்தை மேலும் உறுதிசெய்து கொள்ளும்படி நேர்ந்தது ஒரு விஷயம். அவருக்கு மாதம் பதினைந்து ரூபாய் கொடுத்து வந்தார்; ஒரு மாதம் இரண்டு பத்து ரூபாய் நோட்டுக்களை நீட்டினார்; அவற்றை வாங்கிக் கொள்ளாமலேயே, 'ஏன்? சில்லறை இல்லையோ?' என்று கேட்டார் சாஸ்திரிகள்.

'இந்த மாதத்திலிருந்து இருபது ரூபாயாக உயர்த்தியிருக் கிறேன்' என்று சொல்ல வாயெடுத்த வக்கீல், தைரியமில்லாமல் பேசாமலே இருந்தார்; இந்த நேரத்தில் அங்கு வந்து சேர்ந்த வக்கீலின் தர்ம பத்தினி, ரொம்பப் பெருமையோடு சிக்கலைத் தீர்த்தாள்; ஏழையாச்சேன்னு, அஞ்சு ரூபா கூடக் கொடுத் திருக்கா போலிருக்கு ..." என்று அனுதாபத்தை வீசினாள் அந்தம்மாள்; வைரமும் மணியும் அந்த அனுதாபத்திற்குத் தாளம் போட்டன. செல்வத்தின் முறுக்குப் பட்டில் முடமுடக்க நடந்து அப்பால் போய்விட்டாள் அம்மாள். தேள் கொட்டியது போலிருந்தது வக்கீலுக்கு; கையைப் பிசைந்தார்.

"அவசியமில்லாத அனுதாபம்; அனுதாபத்திற்கு வேண்டிய கௌரவமும் கண்யமும் இல்லை; தவிர எனக்கு இப்போது அபேக்ஷையும் இல்லை; நாமிரண்டு பேரும் ..." சாஸ்திரிகள் முடிக்கவில்லை.

வளர்த்துவானேன்? "மன்னிக்கணும்" என்றார் ராமய்யர். அதே கணத்தில் மறந்துவிட்டார் சாஸ்திரிகள்.

'என்ன இருந்தாலும் இவருக்கு இந்த அலக்ஷ்யம் உதவாது' என்று நினைத்துக்கொண்டார் வக்கீல்.

ஒருநாள் பாடம் நடந்துகொண்டிருந்தபோது ஒருவர் இரண்டு பெரிய பொற்காசுகளைக் கொண்டுவந்து கொடுத்தார் வக்கீலிடம். கழுகுப்படம் பொறித்த அமெரிக்க டாலர்கள்; அவற்றைக் கடியாரச் சங்கிலிகளிலும் மாலைகளிலும் தொங்க விட்டுக் கொள்வது அந்தக் காலத்தில் ஒரு பெருமை. ராமய்யர் அவற்றைக் கையில் வைத்துக்கொண்டு அழகு பார்த்தார்; நிறமும் கனமும் அகலமும் அசாதாரணமாயிருந்த அந்த நாணயங்கள், அவர் மனதைக் கவர்ந்தன என்பது அவர் அவற்றைப் பற்றோடு பார்த்த பார்வையில் தெரிந்தது; வேதாந்தி கள் பொன்னை ஓர் மாயை என்று வர்ணிப்பதுண்டு; இந்த அமெரிக்கப் பொன் உண்மையிலேயே யாரையும் மயக்கும் மாயைதான்!

தன் கையில் வைத்துக்கொண்டபடியே சாஸ்திரிகளிடம் காட்டினார் ராமய்யர்.

“சுவர்ணம் என்ற பெயருக்கேற்பச் சுடர் விடுகிறது அப்படியே . . .” என்றார் சாஸ்திரிகள்.

“நம்மூர்த் தங்கம், பவுன் இதெல்லாவற்றையும்விட இதற்கொரு தனி நிறமும் அழகும் இருக்கிறது, பாருங்களேன்” என்று நாணயங்களை நீட்டினார் வக்கீல்.

“ஆமாம்; ஆமாம். மோஹம் இன்னும் அதிகமாக வேணுமல்லவா?” என்று சொல்லிக்கொண்டே சாஸ்தரிகள் புத்தகத்தைப் பார்த்தாரே தவிர, நாணயங்களை வாங்கக் கையை நீட்டவில்லை; ஆவலோடு அதை அவர் பார்க்கவும் இல்லை. சாஸ்திரிகளின் இந்த அலக்ஷ்யத்தில் வக்கீல் குற்றமே கண்டுபிடித்தார். அவர் புத்தி இப்படிச் சென்றது: ‘ஏழை – பரம ஏழை; இவருக்கு இவ்வளவு அலக்ஷ்யமா?’ என்று அலுத்துக் கொண்டார்.

பிறகு சிறிது நேரம் பாடம் நடந்தது; இடையிடையே வக்கீலின் பிள்ளைகளும் பெண்களும் வந்து நாணயங்களைப் பார்த்தார்கள்; எறிந்து பிடித்தார்கள். குளிக்கும் அறையிலிருந்த வக்கீலின் ஸம்ஸாரம் இதைக் கேள்விப்பட்டாள். குளித்துவிட்டு வந்து பார்க்கும்வரை பொறுக்குமா? உடனே கொண்டுவரச் சொன்னாள்; எடுத்துக்கொண்டு ஓடினார்கள்; குழந்தைகள். சற்றுச் சந்தடி ஓய்ந்தது. பாடம் முடிந்து சாஸ்திரிகளும் கிளம்பிப் போனார்; வக்கீல் ஆபீஸ் அறைக்குச் சென்றார் வேகமாய், சின்ன வக்கீல்களுக்கும் கக்ஷிக்காரர்களுக்கும் உத்தரவுகள் போட்டார்; ஏதோ கடுதாசுகளைப் புரட்டினார். போது ஓடிற்று; அதிவேகமாகச் சாப்பிட்டுவிட்டுக் கோர்ட்டுக்கு ஓடினார். பிறகு மாலையில் வீட்டுக்குத் திரும்புகிற வரையில், அவருக்கு டாலர் நினைவு வரவே சந்தர்ப்பமில்லை; வீட்டுக்கு வந்து சட்டைகளைக் கழட்டிவிட்டுப் பையிலிருந்து சங்கிலியில் தொங்கும் கடிகாரத்தை எடுத்து மேஜைமேல் வைக்கும் போதுதான் நினைவு வந்தது. அந்தச் சங்கிலியில் கோர்க்கத்தான் அவர் டாலர் வாங்கியிருந்தார்.

“ஏய் யாரங்கே, காலையில் வந்த டாலர்களைக் கொண்டு வா . . .” என்றார்.

இதைக்கேட்ட மனைவிக்கும் அப்போதுதான் நினைவு வந்தது: “நீங்கள் எடுத்து வைக்கவில்லையா?” என்றாள்.

“நான் எங்கே எடுத்து வைத்தேன்? குழந்தைகள் எடுத்துப் பார்த்துக்கொண்டிருந்தார்கள்: நீகூடப் பார்த்தாயல்லவா? அப்புறம் என்ன ஆயிற்று?’

குழந்தைகளை விசாரித்தார்கள். ஒருவருக்கும் நினைவில்லை என்றார்கள் அவர்களும்.

"எங்கே போய்விடும்? நன்றாய்த் தேடு, போ."

"இங்கே இருந்தால் எங்கே போய்விடப் போகிறது?" என்று கேட்டுக்கொண்டே தேடப்போனாள் அம்மாள்.

இருவரும் தேடினர்: மேஜை, சட்டைகள், பீரோ எங்கெல் லாமோ தேடினர்; அகப்படவில்லை. ஆத்திரம் ஆத்திரமாய் வந்தது, உள்ளே போய் எங்கெல்லாமோ தேடிவிட்டு, வெறுங் கையோடு வந்த அம்மாள், "என்னது, மோசமாயிருக்கிறதே, எங்கே போய்விடும்? மாயமாய் இருக்கிறதே; இங்கே யார் இருந்தது அந்த சமயத்தில்?"

"வேறு ஒருவருமே இல்லையே; சாஸ்திரிகள் இருந்தார்; குழந்தைகள் இருந்தார்கள். அப்புறம் இங்கே உள் கூடத்திற்கு யார் வரப்போகிறார்கள்? இதென்ன அநியாயம்..."

"அநியாயமாவது, அக்கிரமம்; இதை வெறுமனே விடக் கூடாது; ஆமாம் சொல்லிவிட்டேன். யாராயிருந்தால் என்ன? ஏழைபாழையென்றால் கேட்டு வாங்கிக்கொள்ள வேண்டும்; இதென்ன சின்ன புத்தி..?"

"ஏய், என்ன சொல்கிறாய் நீ?"

"என்னத்தைச் சொல்வேன்? வேறு, ஈ, காக்காய் இங்கே வரவில்லை. வயசு காலத்தில் இந்தப் புத்தியும் வேணுமோ அவருக்கு?"

"ஏய், அவர்... அவரா?"

"உங்களுக்கு என்ன தெரியும்? பளபளன்னு பார்த்ததுமே சபலம் தட்டும் யாருக்கும்; எனக்கு சந்தேகமே இல்லை; கைப் புண்ணுக்குக் கண்ணாடி வேணுமா?"

"அப்படியிருந்தால் அது..."

"இருந்தால் என்ன? அப்படித்தான் அது போயிருக்க வேண்டும்; இன்னிக்கு இது; இன்னும் என்னென்னவோ? இதை வெறுமனே விடக்கூடாது; ஆமாம்; சொல்லிவிட்டேன்."

இரவு அவரவர் தூங்கப் போகும்வரை அந்த வீட்டிலிருந்து அத்தனை பேரும் அதைப் பற்றியே சர்ச்சை செய்தார்கள்.

எது நிற்கும்?

சர்ச்சையென்ன? வேறு யாருமே அப்போது வரவில்லையென்ற ஒரே காரணத்தைச் சொல்லிச் சொல்லிப் பல்லவி பாடினார்கள் எல்லோரும். குழந்தைகள் முதல் பெரியவர்கள் வரைக்கும், வேலைக்காரனிலிருந்து வக்கீல் வரைக்கும், சாஸ்திரிகள்தான் கொண்டுபோயிருக்க வேண்டுமென்று முடிவுசெய்தார்கள்; நீண்டநேரம் பேசியதால், வெறும் வார்த்தைகளே சந்தர்ப்பங்களாக உருக்கொண்டு வளர்ந்து, எல்லோருடைய மனத்திலும் உறைந்துவிட்டிருந்தன; துளிக்கூடச் சந்தேகமில்லை என்ற முடிவோடு வக்கீல் உள்பட எல்லோரும் நிம்மதியாய்த் தூங்கி எழுந்தார்கள்.

மறுநாள் காலை, வழக்கம்போல் சாஸ்திரிகள் வந்தார். அந்த வீட்டிலிருந்த எல்லோருமே அவரை வெறுப்போடு உருட்டி விழித்து, ஊமை ஜாடை செய்துகொண்டனர்; எதிர்பாராத இந்த வரவேற்பில் சாஸ்திரிகளும் முகம் மாறுபட்டு விழித்தார்; வேகமாய் வந்து நின்ற வக்கீல், விசேஷமான தோரணையோடு, வெடிப்பான குரலில் ஆரம்பித்தார் – அவருக்குத்தான் விஷயம் நிச்சயமாய்த் துலங்கிவிட்டதே! பேச வேண்டியதுதானே பேசினார்! "எனக்கு ரொம்ப வருத்தமாகத்தான் இருக்கிறது; உங்களிடத்தில் நான் இன்றுவரை ரொம்ப ரொம்ப மரியாதையோடு நடந்துகொண்டதாய்த்தான் நினைக்கிறேன்; ஆனால், இந்த அல்ப விஷயத்தில் நீங்கள் சபலப் புத்தியால் ..."

நெஞ்சம் வெடித்துவிடும்போல் விம்ம, விழிகள் விரிந்து கலங்க, உதடு துடிக்கத் தவித்த சாஸ்திரிகள், இடைமறித்து ஏதோ சொல்ல முயன்றார்; இதற்குள் அம்மாளின் குரல் குறுக்கிட்டு விட்டது.

"அவர் கிட்டே போய் நீட்டி முழக்குவானேன்? தங்கக் காசுகளைக் கொண்டுவந்து கொடுத்துவிட்டு, மரியாதையாய் விலகிக்கொள்ளச் சொல்லுங்கள். ஏழை பாவம் நமக்கு வேண்டாம்; அதோடு விட்டுவிடுவோம் தொலையட்டுமென்று ..."

பேசத் துடித்த சாஸ்திரிகள், பேசவேயில்லை; விரிந்த விழிகளில் ஒளி எழுந்தது; சமாசாரம் புரிந்துவிட்டது. விர்ரென்று கிளம்பிச் சென்றார்.

அவர் சென்ற பிறகு வீட்டில் ஒரே கொம்மாளம். குழந்தைகள் அம்மாவை மெச்சிக் கொண்டார்கள்; ஆனால் வக்கீல் மட்டும் "பாவம், சபலப் புத்தியால் தவறிவிட்டார்" என்று அனுதாபப்பட்டுத் தம்மைத் தாமே உயர்த்திக்கொண்டு திருப்தி

யடைந்தார். "எப்படியும் டாலர் வந்துவிடும்; அவரும் விலகிக் கொண்டுவிடுவார் தாமாக; நானும் ஏராளமாய் வாசித்தாகி விட்டது. வரவர நேரமும் கிடைக்கவில்லை" என்று நினைத்துக் கொண்டார். நிம்மதியாகிவிட்டது.

தெருவில் நடந்து தன் வீட்டிற்குப் போவதற்குள் சாஸ்திரி களின் முகம் பழைய அமைதியைப் பெற்றுவிட்டது; உள்ளத்தி லும் உளைச்சல் நின்றது; "இதுவும் சரிதான்; வேண்டியதுதான்" என்று நினைத்துச் சுதாரித்துக்கொண்டார். மனைவியிடம் கேட்டு உடம்பிலிருந்த சிறு நகைகளை வாங்கினார்; தன் விரலில் இருந்த பவித்திர மோதிரம், பெட்டியில் கிடந்த பழைய தாயத்து இப்படிப் பொறுக்கிச் சேர்த்துக் கையிலிருந்த சிறு தொகையையும் எடுத்துக்கொண்டு பக்கத்து வீட்டுக்குப் பேனார்; அங்கு ஒரு பாங்கி உத்தியோகஸ்தர் குடியிருக்கிறார்; சாஸ்திரிகளிடம் பக்தியும் பிரியமும் உடையவர் அவர்; ஓடிவந்து விசாரித்தார்.

"கொஞ்சம் தங்கம் பணமும் இருக்கிறது இதோ; போறா விட்டால் நீங்களே போட்டுக்கொண்டு, இரண்டு அமெரிக்கக் கழுகு டாலர் வாங்கி, முடிந்தால் உடனே அனுப்புங்கள். சாயங்காலம் கொண்டுவந்தாலும் சரிதான். உங்களுக்கு இரண்டொரு நாளில் பணம் தந்து விடுகிறேன்" என்றார் சாஸ்திரிகள்.

"திடீரென்று எதற்கு இப்போது டாலர்? வெள்ளிக் கிழமை யும் அதுவுமாய் வீட்டில் இருக்கிறதையெல்லாம் துடைத்து ..." – பக்கத்து வீட்டுக்காரரர் குரலில் உருக்கம் கசிந்தது.

"ஆகட்டும்; அப்புறம் சொல்கிறேன் விவரமாய். தயவு பண்ணிப் பதினோரு மணிக்குள் கிடைக்கும்படிச் செய்தீர் களானால், ரொம்ப சந்தோஷப்படுவேன் ..."

சரியென்று கிளம்பினார் அவரும்; டாலர்கள் வந்து விட்டன. நல்லவேளையாய் வாசலிலேயே இருந்தார் வக்கீல். அவர் கையில் போட்டுவிட்டு, "நல்லது; நான் வருகிறேன்" என்று கிளம்பி வந்துவிட்டார்.

"ஏய், யாரங்கே, கொண்டுபோய் பத்திரமாய் வை" என்று மனைவியிடம் கொடுத்தார். அம்மாள் கொண்டுபோய்ப் பூட்டி வைத்தாள்.

அன்று மாலை; வக்கீல் கூடத்தில் உட்கார்ந்து பேப்பர் படித்துக்கொண்டிருந்தார்.

"தெரிந்ததா சாஸ்திரிகள் சேதி: நான் சொன்னபோது, 'அவரா! அவரா!' என்று ஆச்சரியமாயிருந்ததே உங்களுக்கு?" என்றாள் வக்கீலின் தர்மபத்தினி.

"என்னவோ போதாத காலம்; அவரும் அப்படிப் போகிறவர் இல்லை..." என்று வருத்தப்பட்டார் வக்கீல்.

"அம்மா, அம்மா..." என்று பரபரப்போடு கூப்பிட்டுக் கொண்டு ஓடிவந்தாள் வக்கீலின் மகள்; அவள் குரல் நடுங்கிற்று. "அம்மா, வெந்நீர் உள் அலமாரியை ஒழிச்சு வைச்சேன்; அங்கே கிடக்கிறதம்மா இது!" என்று டாலர்களைக் காட்டிக் கொண்டே, "பாவம், சாஸ்திரிகளை அத்தனை பெரியவரைப் போய்..." என்று வருத்தப்பட்டாள் அந்தப் பெண்.

"ஆகா...என்னது? அடாடா..." என்று அதிர்ந்து போனார் வக்கீல். துள்ளி எழுந்தார்; மார்பில் கையை வைத்துக்கொண்டார்; உதறினார்; வெலவெலத்து நடுங்கினார்.

"பெரிய துரோகம் செய்துவிட்டோம்... தாங்க முடியாத கொடுமை இழைத்துவிட்டோம்; பாவம், எதை விற்றாரோ, என்ன சிரமப்பட்டாரோ இதை வாங்க? மஹா மானி அவர். ஏன் முகத்தில் விட்டெறிந்துவிட்டாரே என் மானத்தைப் பறித்து. ஏய்! யாரங்கே, நாசமாய்ப் போக! இந்தக் காசு... இந்தக் காசு" என்று புலம்பிக்கொண்டே கிளம்பிவிட்டார் சாஸ்திரிகள் வீட்டிற்கு. ஒரு வீட்டின் பின்கட்டிலும் பின்புறத் தில் ஒரே ஒரு உள்ளில் குடியிருக்கிறார் சாஸ்திரிகள்; தட்டுத் தடுமாறிக்கொண்டு ஓடினார் வக்கீல்.

"சாஸ்திரிகளே, மஹா பாபி நான்; மஹா உத்தமர் தாங்கள். அவசரப்பட்டுவிட்டேன்; இந்தக் குருத்துரோகியை மன்னிக் கணும்; காப்பாற்றணும்..." என்று கீழே விழுந்து, அவர் கால்களைப் பிடித்துக்கொண்டு கெஞ்சினார் ராமய்யர்.

"எழுந்திருங்கள்... எழுந்திருங்கள்; இதெல்லாம் வேண்டாம்..."

"எப்படி வேண்டியிருக்கும் ஸ்வாமி, மஹா பாபி நான்..." குரல் தழுதழுத்தது வக்கீலுக்கு.

"அதெல்லாம் ஒண்ணும் சொல்லாதீர்கள்..."

"என்னத்தைச் சொல்லப் போகிறேன்; குரு என்றுகூடப் பார்க்காமல்..."

"உண்மையில் நான் குருவே அல்ல; அந்தத் தகுதியே எனக்கில்லை; நான் உண்மையான குருவாக இருந்தேனானால், என்னிடம் உங்களுக்கெல்லாம் இப்படி ஒரு சந்தேகமே உண்டாகி யிருக்கக்கூடாது. ஆகவே, என்னிடம் நிறையக் குற்றமும் குறையும் இருக்கிறதென்று தெரிகிறது..."

இதைக் கேட்டதும் வக்கீல் குழந்தை போல் தேம்ப ஆரம்பித்துவிட்டார்; நினைத்து நினைத்துப் பொருமினார்.

அடுத்த கணம். "இந்தப் பாழும் காசு..." என்று டாலர்களை எறிந்தார் வக்கீல்.

"இதை இங்கே ஏன் போடுகிறீர்கள்? வாந்தியெடுத்த அசுத்தம் அது" என்றார் சாஸ்திரிகள்.

"அபசகுனமான இந்தக் கழுகு..."

"அதெல்லாமில்லை; கழுகுக்கு அசுத்தம் அழுக்கெல்லாம் தான் ரொம்பப் பிடிக்கும்: அது அவற்றைக் கவர்வதால் பூமி பரிசுத்தமாகிறது. என்னிடமிருந்த கொஞ்ச நஞ்சம் பொன், என் ஞான பூமிக்கு அசுத்தமும் அழுக்கும் ஆகும் அல்லவா? இந்தத் தங்கக் கழுகு அதைக் கொண்டுபோச்சு; நீங்கள் வருத்தப் படாதீர்கள். நல்லது; போய் வருகிறீர்களா? நேரமாகிறதே?" என்றார் சாஸ்திரிகள்.

வாயில்லாச் சீவன்கள்

முத்து காளைக்குத் தீனி வைத்துக் கொண்டிருந்தான். அவன் ஒரு ஊமை.

அந்தக் காளை அவனை ஏக்கத்தோடு பார்த்தது. கொம்பு நுனியால் அவனைச் சொறிந்தது. முத்துவும் கண்ணீர் விடாத குறையாய் அதைத் தட்டிக் கொடுத்தான்.

வழக்கமாய் முத்துவோடு வரும் அஞ்சலை தென்படவில்லை. தனக்குத் தீனிவைக்கவும் தண்ணீர் காட்டவும் அவள் வரவில்லை, நாலைந்து நாட்களாய்தான் இப்படி நடக்கிறது, இந்த மாறுதல் பற்றி அந்தக் காளைக்கு என்ன தெரியும்? ஆனால் அஞ்சலை இல்லாமல் தனியே வரும் முத்துவின் ஆத்திரத்தையும் படபடப்பையும் அவை முற்றி அவன் முகத்தில் வேதனையாய்க் கனிந்திருந்ததையும் அந்தக் காளையால் உணர முடிந்ததோ? அதுவும் ஒரு வாயில்லாப் பிராணி. கண்ணாலும் கொம்பாலுமே தன் அனுதாபத்தைத் தெரிவிக்க முடிந்தது. முத்துவும் பலவிதமாய்க் குரல் எழுப்பித் தன் வேதனையைக் காளையோடு பகிர்ந்து கொண்டான். சொற்களைக் கொட்டி அளக்காமலேயே சோகக் கதை கூற முடியுமோ? முத்துவுக்குப் பேச்சில்லை என்ற குறையைப் பிரமாதமாக அது நினைக்கவேயில்லையோ? அப்படிப் பேச்சில்லாமல் இருந்ததால்தான், முத்துவின் ஹிருதயம் அந்தக் காளையினிடத்தில் பண்பட்டிருந்ததோ?

முத்து, ஊரில் நல்ல செல்வாக்கும் பெரிய தனமும் படைத்த மண் கொண்டாருடைய ஒரே

மகன். வாட்டசாட்டமான ஆள். முரடன் மூர்க்கனும்கூட. காளைகளும் கிடாக்களும் மாடு கன்றுகளும்தான் அவனுக்கு ரொம்ப நெருக்கம் ஆனவை. அவற்றோடு பழகுவான். அவற்றைப் பழக்குவான். சாகுபடி காலத்தில் இரவோ பகலோ அயராமல் வயல் வெளியில் உழைப்பான். ஊராரோடு பழக அவனுக்கு நேரமும் இல்லை. நினைப்புமில்லை. அப்படியே யாரோடாவது அவன் பேசினால் தகராறுதான். மூஞ்சி மோரை தெரியாமல் அடித்துவிடுவான் யாராயிருந்தாலும். ஏன், எதற்கென்று காரணம் காட்டவோ, பிறர் சொல்வதைக் கேட்கவோ அவன் பழக்கப்பட்டதே இல்லை. காது வழி அடைத்துவிட்டதால் தொடர்பு அறுந்துவிட்டது. அவன் தன்னிச்சையாய் எப்படி எதை நினைக்கிறானோ அதுவே அவன் முடிவு. ஆகவே அவனை ஊரார் நெருங்காமல் இருந்துவிட்டார்கள். அவன் வழிக்குப் போனால்தானே அந்த மாதிரி தகராறு? அவனாக யாரையும் ஒன்றும் செய்வதில்லை. அந்த மாதிரி ஸ்வபாவத்தாலும் அவன் பெரிய இடத்துப் பிள்ளை என்பதாலும் ஊரார் அவனிடம் ஜாக்கிரதையாகவே பழகினார்கள். அவனை, முத்து என்று பெயர் சொல்லிக் குறிப்பதே வழக்கமில்லை. 'மண் கொண்டார் சின்னவரு' என்றுதான் சொல்வது வழக்கம்.

மாடு கன்றுகளில் அவனுக்கு நிறைந்த அனுபவம். நல்ல கைராசி.

அது வம்ச பரம்பரைவாசி என்பார்கள் எல்லோரும். அந்தச் சுற்று வட்டாரத்திலேயே மண்கொண்டார் வீட்டுக் காளை மிகவும் பிரஸித்தி பெற்றது. நல்ல ஜாதிக் காளையின் வழியாக வாகான கன்றுகளை வளர்த்து வளர்த்துத் தேர்ந்தவர்கள் அவர்கள். இரண்டு மூன்று தலைமுறையாக அவர்கள் வீட்டுக் காளையின் வழியில் வந்த கன்றுகளுக்குத் தனியான ஒரு 'மவுசு' உண்டு. வருஷா வருஷம் அவர்கள் கிடை சேர்ப்ப துண்டு. முத்துவின் மேற்பார்வையில் எல்லா மாடுகளும் 'கனஜோராய்' நிற்கும்.

கூடுமானவரை மாடுகள் இளைக்காமல் இருக்க என்னென்ன செய்ய வேண்டுமோ எல்லாம் செய்வான் முத்து. கடும் வெய்யிலில் குளத்தங்கரைத் தோப்பில் கிடையை மறித்துப் போட்டுவிட்டு வெய்யில் தாழ்ந்ததுதான் ஓட்ட வேண்டு மென்று கண்டிப்பான் கிடைக்காரனை. வீட்டுக்கெதிரில் பிரம்மாண்டமாய்க் கிடக்கும் வைக்கோற்போர் தரைமட்டமாகி விடும். கிடை கலைப்பதற்குள். மண்கொண்டாருக்கு இதில் அவ்வளவாகத் திருப்தி இல்லை. கடுமையாய் ஆக்ஷேபிக்க மாட்டார். 'ராப்பட்டு வைக்கோல் கிடைக்குமென்ற நினைவில்

எது நிற்கும்? 153

மாடுகள் நன்றாய் வறண்டி மேய்வதில்லை’ என்று சொல்வார் எப்போதாவது. ‘முத்துவுக்குத் தெரியாதா’ என்று அதோடு விட்டுவிடுவார். கிடையில் மற்றொரு பழுத்த காளையும் உண்டு. இருந்தாலும் சின்னக்காளைதான் முத்துவுக்குத் தோழன். இளவட்டமாய் மதமேறி நின்ற அதுவும் முத்துவும் சகோதர பாசத்தைவிடப் பலமடங்கு அதிகமான பாசத்தால் பிணைக்கப் பட்ட ஜீவன்களாய் இணைபிரியாமல் வளையவருவார்கள், மண்கொண்டார் வீட்டுக் குலவிளக்கு முத்து அவர் வீட்டுக் கொட்டலின் விளக்குச் சின்னகாளை.

இரவில் பெரிய காளைதான் கிழ அரசர் கிடப்பது போல் கிடையைக் காத்துக்கொண்டிருக்கும். இளங்காளை, கம்பீரமாய் எங்காவது போய், எந்தக் கொல்லையிலாவது மேய்ந்துவிட்டுத் திரும்பும். ஓர் முறை கிடையைச் சுற்றிவரும். அப்பொழுது பார்க்க வேண்டுமே அதன் ஒய்யார நடையை யும் உல்லாசக் குலுக்கலையும்! இரவில் அது கிடையில் இருக்கிறதா என்பதைப் பார்த்துவிட்டுதான் முத்து தூங்கப் போவான். இருட்டு நாட்களில் கிடை இருக்கும் வயலருகே வந்து ஒரு குரல் கொடுப்பான். காளை எக்காளித்துப் பெரிய சத்தம் கொடுக்கும், ஊரே கிடுகிடுக்கும். முத்து அதைச் ‘சூசனை யாய்’க் கேட்டுக்கொண்டிருக்கும்போதே காளை ஓடிவந்து நக்கிக் கொடுக்கும் ஸ்வாரஸ்யமாய். கண்ணிமை கருத்த கிடாரி யோடு முன்னடை பின்னடை போட்டுக்கொண்டிருக்கும் சந்தர்ப்பமாயினும் முத்துவின் குரலைக்கேட்டால் ஓடிவந்து விடும்.

நிலா நாட்களில் குளத்தங்கரைத் தோப்பில் அதோடு ஆசை தீர விளையாடுவான் முத்து. அவன் வீடு வரைக்கும் கூட வந்து வழியனுப்பிவிட்டுத் திரும்ப ஓடும் ஏகாந்தமாய். வயலில் பஞ்சுப் பொதிகள் கிடப்பதுபோல் கிடக்கும் நூற்றுக் கணக்கான மாடுகள் கிடக்கும் இடத்திற்கு அது போய்ச் சேரும் வரையில் அதைப் பார்த்துக்கொண்டிருப்பான் முத்து. பகலில் ஊருக்குள் அப்படித் தனியாய் அந்தக் காளையை யாராவது பார்த்துவிட்டால் அப்படியே குலை நடுங்கிப் போவார்கள். அரை மைலுக்குக் குடைபிடித்த ஆள் வரக் கூடாது. சாயம் பூசிய கூண்டு வண்டியைக் கண்டுவிட்டாலோ ஆபத்துத்தான். கொண்டை குலுங்க, மணி அலறப் புழுதிப் பறக்க நாலுகால் பாய்ச்சலில் ஓடி, வண்டியைக் குடை சாய்த்த பிறகுதான் திரும்பும். அப்பொழுதெல்லாம் அந்த வேகத்தைத் தணிக்க, முத்துவின் குரல் ஒன்றைத் தவிர வேறு எதுவுமே பயன்படுவதில்லை. சாதரணமாகவே அதை இருபுறமும் சங்கிலி போன்ற அழுத்தமான கயிறுகள் கட்டி மிகச் சுருக்கியே முளையில் கட்டியிருப்பார்கள்.

முத்துவைத் தவிர வேறு யாரும் அதை அணுகித் 'தாஜா' செய்ய முடியாது. கிடையில் பெரிய காளையே இதைக் கண்டு ஒதுங்கிக் கொடுக்கும். சின்னது தொடரும் கிடாரியைப் பெரிது ஏறிட்டுக்கூடப் பார்ப்பதில்லை. மூத்ததற்குப் பரிந்து கொண்டு சின்னதைச் சலுகையாய்த் தாடையில் அறைவான் முத்து. ஊற்றுக் கன்றாய் இருந்ததிலிருந்து முத்துவின் கையிலேயே வளர்ந்து சிங்கம்போல் வீரார்ந்து நிற்கும் அந்தக் காளைக்கும் அவனுக்கும் இருந்த நெருக்கத்தை, சிநேக பாசத்தைக் காட்டிக் கொண்டு பெருமூச்சு விட்டது காளை.

நாலைந்து நாட்களாய் அஞ்சலையைக் காணவில்லை. முத்துவின் மெய்மறந்த சிரிப்பும் கத்தலும் கேட்காமல் அதற்குத் தீனி தின்பது போலவே இல்லை. அந்தக் காளை லக்ஷியம் செய்த மனிதர்கள் மூன்றே பேர்கள்தாம். அஞ்சலை ஒருத்தி. முத்து ஒருவன். பெரிய மண்கொண்டார் ஒருவர். அவரும் அறிமுகம் என்பதோடு சரி, மற்றப்படி அதன் தினசரி வாழ்வில் அஞ்சலையும் முத்துவும்தான் நிரந்தரமானவர்கள். அஞ்சலை புதிதாய் வந்தவள்தான். அந்த வீட்டிற்கு வந்த புதுசில், பாவாடையைத் தூக்கிக் கட்டிக்கொண்டு கொட்டிலைப் பெருக்க வருவாள். காளையினருகே வரும்போது முத்துவைக் கூப்பிடுவாள். 'ஒன்றும் செய்யாது போ' என்ற குறிப்பில் குரலெழுப்புவான். அவன் சிரித்துக்கொண்டே காளையிடமும் வந்து சொல்வான். நாளடைவில் அவளுக்கும் தன்னை நெருங்கி வரும் உரிமை தந்தது. இப்பொழுதெல்லாம் சிற்றாடையை மடக்கிக்கூட வைத்துக்கொள்ளாமல் தீனி வைத்துவிட்டு, அதன் கொண்டை மேல் சாய்ந்து நிற்பாள். தீனிப் பெட்டியை அவள் குனிந்து எடுக்கும்போது சொறிந்துகொடுக்கும். அவ்வளவு தூரம் பழகிப்போன அஞ்சலையை நாலைந்து நாட்களாய்க் காணவில்லை. முத்துவும் வேதனைப்படுகிறான். காளையும் வேதனைப்பட்டு ஏங்கிப் பார்த்தது. கண்ணீர்விடாத குறையாய்த் தட்டிக் கொடுத்தான் அவன். தீனி தின்னாமல் முத்துவை முகத்தால் தடவிற்று. அதுவரை அடக்கி வைத்திருந்த துக்கம் பொத்துக்கொண்டு வந்தது முத்துவுக்கு. கடகடவென்று கண்ணீர் விட்டான். வீட்டிலே எல்லோரும் சாப்பிடுகிறார்கள். டீத்தண்ணீ, மோரெல்லாம் குடிக்கிறார்கள். தன்னுடைய வேதனையில் பங்குகொள்ளும் அனுதாபத்தை மனிதரிலே காணாத முத்து காளையின் பரிவில் உருகிப் போய்க் கடகட வென்று கண்ணீர் விட்டான். சில நிமிஷங்களுக்குப் பிறகு, கண்ணீர் கலந்த தவிட்டை விரல்களால் எடுத்தெறிந்துவிட்டு, தீனியை அதன் வாயில் கொடுத்தான். தயங்கித் தயங்கி உட்கொண்டது மாடு. அதைத் தடவிக்கொடுத்துக் கொண்டே, முக்கலும் முனகலும் கேவலும் மூச்சுமாய் என்னென்னவோ

சொன்னான் கதையெல்லாம். அந்த ஈரக்குரல்களில் அஞ்சலை யின் கதைகள் தாம் நிறைந்திருக்கும் அநேகமாய்.

○○○

மண்கொண்டாருடைய வெகு தூர உறவினன் ஒருவன், மனைவியையும் சொத்தையும் இழந்துவிட்டு, ஒரு பெண்ணோடு வந்துசேர்ந்தான். சில வருஷங்களுக்கு முன் மண்கொண்டார் வீட்டுச் சாகுபடி வேலையையும் செய்துவந்தான். வீட்டோடு இருந்துகொண்டு. அந்தப் பெண்தான் அஞ்சலை. திடீரென்று அவன் செத்துப்போய்விட்டான். அந்த இழவுக்கென்று வந்த அவனுடைய உறவுக்காரர்கள் அப்பொழுதே அஞ்சலையைத் தாங்கள் அழைத்துப் போவதாகக் கூறினார்கள். அவளுக்கு முறை மாப்பிள்ளையென்று சொல்லிக்கொண்டு ஒருவன் வந்திருந்தான். மண்கொண்டார் ஏதோ சாக்குப் போக்குச் சொல்லி அனுப்பிவிட்டார். வேறு இடத்திலிருந்து பெண் ஒன்றும் வராவிட்டால் அவளை முத்துவுக்கே கட்டிக்கொள்ள லாம் என்பது அவர் எண்ணம். அதனால்தான் அவளை மிகவும் நேசமாய்த் தன் வீட்டோடு வைத்துக்கொண்டார். அவள் வந்ததிலிருந்தே முத்துவும் சிரிப்பும் கொம்மாளமு மாய்த் தானிருந்தான். ஆனால் அஞ்சலை புத்தியறியும்வரை சும்மாக் கிடந்த அந்த உறவுமுறையான் அவளை அழைத்துப் போக வந்துவிட்டான். அவள் பிறந்தவுடனேயே அவனுக்குத் தான் என்று ஆணை வைத்தார்களாம் அப்புறமும் அடிக்கடிப் பரிசம் போட்டது மாதிரிப் பேச்சு வார்த்தைகள் நடந்திருக் கின்றனவாம். இதற்குப் பலபேர் சாக்ஷி சொல்கிறார்கள் கூடவந்து அந்தப் பிள்ளை அப்படியொன்றும் சொத்துக்காரனோ, பெரிய 'ஜனக்கட்டு' உள்ளவனோ அல்ல. இருந்தாலும் தன்னூர்ப் பெரியதனக்காரரையும் வேறு சிலரையும் அழைத்து வந்திருக் கிறான் நியாயம் பேச. இதற்கேற்றாற் போலவே அஞ்சலையும் முத்துவை மணக்க விரும்பவில்லை. தனக்கு அந்த எண்ணமே இருந்ததில்லை எப்போதும்; மண்கொண்டாருக்கு அந்த எண்ணம் இருப்பதாகவும் தனக்கு அதுவரை தெரியவே தெரியாது என்று ஒரேயடியாய் சாதித்தாள். அவளுக்கு என்ன பதில் சொல்வதென்றே தெரியாமல் என்னவோ சொல்லப் போய் "அப்படியானா நீ ஏன் அவனோடு அப்படிப் பழகினா யாம்?" என்று கேட்டுவிட்டார் மண்கொண்டார். அந்தக் கேள்விக்கு அர்த்தமென்னவென்று அதைக் கேட்ட பிறகுதான் அவரே யோசித்தார். இதற்குள் அஞ்சலை மளமளவென்று பேசித் தீர்த்துவிட்டாள்.

"எப்படிப் பழகினேனாம்? யாரு இதைச் சொன்னவங்க? காளைமாட்டோடும்தான் நெருங்கப் பழகினேன். கி ா ஒண்ணு

நிக்குதே, அதோடும்தான் பழகினேன் முத்துவோடும் அப்படித் தான் பழகினேன். முத்து காளைகிட்டே இளிக்குது, என்னை முதுகிலே தட்டிக் குடுத்திருக்கும். எப்பவாவது எங்கிட்டேயும் இளிக்குது. காளையைத் திமிலைத் தட்டிக்குடுத்திருக்கும் இதுலே என்னத்தைக் கண்டாங்களாம் பழக்கத்தை?"

"ஏ குட்டி! அதிகமாப் பேசாதே. தெரிஞ்சுதான் பேசறையா நீ?" என்றார் மண்கொண்டார். அவளிடம் கோபித்து, அவள் பேச்சுக்கு மதிப்பைத் தந்துவிடக் கூடாது, அவள் பேசுவதற்கு அர்த்தமில்லை என்று ஆக்க வேண்டும் என்பது அவர் எண்ணம். ஆனால் நியாயம் பேச வந்திருந்தவர்களில் ஒருவர் ரொம்ப இங்கிதமறிந்தவர்.

"அறியாப்பிள்ளையுங்க அது, தடபுடன்னு எதையெதையோ பேசுது" என்று முத்துவின் தகப்பனிடம் சொல்லிவிட்டு, "அஞ்சலை மண்கொண்டார் மாமாகிட்ட இப்படியா பேசுவாங்க? போ, போ, உன்மனசுலே கிடந்ததை ஒளிக்காமெ கொட்டிப்பிட்டே, போயி உன் துணிமணியெல்லாம் எடுத்து வைச்சுக்க, ஊருக்குப் போவணும்" என்று தீர்மானம் வைத்தார்.

மண்கொண்டாருக்குப் பேச முடியவில்லை. தனது பெரிய தனத்தையும் நாளைக்கு வேறு இடங்களில் தானே நியாயம் பேசவேண்டிய கண்ணியத்தையும் நினைத்து நிர்பந்தவசமாய் அவர் அஞ்சலையை அனுப்பித்தர ஒப்புக்கொண்டுவிட்டார். 'விட்டேனா பார்' என்று அவரே கிளம்பாதபோது வேறு யார் என்ன செய்யமுடியும்? முத்து ஏதாவது முரண்டு செய்தால் தகராறு வரும். அப்பாவின் கௌரவம் அவனையும் கல்லாய்ச் சமைய வைத்துவிட்டது. அஞ்சலை அவர்களோடு கிளம்பிப் போய்விட்டாள்.

அவள் தன் மகனுக்கு வாழ்க்கைப்படாமல் போவதில் கூட அவ்வளவாய் வருத்தமில்லை மண்கொண்டாருக்கு. அவர் நினைத்தால் பொண்ணா இல்லை? போகிற போக்கில் அஞ்சலை சொன்ன வார்த்தைகள்தாம் அவரை மிகவும் வருத்தின. முத்துவைக் காளையோடும் கிடாவோடுமல்லவா சேர்த்துப் பிடித்து எண்ணிவிட்டாள்! இதை வெளியில் சொல்லவும் முடியாமல் ஆத்திரப்பட்டு, "கிடக்குது போ, நன்னிகெட்ட கழுதை அந்த 'ராங்கி' குடித்தனத்துக்கும் ஒத்து வராது" என்று அந்த எண்ணத்தையே ஒதுக்கிவிட்டார், ஆனால் முத்துவைப் பார்க்கும்போதெல்லாம் அவருக்கு அந்த நினைவு வந்துவிடும் மிகவும் அங்கலாய்ப்பார் முத்துவைப் பெற்றவளிடம்.

○○○

எழுச்சியே இல்லாமல் நாட்களைத் தள்ளிக்கொண்டிருந்தான் முத்து; ஒவ்வொரு நாளும் நீண்டு நீண்டு தன்னை வருத்துவதாகவே நினைத்திருக்க வேண்டும் அவன். ஒன்றும் ஓடாமல், இரவும் பகலும் ஒன்றாய்த் தூக்கம் பிடிக்காமல் துக்கம் கொண்டாடிக்கொண்டிருந்தான். காளை முன்போல் அவ்வளவு சீறுவதில்லை. எகிரி எக்காளம் போடுவதில்லை. வந்த மாடுகளைக்கூட நத்தி மோப்பம் பிடிப்பதில்லை. முத்து மிக முயன்று அதைத் தாஜா செய்து பிடிக்கவைப்பான்.

ஆற்றில் ஜலம் வந்து வயல் வேலை தொடங்கிய பிறகுதான் முத்துவுக்கு எழுச்சி வந்தது. அப்பாவும் அம்மாவும் அவனுக்குப் பல ஆறுதல்களைச் சொன்னார்கள். அருமையான பெண்ணாய்ப் பார்த்துக் கல்யாணம் செய்து வைப்பதாய் உறுதி கூறினார்கள். முத்துவின் மனம் இழந்த தெம்பை மீண்டும் பெற்றது. ஒருவாறு பழைய முத்துவானான்; காளையும் அவனோடு ஒத்துப் பாடியது. வயலுக்கும் வீட்டுக்குமாகப் பம்பரம்போல் சுற்றிக் கொண்டிருந்தான். சாயங்காலம் வீட்டுக்கு வரும்போதெல் லாம் அருமையான புல்லாய் ஒரு பெரிய சுமை கொண்டு வருவான். கறவை மாட்டுக்கும் காளைக்கும் பிரித்துப்போட்டு, தூசி துப்பட்டையில்லாமல் ஆய்ந்து கொடுப்பான். போது பற்றவில்லை இப்போது அவனுக்கு. நாளெல்லாம் நிமிஷமாய் ஓடிற்று, மாதங்கள் போனதே தெரியவில்லை. ஆச்சு, தை பிறக்கப்போகிறது; அறுவடையெல்லாம் ஆக வேண்டும். இவ்வளவு மும்மரத்திலும் முத்துவுக்குக் கல்யாண ஞாபகம் ஊறிக்கொண்டே இருந்தது. மண்கொண்டாரும் பெண் பார்த்துக்கொண்டுதானிருக்கிறார். மார்கழி மூட்டம் கலைந்து பளிச்சென்ற பகல்களைப் பார்த்த காளைக்கும் உத்ஸாஹம். அதற்குக் கிடை நினைவு வந்துவிட்டது. கிடைமறிக்கும் தோப்பைத் திரும்பத் திரும்பப் பார்த்தது. முத்து அதனிடம் போய்ச் சிரித்தான், கனைத்தான்; பல ஜாடைகள் செய்து கிடைசேர்க்கப் போவதைச் சொல்லிக்காட்டி, அதன் கொண்டையை வருடுகிறான். கொட்டிலை நிறைத்துக் கொண்டிருக்கும் கன்று தழுவிய தாய்ப் பசுவைப் போய்த் தழுவித் தழுவிக் காட்டுகிறான். மெய்மறந்து காளையும் எக்காளமிடுகிறது. ஏகக் கிளர்ச்சி இரண்டு உள்ளங்களிலும். தை பிறந்ததிலிருந்தே மாட்டுப் பொங்கலன்று தொடங்கிய ஒரு புது மிடுக்கோடு காளை மதாளித்து நின்றது. முத்து நல்ல வேஷ்டிகளெல்லாம் கட்டிக்கொண்டான்; உருமால், சொக்காயெல்லாம் போட்டுக்கொள்ள ஆரம்பித்தான்.

மண்கொண்டார் மிகவும் முயன்று நயபயங்களை உபயோகித்துப் பெண்ணைப் பெற்ற ஒருவனைப் பிடித்துக்

கலியாணம் நிச்சயம் செய்தார். முகூர்த்தம்கூட வைத்துவிட்டார். ஆனால் தை முடிந்து, மாசி பிறந்து, முற்றிக்கொண்டிருந்த நிலையிலும் கல்யாணம் ஒத்திப்போய்க்கொண்டே இருந்தது. இதற்குள் இங்கே, கிடையெல்லாம் சேர்த்துப் பெருகிப்போயிருந்த தால், முகூர்த்தத்தை எதிர்பார்ப்பதைத் தவிர வேறு கவலை யில்லாமல் இருந்தான் முத்து. பெண் வீட்டுக்காரர்கள் ஏதோ உதவாக்கரைப் பேச்செல்லாம் பேசிக்கொண்டிருந்தார்கள். கடைசியில் ஆளை அனுப்பிப் பெண்ணின் அப்பனைக் கைப்பிடியாய்த் தன்னிடம் அழைத்துவரச் செய்தார் மண்கொண்டார். நிர்ப்பந்தத்தால் பெண் கொடுக்க ஒப்புக் கொண்ட அந்த மனிதன், மெல்லத் துணிந்து பணிவும் குழைவு மாய், முத்துவுக்கென்று ஏதாவது சொத்துகள் பிரித்து எழுதி வைத்துவிட வேண்டுமென்று பேச்சுவிட்டான்.

“வாயில்லாதவராய் போயிட்டாரு உங்க மவன். அத்தோடே. நீக்குப் போக்கும் தெரியலை அடியும்பிடியுமா முரட்டுத்தனம் வேறே இருக்கு. நான் இப்படிச் சொல்றேன்னு ஐயா கோவிச்சிக்க மாட்டீங்கன்னு நெனைக்கிறேன்; ஒரு நல்லது – கெட்டது. தலையைக் காலை வலிச்சுதான்னு வையுங்க. அந்தப் பெண்ணுக்கு அரை வயித்துக் கஞ்சிக்கு வழி வேணும் இல்லீங் களா . . ?” என்று வாய்விட்டு உடைத்துப் பேசிவிட்டான் அவன். அன்றிரவு வீட்டில் அதைப் பற்றிப் பேச்சு நடந்தது. முத்துவின் மனம் மறுபடியும் உடையும்படி விடுவார்களா? மண்கொண்டாருக்கு அந்த மனிதன்மேல் பெருத்த கோபம் தான். ஆனாலும் அடக்கிக்கொண்டுவிட்டார். சொத்து எழுதி வைப்பதாக ஒப்புக்கொண்டு, சித்திரை முற்பத்திலேயே முகூர்த்தத்தை நடத்திவிட வேண்டுமென்று சொன்னார். இரவு விருந்தெல்லாம் நடந்தது. எல்லோரும் வீட்டுத் திண்ணை யில் படுத்துக்கொண்டே பேசிக்கொண்டிருந்தார்கள். முத்து உட்கார்ந்திருந்தான். மண்கொண்டார் பனிவாடை ஆகா தென்று வீட்டிற்குள் போய்த் தூங்கிவிட்டார். புது இடம், ஆகவே புதிய மாமனாருக்குத் தூக்கம் வரவில்லை. நல்ல நிலா; அன்று பகல் மாதிரி இருந்தது. திண்ணையில் இருந்து பார்த்தால் எதிரே குளமும் தோப்பும் பார்க்க ரொம்ப அழகாயிருந்தன. முத்து திண்ணையோரத்தில் உட்கார்ந்திருந் தான். நிமிர்ந்து நெட்டுக்கு நேராய். நிலவின் போதையில், குறைவான பனியின் இளங் குழப்பத்தில் மயங்கித் தெரிந்த குளத்திலும் தோப்பிலும் நிழல்களிலும் குளத்தில் நெளியும் கோடுகளிலும் ஈடுபட்டுப் பரவசமானவன்போல, சித்திரையை நினைத்து மௌனக் கவிதை பேசிக்கொண்டிருந்தான் முத்து. பெண்ணைப் பெற்றவன் அவனைப் பார்த்தான், வாட்ட சாட்டமான அந்த முழு ஆளிடம், ததும்பி நின்ற ஓர் நிறைவை

அனுபவித்தான். குறை பற்றிய நினைவே எழவில்லை அவனுக்கு. இப்போது, தனக்குக் கிடைத்திருக்கும் கண்நிறைந்த அந்த மருமகனை அவன் மனமார ஏற்றுக்கொண்டுவிட்டான். தன் மகளிடம் அவனை வர்ணித்துச் சொல்ல நினைத்தோ என்னவோ, அவனுடைய அழகமைந்த மேனியன் கரவு செறிவுகளை அளந்து அள்ளிப் பருகிக்கொண்டிருந்தான்.

வீட்டிற்கருகில் குதூகலம் நிறைந்த காளையின் எக்காளம் கேட்டது. முத்து திண்ணையில் இருந்து இறங்கினான். காளை எதிர்கொண்டழைத்தது. வழக்கம்போல அதோடு விளையாடச் சென்றான் முத்து. பெண்ணைக் கொடுக்கப் போகிறவனும் கீழே இறங்கி அந்தக் காளையைக் கண்ணாரக் கண்டு சிரித்துக் கொண்டான் தனக்குள். நிம்மதியாய்ப் படுத்தான். தூங்கி விட்டான்.

குளத்தங்கரையில் ஒரு பின்னமரம். மிகவும் குட்டையாய் ஏராளமான கிளைகளோடு தழைத்து மண்டிக் கிடந்தது. அருகிலேயே ஓர் கொன்னை மரம். அதன் கிளைகளும் மிகத் தாழ்வு. எம்பிக் குதித்து, ஏறி உட்கார வாய்ப்பாயிருந்த ஓர் கிளையில் முத்து உட்காருவான். காளைமேல் தாவிக் குதிப்பான். காளை லாகவமாய் முன்னங்கால்களைத் தூக்கிக் கிளையில் போட்டுக்கொள்ளும். முத்து ஏறி இறங்குவான். இப்படி என்னென்னவோ விளையாட்டு. பொத்தென்று கீழே விழுந்தான் முத்து. நீண்ட ஓர் கிளை முறிந்து அவன் தொடை மேல் விழுந்தது, பொறிபறக்கும் நேரத்தில். முத்துவுக்கே இன்னது நடந்தது என்று தெரியாமல் எல்லாம் நடந்துவிட்டது. கிளை யில் கால்களைப் போட்டுக்கொண்டே தானும் விழுந்த அதிர்ச்சியில் – பரபரப்பில் காளையும் இசைகேடாய் அவன் தொடையை மிதித்துவிட்டதோ என்னவோ? அதன்மீது ஈ உட்காரக்கூடப் பொறுக்காத முத்து எதையோ எடுத்து அதன் மீது எறிந்தான். அது குதித்தோடிய வேகத்தில் புற்றுக்குள் காலைவிட்டு உதறிப் பிடுங்கிக்கொண்டது. அதற்குக் காலில் காயம். எலும்பும் பிசகிக்கொண்டது. முத்து நகரப் பார்த்தான்; முடியவில்லை. நிற்பதற்காகத் தூக்கிப் பார்த்தான்; அதுவும் முடியவில்லை. வலி பொறுக்காமல் கத்திவிட்டான். சத்தம் கேட்டு ஓடி வந்தார்கள். ரத்தத்தைத் துடைத்தார்கள். கொட்டிக் கொண்டேயிருந்தது. வீட்டிற்குத் தூக்கிக்கொண்டு வந்தார்கள். காலைத் தூக்கிவைக்க முடியாமல் தேய்த்துக்கொண்டே காளை யும் வந்தது. தெருவே கூடிவிட்டது. நடக்க முடியாமல் நடந்து கொண்டு முத்துவைச் சுற்றியது மாடு. "இந்தச் சனியனைப் பிடித்துக் கட்டித் தொலை" என்று எரிந்து விழுந்தார் மண்கொண்டார். இதற்குள் அதுவே போய் ஒரு மூலையில்

விழுந்துவிட்டது. நிற்க மாட்டாமல், காளை போனதும் பெண் கொடுக்க வந்த மனிதன்மேல் பாய்ந்தது அவர் கோபம்.

“பாவிப் பயல், சொத்தைப் பிரித்துக் கொடுன்னு கேக்க வந்து கன்னாபின்னான்னு கேட்டானே, அவசகுனம் பிடிச்சவன்” என்று கத்தினார்.

பொழுது விடிந்தது. அடித்துப் போட்டதுபோல் அயர்ந்து விழித்தார் மண்கொண்டார். அவருக்கு ஒன்றும் புரியவில்லை. யார் எதைச் சொன்னாலும் செய்ய நினைத்தார். உள்ளூர் வைத்தியன் வந்தான். தமிழ்ப் பாட்டெல்லாம் சொல்லிப் பற்றுப் போடச் சொன்னான். அப்புறம் கிழவிகள் பழைய கதைகளைச் சொல்லி ஒத்தடங்கள் கொடுக்கச் சொன்னார்கள். நாடாவி ஒருவர் வந்தார். அனுபவஸ்தராம், சிம்பு வைத்துக் கட்டினார். பத்து நாள் கழித்து ‘டவுன்’ ஆஸ்பத்திரியில் பெரிய டாக்டர் கவனித்தபோது ஆழமாய் புரையோடி விட்டிருந்தது. அடி பட்டவுடனேயே கொண்டுவரவில்லையே யென்று கோபித்துக்கொண்டே சோதனை செய்தார். தலையில் அடித்துக்கொண்டு கிராமவாசிகளின் அறியாமையை வன்மை யாகக் கண்டித்தார். மண்கொண்டாரோ மனமுடைந்து கண் கலங்கி “இப்போ என்ன ஆகுங்க, அதைச் சொல்லுங்களேன்” என்றார்.

“நொண்டி வேணுமா, அல்லது உன் மகனுடைய பிணம் வேணுமா?” என்று கேட்டார் டாக்டர்.

தொடைக்குக் கீழே முழுக்காலையும் எடுத்துவிட்டுப் பிழைக்க வைத்தார் டாக்டர். ஒரு கால் நொண்டியாகி முத்து ஆஸ்பத்திரியில் கிடந்தான். இங்கே வீட்டு வாசலிலேயே காளை நிற்க முடியாமல் படுத்தபடியே கிடந்தது. அதற்கு ஒரு முன்காலிலும் பின் காலிலும் புண்; நரம்பு பிசகல். குளம்புக்கு மேல் வீங்கிக் குதறிக் கிடந்தது. அதை யார் கவனிக்கப் போகிறார்கள்?

வெளிப் புண்ணெல்லாம் ஆறிய பின் முத்துவை அழைத்து வந்தார்கள். ஜங்காலன் மாதிரி தாவிக் குதிக்கும் முத்துவை வண்டியிலிருந்து இரண்டு பேர் பிடித்து இறக்கினார்கள். அவன் ஒற்றைக் காலால் நொண்டிக்கொண்டே வந்தான். எழுந்திருக்க வேண்டுமென்று துடித்தது காளை; முடியவில்லை, அதன் கொண்டை துடித்தது. உடம்பெல்லாம் சிலிர்த்தது. தாளாமல் அதைத் தழுவிக்கொண்டு உட்கார்ந்தான் அவன். கண்ணீரால் அவனை நனைத்து மோந்து பார்த்தது. நொந்து கிடந்த அதன் கால்களைத் தடவினான் அவன். காணாமற்

போய்விட்ட அவனுடைய காலைத் தேடி முகத்தால் உராய்ந்தது அது.

எல்லோரும் வந்து முத்துவைப் பார்த்துப் போனார்கள். தினமும் இந்தக் கண்ணறாவிக் கதையைப் பேசவும் பார்க்கவும் பிடிக்காமல், வீட்டிலேயே தங்காமல் எங்கோ போய்க் கொண்டிருந்தார் மண்கொண்டார். அப்படிப் போய்விட்டு ஒருநாள் அவர் வீட்டுக்கு வந்தபோது அஞ்சலையின் குரல் கேட்டது. 'அவள் எதற்கு இங்கே வந்தாள்? குடி கேடி' என்று நினைத்து விர்ரென்று உள்ளே போனார்.

"அட ஆண்டவனே! இந்த ரெண்டு வாயில்லாச் சீவன்களையும் இப்படி முடக்கிப் போட்டையே, உன் கோவிலில் இடி விழாதா" என்று புலம்பித் தலையிலடித்துக்கொண்டு அழுதுகொண்டிருந்தாள் அஞ்சலை. மண்கொண்டார் உள்ளே வந்து இரைந்ததைக் கேட்க அவள் அங்கிருக்கவில்லை. எழுந்து நடையைக் கட்டிவிட்டாள், அவரைப் பார்த்தவுடனேயே.

முடிவு:

'ஆரம்பம் – நடு – முடிவு என்ற பிரபஞ்ச நியதியில் விடாப் பிடியாய்த் தொங்கும்' என் நண்பர் கேட்கிறார், முடிவு என்னவென்று; கதையென்றால் துலாம்பரமாய் முடிய வேண்டும் அவருக்கு; அவர் குறைபடுவானேன்! இதுதான் முடிவு:

முத்துவுக்குப் பின் மண்கொண்டார் வம்சம் இல்லை; அந்தக் காளைக்குப் பின் அவர்கள் வீட்டுக் காளை வழியில் வரும் 'மவுசு'க் கன்றுகளும் இல்லை.

எது நிற்கும்?

சாமியின் கண்களைத் தூக்கத்தின் பாரம் அழுத்திற்று. தூசி விழுந்ததுபோலக் கடுப்பு, கண்களை அறுத்தது. உடம்பெல்லாம் வலி, பூட்டு கள் கெஞ்சின. பகலில் எரித்த வைகாசி வெய்யில் முழுவதும் சாமியின் தலைமேல்தான். சுற்றிச் சுற்றி வசூல் செய்த பணம் பையில் இருந்தது. அடிக்கடி அதைத் தொட்டுப் பார்த்தான். ரயிலடி மேடை யில் நடந்தான். மேல் வகுப்புப் பிரயாணிகள் தங்குமறையில் சுழலும் விசிறிக்கடியில் சாய்மனத் திலும் பலகையிலும் நிம்மதியாய்த் தூங்கிக் கொண்டிருந்தவர்கள் தென்பட்டனர். சாமி, வேறு என்னவோ நினைக்கப்போனவன், '...கொடுத்து வைத்தவர்கள் ... சுகமாய் ...' என்று நினைத்தான். மெதுவாய்ப் பாதியிலேயே அந்த நினைவு நகர்ந்தது. நடந்துகொண்டே இருந்தான். வேதனைப்படும் உடம்பின் அயர்வால் நின்று கொட்டாவி விட்டான். திறந்த வாய் சுளுக்கிக்கொண்டது போல் திறந்தபடி நின்றது. மெல்ல இசைத்து அசைத்து வாயை மூடினான். கண்ணில் ஊறிய தூக்க ஜலத்தைத் துடைத்தான் நின்றபடியே. மேலுடலை நிமிர்த்திக் குதிகால்களை அழுத்தி ஊன்றி முறித்தான். உறுப்பெல்லாம் சொடுக்கின.

"சேச்சே, என்ன பொளைப்பு இது. கடையி லேயே இருந்து கணக்குக் கிணக்கு எழுதினாக்கூட செரமம் தெரியலை, இந்த எளவு ஊர்சுத்திப் பொளைப்புலே உசிரேல்ல ஆடுது ..., மணி பனிரண்டாவது இந்த எளவு வண்டி மூணுக்குத் தானே வரப்போவுது, நின்னுக்கிட்டே எம்புட்டு

நாளிதான் . . . சேச்சே, இப்படியும் வயிறு வளக்கணும்னு . . .' இந்த எண்ணப் போக்குப் போய்க்கொண்டே இருந்தது. முட்டித் திரும்பிற்று. சிரித்துக்கொண்டே தன் நிலையை, எண்ணத்தை ஏசினான் சாமி. 'நமக்கும்தான் எல்லாம் இருக்கு, சத்தே அலுத்துக்கறம், அழுதுக்கறம் உடனே சிரிச்சக்கறம் . . .'

'அடே, அவுங்களைப்போலே நமக்கு ஈசிச்சேர் வேணாம், பலகை வேணாம், விசிறி வேணாம், நிம்மதியாய் சிமிட்டுத் தரையிலே இந்தக் கட்டையைப் போட்டுப் புரட்டலாமுல்ல, இந்தப் பாளும் பணப்பளுவு அதைக்கூட செய்யவிடலையே நம்மை. நம்ம பணமா இருந்தாலும் போனாப்போவுது போன்னு படுத்துடலாம். இது முதலாளி வூட்டுப் பணமுல்ல . . .' சிரித்தான் மெல்ல.

'நம்ம பணமா இருந்தா நாம் ஏன் இந்த அவஸ்தைக்கு ஆளாகப் போகிறோம். சம்முனு கால்மேலே கால்போட்டுக் குட்டு . . .' மறுபடியும் சிரிப்புத் தாங்க முடியவில்லை அவனுக்கு.

'பொறத்தியாரைப் பாத்துப்பாத்து என்ன வேகமோ ஜோரா ப்ளான் போடுது நம்ம மனசு. ம்ஹ் . . . ஹ், மனோ ராஜ்யத்தை ஆளும் தெம்பு அன்னக்காவடிவங்களுக்குத்தான் உண்டு' சிரிப்பு உள்ளுக்குள்ளாகவே பரவியது.

அவனுடைய பாட்டி ஒருத்தி இருந்தாள். இப்போதுதான் செத்தாள் தொண்ணூற்றாறு வயதில். அவள் சொல்லுவாள்; பிள்ளை, பேரன், கொள்ளுப் பேரன் மூன்று தலைமுறைக்கும் சேர்த்து உபதேசம் செய்வாள் அவள்; "இல்லாத்தைப்பத்தி நீங்க நினைக்காதீங்க. நீங்க நினைக்கிறதுக்கு ஒண்ணுக்குப் பத்தா குபேரனுக்குச் செல்வம் பெருகும், அதை அவன் தன் இனத்தவனாப் பார்த்துப் பூமியிலே இருக்கிறவங்களுக்குப் பணக்காரங்களுக்குப் பங்கு போடுவான், அதனாலேயே பொருளெல்லாம் அங்கங்கே குவிஞ்சு, பூமியிலே, இல்லாதவங் களே அதிகமாயிட்டிருப்பாங்க . . .' என்பாள் அந்தக் கிழவி. சாமியின் அப்பா அரையணாவுக்கு உப்பு, அரையணாவுக்கு மிளகாய் என்று சாமான் வாங்கி வந்ததெல்லாம் கிழவிக்குத் தெரியும்; ஆனாலும் அவள் மனம் நிறைந்த திருப்தியோடுதான் தன் கடைசி மூச்சை விட்டாள். குறைப்படவே தெரியாது அவளுக்கு. அந்தக் கிழவியின் நினைவு வந்தது சாமிக்கு. தெளிவாய்க் கண்ணையெல்லாம் நீவிக்கொண்டு, ஆறாவது தடவையாக அந்தப் பெரிய கடியாரத்தைப் பார்த்தான். பனிரண்டேகால்தான் ஆகியிருந்தது. அவனால் நம்ப முடிய வில்லை. 'ஒருவேளை நின்றிருக்குமோ . . .' நிச்சயம் அவனுக்குத் தெரியும், திருச்சிராப்பள்ளி ஜங்ஷன் கடியாரம் நிற்காது என்று. இருந்தாலும் கூர்ந்து பார்த்தான்.

கை காட்டிச் சட்டம் இறங்குவது மாதிரிப் பெரிய முள் இறங்கிற்று. இறக்கத்தின் துடிப்புக்கூடப் புலப்படுவதுபோலிருந் தது. ஒரு புள்ளியிலிருந்து மற்றொரு புள்ளிக்கு விழும் அந்த முள்ளின் சலனம் அவ்வளவு ஸ்தூலமாய்த் தெரிவதில் சாமிக்கு என்னென்னவோ கருத்துக்கள் மனத்தின் அடித்தளத்தில் சுரந்தன. தோன்றும்போது புரிவதுபோலிருந்தவை புத்தியில் பட்டுப் பரவுவதற்குள் மறைந்தும்விட்டன. 'துடித்து இறங்குகிறது. துடித்து ஏறுகிறது, இறங்கி ஏறி இறங்கி ஏறி . . . இப்படியேதான் . . .'

2

மேல் வகுப்புப் பிரயாணிகள் தூங்கும் அறையின் வெளிப் புறத்தில் சிமிண்டுத் தாழ்வாரத்தில் கையில் கோத்த பையும் பையைப் பிடித்துக்கொண்ட அதே கையும் தலைக்குயரமாகத் தூங்கிக்கொண்டிருந்தான் சாமி. பாராக் கொடுக்கும் போலீஸ் கான்ஸ்டபிள் அவனை எழுப்பினார். தொடாமல் ஆனால் முகத்தின் கிட்டே போய் இரைந்தார்; "யோவ், யாரையா இது . . . எழுந்திரையா, போய் வெளியே போய்ப்படுமய்யா, இங்கெல்லாம் முதல் வகுப்புக்காரங்களும் . . ."

சாமிக்கு விழிப்புக் கண்டுவிட்டது. சுற்றிப் பார்த்தான், தான் படுத்திருப்பது வெளிப்புறத்தில்தானே என்று உறுதிசெய்து கொள்ளத்தான். போலீசுக்கு அவசரம். "என்னைய்யா . . . முழிக் கிறே . . . ஏந்திருந்து வெளியிலே . . . அதோ அவங்கள்ளாம் இருக்காங்களே . . ." என்று தொடர்ந்தார்.

எழுந்திருக்கச் சற்றுச் சிரமப்பட வேண்டியிருந்தது சாமிக்கு. சாமிக்குத் தலைக்குக் கீழிருந்து கையில் ரத்த ஓட்டம் ஸ்தம்பித்து அது மரத்துவிட்டிருந்தது. ஒருக்களித்த உடலின் சுமையை ஏற்று மங்கிக் கிடந்த மற்றொரு கையையும் புரட்டி ஊன்ற முடியவில்லை. முகத்தில் மட்டும் உடனே எழுந்துவிட வேண்டு மென்ற தவிப்பு முதலிலேயே தோன்றிவிட்டிருந்தது. சிரமப் பட்டு எழுந்தான். ஏன், எதற்காக என்றெல்லாம் கேட்கத் தெரியும் சாமிக்கு. கேட்கலாம் என்றுகூடத் தெரியும். ஆனால் கேட்கத்தானில்லை. ஏனென்றால், இப்படி விரட்டப்படுவோ மென்பதும் அவனுக்குத் தெரியும். பேசாமல் கிளம்பினான். பையைத் தொட்டுப் பார்த்தான். பத்திரமாயிருந்தது. உடலைச் சொடுக்கிக்கொண்டு நடந்தான். புத்தியில் நிலைத்த – இப்பொழுது வெளிப்பட்டு வழி காட்டுவதுபோல் முன்னே சென்ற உண்மை களை உணர்ந்துகொண்டே – மூன்றாம் வகுப்புப் பிரயாணிகள் இருக்கும் – இருக்கையென்ன மந்தையாய் மனிதர் கிடக்கும் – வெளிப்புறத்துக்கு வந்தான். உட்காரக்கூடிய இடமே சற்றும்

தென்படவில்லை. தஞ்சைக்கும் இன்னும் கிழக்கேயும் ஈரோடுக்கும் மேலே மேற்கேயும் மதுரைக்கும் இன்னும் தெற்கேயும் சென்னைக்கு இன்னும் வடக்கேயும் பிழைத்துக் கிடந்தால் போய்ச் சேர வேண்டியவர்களும் வேறு தரையும் கூரையுமின்றிப் பிழைப்பும் தூக்கமும் அங்கேயே நடைபெறுகின்ற அன்றாடக் கூலிகளும் ஆன மனிதர் கூட்டம், தலைமாடும் கால்மாடுமாய், நீட்டியும் மடக்கியும் குப்புறவும் ஒருக்களித்தும் படுக்கையிலும் தரையிலும் பழந்துணியிலும் பேப்பரிலும் நிலை குலைந்த ஆடையணிகளுடன் விழுந்து கிடந்தனர்.

பெட்டிகளையும் பைகளையும் அணைந்தவர் சிலர். தலைக்கடியில் வைத்துக் கைகளால் பிடித்துக்கொண்டிருப்பவர் சிலர். எல்லோரும் அயர்ந்து மெய்மறந்து தூங்குகிறார்கள். யமனையறியாமல் உயிர் போகாது என்பதே எல்லோருடைய முடிவும். தூக்கத்திலும் பிடி நெகிழாது போலும். பார்த்துக் கொண்டே வந்தான் சாமி. இவ்வளவு பேருக்கும் வீடு வாசல் என்று பெயருக்காவது இல்லாமல் இருக்காது. விளக்குமாறும் இருக்கும். பெருக்குவதும் தெரியும். பாயை உதறாமல் படுத்தே இருக்க மாட்டார்கள். இங்கும் படுத்திருக்கிறார்கள், சாமியும் இடமிருந்தால் படுத்துக்கொள்ளத்தான் நினைப்பான். இடமே இல்லை. கோழையும் குத்துப் புகையிலைச் சக்கையுமாய்க் காய்ந்தும் ஈரமாயும் கிடந்த தாம்பூல எச்சில்கள் சிமிட்டுத் தரையைப் பல இடங்களில் அலங்கோலப்படுத்தியிருந்தன. உரித்துக் களையப்பட்டு அழுகியும் மிதியுண்டும் பழத்தோல்கள் சிதறிக் கிடந்தன. எங்கும் எல்லாப் பொருள்களின்மீதும் மனிதர் மீதும் இடம் மாறி மாறிப் படுத்து, தொங்கும் நாக்கால் நீர்த் துளிகள் சொட்டும் ஒரு சொறி நாய் மீதும் நிஷ்பக்ஷபாதமாய் அமர்ந்தெழுந்து பறந்து விளையாடின ஈக்களும் கொசுக்களும்.

நின்றான். சுற்றிப் பார்த்தான், அலுத்துக்கொண்டான் சாமி, துப்ப வந்தது. முன் வாயில் நிறுத்திக்கொண்டான். கூட்டி விழுங்கத் தோன்றவில்லை. தூணோரத்தில் மணல் நிரப்பி வைக்கப்பட்டிருந்த 'துப்பு இங்கே'த் தொட்டி சுத்தமாய் இருந்தது. அதிலும் துப்பவில்லை அவன். யாராவது பார்த்துச் சிரிப்பார்கள் என்று நினைத்தானோ என்னவோ, தாழ்வாரத்தை விட்டுக் கீழே இறங்கித் துப்பிவிட்டு நிமிர்ந்தான். கட்டிடக் கடியாரம் ஒண்ணரையைத்தான் காட்டிற்று. "அட, எழவே . . ." என்றான் உதட்டு நுனியால். ரயிலுக்கு இன்னும் ஒண்ணரை மணி இருக்கிறது. டிக்கட்டை வாங்கிக்கொண்டால் மூன்றாவது மேடைக்காவது போய்விடலாம். ரொம்ப ஜாக்கிரதையாய், எச்சில், சொறி நாய், பெட்டி பேழைகள், தலைகள், கால்கள் ஒன்றிலும் கால் படாமல் தாண்டித் தாண்டி டிக்கட் வாங்கும்

குகைப்பக்கம் போனான் சாமி. குகையின் உள்ளேயும் வெளியே யும் உள்ள குறுகிய இடைவெளியில் அடக்கமாய் படுத்துக் கொண்டிருந்தனர் இரண்டு மனிதர். ஜன்னல் திறந்தது. வெளிச்சம் தெரிந்தது. உத்தியோகஸ்தர் பெரிய புத்தகத்தின் நைந்து கரைப்பட்ட ஏடுகளைப் புரட்டிக்கொண்டிருந்தார். இரண்டு தலைகளுக்கு நடுவில் ஒரு காலைச் சாய்த்து ஊன்றிக் கொண்டு டிக்கட் கேட்டான் சாமி. இருபத்திநான்கு மணி நேரமும் டிக்கட் கொடுக்கும் அந்த ஜங்ஷனின் அடையாத வாயிலகம் அப்போது திறந்திருந்ததே சாமிக்கு ரொம்பத் திருப்தியாயிருந்தது. சாமியைப் பார்க்காமலேயே பதில் வந்தது உள்ளிருந்து. "ரண்டரை மணிக்கு வாய்யா . . ."

"உட்காரக்கூட இடமில்லை சார், டிக்கட் கொடுத்துட்டா மூணா நம்பர் பிளாட்பாரத்துக்கே போயிடலாம்னு பார்க்கி றேன் . . . தயவு பண்ணி . . ." சாமி கெஞ்சினான்.

"அடே என்னய்யா தொந்தரவு பண்றீங்களே . . ., மூணு மணிக்கு வாங்க . . . உம் போங்க . . ." என்று அரைமணி ஒத்திப் போட்டார் புக்கிங் கிளார்க்.

"என்னங்க சார், மூணு மணிக்கு வண்டி கிளம்பணுங் களே . . . இப்போதுதான் மணி ஆயிடுத்தே உங்களுக்குத் தேதி மாற்ற . . ." என்று சாமி தன் அனுபவத்தை அறிந்தவர் பாணியில் சொன்னான். கெஞ்சுதலாகத்தான்.

"ஓய் . . . ரொம்பச் சட்டம் படிக்காதேய்யா, நாலு மணிக்குத் தான் டிக்கட்டு, வண்டி லேட்டு . . . போம் . . ." என்று முடித்தார். படீரென்று கதவையும் அடித்து மூடிவிட்டார் உத்தியோகஸ்தர்.

"அடே பேரழவே . . ." என்றான் சாமி. தேதி மாத்த டயம் ஆயிடுச்சேனதுக்கு இந்த ஆளு இப்படி விளறாரே . . . திரும்பி வந்து ஒதுப்புறமான ஓர் இடத்தில் முடங்கி உட்கார்ந்து கொண்டான். 'இதுக்கெல்லாம் வழி பொறக்கத்தான் போறதா, இதுக்கெல்லாம் கதி மோச்சம் உண்டா, இல்லே இப்படியே தான் போயிடுமா காலமெல்லாம் . . .

'இதுக்கெல்லாம் . . . ஆமாம், இந்தப் பொளைப்பு, என்னைச் சேர்ந்த இதோ இப்படிக் கிடக்கும் இந்தக் கூட்டம், இந்தச் சொறி நாய், அதோ அந்தச் சொறி தின்னும் அந்த நாலஞ்சு கூலிக்காரப் பயங்க இதுக்கெல்லாம்தான் கேக்கறேன் . . . விமோசனம் உண்டா, இல்லாட்டீ இப்படியேதான் போயிடுமா காலமெல்லாம் . . .' கேள்வி ரொம்ப அடிவயிற்றிலிருந்துதான் வருகிறது. ஆனால் அவனுக்குப் பதில்தான் தெரியவில்லை.

‘ஆமாம், இதெல்லாம் ஏன் இப்படிக் கிடக்கணும், இப்படி நடக்கணும், கிடக்குறதுனாலே நடக்குதா, இல்லே நடக்குறது னாலே கிடக்குதா . . ? இதுக்கெல்லாம் எங்கே இருக்குது உசிர் நிலை . . ?’

விளங்கவே இல்லை. விளங்காமை நீண்டதில் வேறு முடிவு கிடைத்தது.

‘இதுலே விளங்க என்னா இருக்குது, விசயமே இல்லையே. இப்படியேதான் கிடக்கும், கிடக்கணும், நடக்கும், நடக்கணும் . . . இதுலே ஒண்ணும் மாத்தம் வரலை, வராது; இல்லாட்டீ இந்த இடம், இந்த சனங்க, இந்த ராத்திரி, இந்த டிக்கட் போடற ஐயா இதெல்லாம்வேறே எப்படி எப்படியெல்லாமோ இருந்துருக்கணும்; எப்போ இல்லையோ, எல்லாம் அப்படி யப்படியேதான் . . . வீட்டுக்கு வீடு வாசப்படி; வீட்டுக்கு வீடு மண்ணடுப்புத்தான், பொன்னடுப்பா வரும் . . . ஆச்சு மணியைக் கழிப்போம் . . .’

மரத்த கால்களை மாற்றிவிட்டான் சாமி. ஆச்சு, நேரம் நகர்ந்துகொண்டேதான் இருக்கிறது.

3

சொறியைப் பிராண்டிக்கொண்டே தூங்கிக்கொண்டிருந்த ஒரு கூலிப் பையன் கொசுவும் கடித்துவிடவே உடம்பை அதி வேகமாய்ப் பிய்த்துக்கொண்டான். அந்த எரிச்சலில் எழுந்து முழங்காலைக் கட்டிக்கொண்டு உட்கார்ந்தான். இடுப்பிலிருந்து பாதித் தொடைவரை அற்றம் காத்துக்கொண்டிருந்த காக்கி நிஜாரைக் கயிற்றைப் போட்டுக் கட்டிக்கொண்டிருந்தான் அவன். மீதூர்ந்த மூப்புப் போலச் சுருங்கிக் கருத்து வரண்டு வெடித்திருந்த அவனுடலும் அதில் பரவியிருந்த சொறியும் சாமியின் கண்களுக்கு உறுத்தின. வேம்பு கசப்புத்தான். இது ரொம்பத் தெரிந்த விஷயம்தான். அதற்காகக் கசப்பின் வெறுப்பு இல்லாமலா போகும். வேம்பும் ஓர் உண்மை. சாமி உண்மையை நன்றாக உணர்ந்தவன். பார்த்தான்.

மொட்டையடித்து வளர்ந்து செம்பட்டை படிந்து பசை யற்று முள்போல் நீட்டிக்கொண்டிருந்தன கூலியின் தலை மயிர்கள். முகம் தெரியவில்லை சாமிக்கு. விகாரமாய் வளைந்து முடிச்சு முடிச்சாய் நடுவில் முண்டிக்கொண்டிருந்தது முதுகெலும்பு. வயதை நிதானிக்க முடியவில்லை. கழுத்தும் பிடரியும் முத்தவில்லை. முழங்காலைக் கட்டியபடியே சொறிந்து பிய்த்துக்கொண்டிருந்தான். சற்று எழுந்து நின்றான் கூனிக் கொண்டு. திரும்பினான். சாமிக்கு முகமும் தெரிந்தது. வெம்பிய

பிஞ்சு முகம். அதிகமிருந்தால் பதினைந்து இருக்கும் வயது. மார்பு கூடாய்க் குறுகியிருந்தது. வயிறு தோலாய் ஒட்டிச் சுருங்கியிருந்தது. உதடு ஓடாய் வரண்டு வெளிறி உடைந்திருந் தது. கடைவாயிரண்டும் வெந்து வெளுப்பாய்க் கிழிந்திருந்தன. கன்னம் பள்ளமாய்ச் சரிந்திருந்தது. நின்றவனுடைய குழிக் கண்கள் திறக்கவில்லை. கண்களில் மொய்த்த கொசுக் கூட்டத்தை ஒட்டிக்கொண்டே கண்களைத் துடைத்தான் சிறுவன். விரலில் பசைபோல் ஒட்டிக்கொண்டது. கையை முன்னே நீட்டிச் சூன்யத்தைத் துழாவினான். சுவரில்லை. தூணுமில்லை. அரை நிஜாரில் விரலைத் துடைத்தான். நூலாய் நீண்டது. மறுபடியும் துடைத்தான். முகத்தை இடுப்புவரை கவிழ்த்து நிஜாரை இழுத்தான். துணி கண்ணில் படவில்லை; ஏற்கனவே கிழித்திருந் தது பெரிய கிழிசலாயிற்று. அற்றம் காவல் விட்டது. நின்றபடியே கண்ணை ஆனமட்டும் துடைத்துப் பார்த்தான். கண் திறக்கவே யில்லை. ரொம்பப் பாடுபட்டு முயன்றபோதும் வாய்தான் விகாரமாய்ப் பிளந்து பிளந்து மூடியதே தவிரக் கண் இம்மி கூடத் திறக்கவில்லை. மெல்ல அடி பெயர்த்தான். பக்கத்தில் படுத்திருந்தவன்மேல் தடுக்கி விழுந்துவிட்டான்.

“ஐயோ ...” என்று சாமி இங்கே கெஞ்சுவதற்குள் அந்தப் பையன்மீது அடிகள் விழுந்தன. வசவும் தைத்தன. உட்கார்ந்த படியே தடவிப்பார்த்து வெற்றிடத்தில் காலை ஊன்றி எழுந்து நின்றான். மறுபடியும் கண்ணைத் திறக்க முயன்றான்; முடிய வில்லை. பிய்த்துக்கொண்டான்; ஆத்திரத்தில் நகர்ந்தான். இன்னொருவன்மேல் விழுந்துவிட்டான். அவனும் இரைந்து கண்டபடி வைதான். அடிக்கப்போகும் சமயம் பக்கத்திலிருந்த இரண்டொரு கூலிப் பையன்களும் விழித்துக்கொண்டு தடுத்தார் கள், ஒருவன் சொன்னான்: “கண் வலிடா இந்தப் பயலுக்கு, கண்ணு ஒட்டிக்கிடுச்சு, தடுமாடுறான் ...”

“ஒரு வேடிக்கை பண்றேன்” என்று எழுந்த ஒருவன், “எலே மருதே, கொளாய்க்குப் போயி கண்ணைக் கழுவிக்குட்டு வரையா ...” என்று கேட்டான்.

“அதுக்குத்தான் அண்ணே கிளம்பினேன், கண்ணு கெட்டிமாப் புடுச்சுக்கிச்சு, கொஞ்சம் கொளாய்க்குக் கொண்டு விடேன் என்னை ...” என்று கெஞ்சினான் மருதை.

“சரி வா ...” என்று மருதையோடு போனவன், பத்தடி சென்றதும் – கீழே இறங்கும் படிக்கட்டு இருக்கும் இடத்திற்கு நாலடி தூரத்தில் போனதும் நின்று, மருதையை அப்படியே – நின்ற நிலையிலேயே ஐந்தாறு தடவை விர்ரென்று சுற்றி விட்டுவிட்டுச் சிரித்துக்கொண்டே வந்துவிட்டான். கூட்டாளி

களும் விநோதம் துய்த்தனர். அந்தப் பயலை அறைய வேண்டும் போலிருந்தது சாமிக்கு. ஆத்திரம் ஆத்திரமாய்த்தான் வந்தது. ஆனால் டவுன் போக்கிரிகளிடம் வம்புக்குப் போகக் கூடா தென்பது அவன் வந்த வழி. எழுந்திருக்கப் போனவன் உட்கார்ந்துகொண்டே, "டேய் மருதை இப்படி வா, சோத்துக்கைப் பக்கம் போகாதே ..." என்றெல்லாம் உஷார் கொடுத்துக் கொண்டிருந்தான் சாமி. மருதைக்கு வந்த கோபத்தைப் பார்க்க வேண்டுமே அப்போது. "எலே, கண்ணைக் கழுவிக்கிட்டு வந்து செருப்பாலேயே அடிக்கிறேன் பாரு உன்னை ..." என்று ஆத்திரத்தோடு முன்னும் பின்னும் அசிங்கமான சொற்களோடு இரைந்துவிட்டு வேகமாய்ப் போனான். சாமி, "டேய் டேய்" என்று எழுந்தான். கையைப் பிடித்து மருதையை இந்தப் பக்கம் கொண்டுவிடத்தான் எழுந்தான். கூச்சத்தோடு ஒரு கணம் பின்தங்கி, அருவருப்பில் 'ம்சம்ம்சம்' என்று சாமி சமாளித்துக்கொள்வதற்குள் மருதை அம்மாடீ என்று கோர மாய்க் கூச்சலிட்டுக்கொண்டு படிக்கட்டில் உருண்டு செங்குத்தாய்க் கீழ்த்தளத்தில் விழுந்துவிட்டான். மண்டை உடைந்து ரத்தம் சிந்திச் சிதறிற்று. ஓடிப் பார்த்த சாமி, உடல் கூசிக் கண்கள் கூசிச் சிணுங்கினான். பலரும் விழித்தெழுந்து கோரத்தைப் பார்த்தார்கள். சாமி ஒதுக்குப்புறமாய் வந்து விட்டான்.

கூட்டத்தில் புக முடியாதவர்கள் என்னவென்று விசாரித்த தற்கு யாரோ பதில் சொன்னார்கள்: கூலிப் பயக யாரோ விழுந்துட்டானாம் என்று.

"இந்தப் பயங்க கூத்துத்தான் பெருங்கூத்து" என்றார் இன்னொருவர். விழித்து எழுந்து டிக்கட் குகைப் பக்கம் போய்வந்த ஒருவர், கூட்டத்தின் பக்கமிருந்த ஒருவரைக் கூப்பிட்டு அவசரபடுத்தினார்: "அதை என்ன பார்வை வேண்டிக்கிடக்கு, மாயவரம் வண்டிக்கு டிக்கட் கொடுக்கிறாங்க, உம் போங்க ..." என்று.

"பின்னே வேறை வேலை ... இதோ போறேன் ..." என்று கிளம்பினார் அவர்.

"நாமும் போகவேண்டியதுதான்" என்று சாமியும் போனான் டிக்கட் வாங்க.

ரயில் வந்தது. எல்லோரும் ஏறினர். சாமியும் ஏறினான்.

ரயில் தண்டவாளத்தின்மேல் எப்பொழுதும்போல்தான் ஓடிற்று.

ராசாவாம்டோய் . . .

பக்கத்து ஊரில் பெரிய கோயில் திருவிழா நடக்கிறது. அன்று ரிஷப வாகனம்; அரண்மனை மண்டகப்படி. ஆகவே அலங்காரமெல்லாம் விசேஷம். தவிர, தெய்வத்தை நிலைநாட்டும் சிறந்த தொண்டுக்காகத் தம்மையே அர்ப்பணித்துக் கொண்டிருக்கும் மஹாப்பிரசங்கிகளில் ஒருவர் அன்று பேசப் போகிறார், "சிவ குடும்பம்" என்பது பற்றி. அவரிடம் இந்தப் பிரசங்கம் ஒரு தனி 'ஸ்பெஷாலிடி'யாம், முருகனும் பிள்ளையாரும் சண்டை போட்டுக்கொண்டு, அம்மையப்பரிடம் போக, அவர் அதைச் சுவைத்த அழகை அந்தப் பிரசங்கியாரிடம் ஆயிரம் தடவை கேட்டாலும் அலுக்காதாம். அவருக்கோ ஏக கிராக்கி; எங்கெங் கிருந்தெல்லாமோ அழைப்புகள்! பம்பாயும் கல்கத்தாவும் கான்பூரும் டில்லியும் அவரை அடிக்கடி அழைத்துத் தெய்வத்தை நிலைநாட்டி மகிழ்கின்றனவாம். என்னவோ கொடுத்து வைத்தோம்; தர்மகர்த்தாவான பிள்ளைவாள், கோவிலில் தரும் நூற்றைம்பதோடு தாமும் ஒரு நூறு ரூபாய் சேர்த்துத் தருவதாகக் கூறி, அந்தப் பிரசங்கியாரை வரவழைக்கிறார். 'நாம் யோசனையே செய்யாமல் போய்த்தான் ஆக வேண்டும். ஈசுவர கிருபைக்குப் பாத்திரமாகியே தீர வேண்டும். இரவு பிரஸாத விநியோகம் வேறு இருக்கிறது; கட்டாயம் போக வேண்டும்' என்று தீர்மானித்தோம், நானும் சில நண்பர்களும்.

அன்று ஞாயிற்றுக்கிழமை. மாலை 4 மணி இருக்கும். என் வீட்டுத் திண்ணையில் நண்பர்கள்

வந்து கூடினர். எல்லோருமாகப் பேசிக்கொண்டிருந்தோம். கூட்டமாயிருந்த எங்களைப் பார்த்துவிட்டுத் தெருவோடு போன பகல் வேஷக்காரர்கள் இருவர் எங்களிடம் வந்தார்கள். எனக்கு அவர்களைத் தெரியும். வருஷா வருஷம் வருகிறவர்கள் என்ற பரிச்சயம் மட்டுமல்ல; நான் அவர்களோடு பல தடவை பேசிப் பழகியிருந்தேன். அவர்களிடமிருந்து அற்புதமான, சுவை யுள்ள நாட்டுப் பாடல்கள் சில எழுதி வாங்கி வெளியிட்டேன் ஒரு சமயம். ஆகவே, என்னைக் கண்டால் கொஞ்ச நேரம் என்னோடு பேசிவிட்டுத்தான் போவார்கள். அவர்களுடைய வேஷமும் நடிப்பும் சில நாட்களில் ரொம்ப நேர்த்தியாயிருக்கும். எல்லையில்லாத சுவையூட்டி சந்தோஷப்படுத்துவார்கள். சில சமயம் கற்பனையைத் தூண்டிவிடும் உயரத்திற்கும் சென்று திகைக்கவைத்து விடுவார்கள். அவ்வளவு ரஸிகர்கள் அந்த நடிகர்கள். வேஷப் பொருத்தம் தத்ரூபமாயிருக்கும். எந்த வேஷம் போட்டாலும். அதில்கூட அவ்வளவு பிரமையில்லை எனக்கு. சில சமயங்களில் அவர்களுடைய கொச்சைப் பாட்டும் பேச்சும் நாடகத்தின் ஜீவகளையை அப்படியே கண்ணெதிரே நிறுத்தும். அயர்ந்தே போயிருக்கிறேன் பல தடவை.

அன்று அவர்கள் ராஜாவும் மந்திரியுமாய் உடை அணிந்திருந்தார்கள். தலைப்பாகையும் அங்கியும் மராட்டிப் பாணியில் இருந்தன. சிரித்துக்கொண்டே இருவரும் வந்தனர். நண்பர்களுக்கும் அது பகல் வேஷம் என்பது ஏற்கனவேயே தெரிந்த செய்திதான்.

“சரி எழுத்தாளர் இன்று பிரசங்கம் கேட்க வருவாரென்று நம்ப வேண்டியதில்லை; அவருடைய ஆப்தரான கலைஞர்கள் வந்துவிட்டார்கள்!” என்றான் ஒரு நண்பன்.

“அதெல்லாமில்லை; கட்டாயம் போகத்தான் போகிறோம். கரடி விடாதே சும்மா!” என்று நண்பனுக்குச் சொல்லிவிட்டு, “வேஷக்காரய்யா, ஐந்து மணிக்குத்தான் கிளம்பப் போகிறோம். இன்னும் ஒரு மணி நேரம் இருக்கிறது. நீங்களும் உடை கலைக்கும் நேரம். நிதானமாக ராஜ தர்பார் நடத்துங்கள்!” என்று அவர் களைக் கேட்டுக்கொண்டேன்; அவர்கள் ஆரம்பித்தார்கள்:

“மந்திரியாரே, என்ன ஆயிற்று அந்த இருநூறு வேலி கிராமத்து விஷயம்? ஆங்கிலேய துரைமகனார் கலெக்டர் மிரவி என்ன சொன்னார்?”

“மாகராஜா, அவர் சொன்ன வார்த்தைகளையும் அவர் எழுதியிருப்பதற்கு துபாஷி சொல்லும் அர்த்தத்தையும் திருப்பிச் சொல்லவே கூசுகிறது எனக்கு. அது வேண்டாம்...”

“வேண்டாம்; யாருக்குத்தான் வேண்டும். அந்த விளங்காத பயல்களின் வரட்டுப் பேச்சு? முடிவு என்ன? அதைச் சொல்லுங் கள்.”

“நிலத்தையெல்லாம் பிடித்துக்கொண்டு விட்டார்கள்; ஏலம் போடப் போகிறார்களாம்!”

“எங்கே ஏலம் போடப் போகிறார்கள்?”

“கிராமங்களிலேயேதான்: எங்கும் இப்பொழுது இந்த ஏலப் பேச்சுதான் மகாராஜா.”

“அப்படியா? அச்சா, பலே சபாஷ்!”

“மகாராஜா. இதென்ன இப்படிக் குதிக்கிறீர்கள் சந்தோஷப் பட்டு?”

“ஆமாம்; இல்லையா பின்னே? கிராமத்து மணியக்காரர் களும் குடிகளும் எந்த வருஷம் கேட்டாலும் ‘விளையவில்லை, விளையவில்லை’ என்று அழுதார்கள். வரியும் வரவில்லை. நமக்கோ கடன் ஏறிப்போச்சு. நெல்லுதான் விளையவில்லை; ஏலமாவது நிறைய விளையட்டுமே வண்டி வண்டியாய் . . .”

மந்திரி வேஷம் போட்டவர்தான் இருவரில் சற்று மூத்தவர். காலையிலும் அவரே அதிக வல்லமை காட்கிறவர். அவர், “தலையிலே எழுத்து! இந்தக் குலத்திலே பிறந்ததனாலே நீ முட்டாள் ஆனாயா, அல்லது, முட்டாளாய் இருந்ததால்தான் இந்தக் குலத்தில் பிறந்தாயா?” என்று கேட்டுக்கொண்டு சற்று முன்புறத்திற்கு வந்தார். அப்போது தனியிடத்துப் பாவனை, தனிமொழி பேச வேண்டும். சிரித்துக்கொண்டே சொன்னார். “ஈஸ்வரா! இப்படியா என் தலையில் எழுதினாய்? இந்தப் புத்திசாலி ராஜாவைக் கட்டிக்கொண்டு . . . உம் . . . நானாவது தொலைகிறேன்! எக்கேடு கெட்டாலும் எனக்கென்ன குறைச்சல்? இந்த நாட்டுக்கு இப்படி ஒரு ராசாவைப் படைத்தாயே, உனக்கு எத்தனை கோயில், எத்தனை நிலம்; வண்டிவண்டி யாய் வெள்ளியும் பொன்னும்! இந்தப் பாவம் உண்டோ? கேளுங்கள் சாமிகளே!

“சூரியனைக் காணாத சொர்ணப்
  பதுமைகளாம்
வாரியணைத்தாலும் உடல்வாடி
  வதங்குவராம்
பஞ்சணைமேல் கிடந்தமலர்ப்
  பட்டுடலம் நோகுவராம்
கஞ்சக்கால் ஊன்றுவதேகடும்
  வலியாய்க் கதறுவராம்!

“இம்மாதிரி இருந்த எங்க மகாராணியம்மா, ‘சமுத்திரமே பார்த்ததில்லை; பார்க்க வேண்டும்’ என்றார்கள் மகாராசா விடம்! ராணியம்மாவுக்கு அப்போ மசக்கை வேளை. உடனே சமுத்திரத்தைப் பார்க்காவிட்டால் அப்புறம் என்ன இருக்கிறது? குடியே முழுகிவிடாதா? அப்பொழுதே மகாராசா உத்தர விட்டார்; ‘அரண்மனை உப்பரிகையிலிருந்து பார்த்தால் எட்டின மட்டும் தண்ணீர்க் காடு ஒரே மாதிரியாய்த் தெரிய வேண்டும், கரையே தெரியக் கூடாது; கடலாகவே தோன்ற வேண்டும். மிக விரைவில் இதைச் செய்து முடித்துவிட்டு மறு காரியம் பாருங்கள்!’ என்று கடுமையான உத்தரவிட்டார்! ஆயிரக் கணக்கான ஆட்கள் ஒரு வாரத்திற்கு மேல் வெட்டினார்கள்! நூற்றுக்கணக்கான வேலி நன்செய் நிலங்களெல்லாம் பள்ளமாகி நீர்கொண்டு நின்றன! ராணியம்மா உப்பரிகை நுனியிலிருந்து ஒருகணம் பார்த்தார்கள். மயக்கம் மாதிரி வந்ததாம்; உடனே கீழே சாய்ந்துவிட்டார்களாம்! அன்றைக்கே அந்த உப்பரிகை வாசலையே அடைத்துவிட்டோம் கொத்தர்களைக் கொண்டு. ஆச்சு; இவ்வளவும் ஆவதற்குள் பொக்கிஷம் வரண்டு கிடந்தது! கடன் வாங்கினோமையா; மேலே மேலே கடன்தான்! கும்பினியானுக அதிர்ஷ்டவாசி; அவன் வாய்க்கு இரையாகிக் கிடக்கின்றன, கிராமமெல்லாம்! அதற்காக ‘ஏலம் போடுகிறார் கள்’ என்று சொல்ல வந்தால், வண்டிவண்டியாய் ஏலக்காய் விற்றுப் பொன் வரும், ‘மங்கள விலாஸம்’ பெருக்கலாமென் கிறாரே, இந்த மகாரசா? எந்தத் தெய்வத்திடம் முறையிடுவது?” இதைச் சொல்லிவிட்டு ராசாவிடம் போனார் மந்திரி. அருமை யான ஓர் உபதேசம் சொல்லியிருக்கிறார் அப்போது. அடாடா, கம்பனும் வள்ளுவரும் பின்னிக்கொண்டு வந்த அந்தப் பாடம் ரொம்ப அருமையாய் இருந்தது!

“உண்மையாகவே கலைஞர்கள்தாம் இவர்கள்” என்றார்கள் நண்பர்கள். எல்லோரும் கிளம்பிச் சென்றோம். கோவிலுக்குப் போகும்போது விளக்கு வைக்கும் நேரமாகிவிட்டது. இன்னும் பிரசங்கம் ஆகவில்லை. பிரசங்கியாரும் தர்மகர்த்தாப் பிள்ளைவா ளும் இன்னும் பல பிரமுகர்களும் குழுமியிருந்தார்கள் மேடைக் கடியில். யாரையோ எதிர்பார்த்துக் கோவில் வாசலைப் பார்த்துக்கொண்டிருந்தார்கள் எல்லோரும். எங்களையல்ல என்பது நிச்சயம். ஏனென்றால் யாரும் எங்களை எதிர் கொண்டழைக்க முன்வரவில்லை! என்கூட வந்தவர்கள் என்னென்னவோ பேசிக்கொண்டே வந்தார்கள் வழி எல்லாம். என் நினைவெல்லாம் வேறெங்கோ இருந்தது.

வேஷக்காரர்கள் ராஜா – மந்திரி வேஷத்தில் பேசிய பேச்சு, என் நினைவு முழுவதிலும் ஒரு அவலத்தை அப்பிவிட்டது.

அர்த்தமில்லாத துக்கம்தான்; ஆனாலும் அழுத்தமான துக்கம்! துக்கப்பட்டுச் செய்வதற்கும் ஒன்றும் இல்லை; இந்தக் காலத்தை நினைத்துக்கொண்டு, இனமே விளங்காமல் ஏங்கி விசிக்கும் உள்ளத்தை உணர்வதால் ஏற்படும் மெய்ப்பாடுதான் அது.

முன்னொரு தடவை நான் ஒரு ராசா வாரிசைச் சந்திக்க நேரிட்டது. அரண்மனையின் மாடிக்குப் போகும் படிக்குக் கீழே, கூடு மாதிரி ஓர் இடம். அந்தக் காலத்தில் சேனா வீரர்கள் தங்கியிருக்கும் இடமாம் அது! அங்கே குடியிருந்தார் இப்போதைய ராசா! மாடிப்படியெல்லாம் இடிசலும் விரிசலும் எருக்கும் ஆலும் வேரோடிய பொந்துகள்! விரியனும் நாகமும் கூடத் தென்படும் எப்போதாவது. உப்பரிகையும் மாட மாளிகைகளும் இடிந்து விழுந்துகொண்டே இருக்கின்றன!

இப்பொழுதிருக்கும் ராஜாவின் பாட்டனார் பார்க்க ஆரம்பித்தார். அரண்மனை இடிவதைத் தந்தையும் பார்த்தார்; மகனும் பார்த்துக்கொண்டிருக்கிறார். இவருடைய பேரன் பேத்திகளும் பார்க்கப் போகிறார்கள்! அரண்மனை மட்டுமா விழுந்துகொண்டு வருகிறது? என்ன வயிற்றெரிச்சல்! அயலூர் சாப்பாடு; அலைச்சல் வேறு. வயிறே சரியாயில்லை. “காலாற ஆற்றங்கரைப் பக்கம் போய்விட்டு வருவோமே” என்று கூப்பிட்டேன், நான் தங்கியிருந்த வீட்டுப் பையனை. அவன் ரொம்ப உபசாரமாக, “ஏன் அவ்வளவு தூரம் அலைய வேண்டும்? இதோ, இப்படியே அரண்மனைப் பக்கம் போனால் போச்சு!” என்றானே . . .

இப்படி என்னென்னவோ யோசனைகள் என் மனத்தில். பழைய நினைவுகள்: “பரிதாபம் பரிதாபம்” என்ற தவிப்பு; ‘ஐயோ’ என்ற ஏக்கம். ஆனால் இவ்வளவையும் உணர்வதில், இன்பமென்றே சொல்லக்கூடிய ஒரு அபூர்வமான மனநிலை. திடீரென்று நண்பன் இடித்தான்; திரும்பி அவனைப் பார்த்தேன்.

“ராஜா வர வேண்டுமாம்; ரொம்ப நேரம் ஆகும்போலிருக்கிறதே என்று கவலைப்படுகிறார்கள். பிரசங்கத்தைக்கூட ஆரம்பித்துவிடப் போகிறார்கள் போலிருக்கிறது” என்று செய்திகளைப் பொழிந்தான்.

“ராஜா வர வேண்டுமா? எந்த ராஜா?” என்றேன்.

இதற்குள் பிரசங்கம் ஆரம்பித்துவிட்டார்கள். கேட்க உட்கார்ந்தோம். ஆனால் ஆரம்பித்த பிரசங்கம் நிறுத்தப்பட்டது. “ராஜா வந்துவிட்டாராம்.” எல்லோரும் எழுந்து ஓடினார்கள்; மேளதாளத்தோடு எதிர்கொண்டு அழைத்து வருவதற்காக; நாங்களும் எழுந்து சென்று பார்த்தோம்.

ஜரிகை உதிர்ந்துகொண்டே இருக்கும். பட்டுடையும் தலைப்பாகையும் அணிந்துகொண்டு ராஜா வந்திருந்தார். ஜரிகை நன்றாகவே உதிர்ந்துபோய், கரைந்து போயிருந்த அதேமாதிரி ஒரு உடையைப் போட்டுக்கொண்டு, அவரோடு அரண்மனை வேலைக்காரர் ஒருவரும் வந்திருந்தார். இருவர் முகத்திலும் எழுச்சியே இல்லை. பேயறைந்ததுபோல விழித்துக் கொண்டிருந்தார்கள். கோவில் மேளம் அலாதியாய் ஊதித் தள்ள, மாலையோடு கிளம்பிய ராஜாவை, யாரோ ஒரு பையன் வந்து கூப்பிட்டு ஏதோ சொன்னான், அவர்கள் பாஷையில். வேலைக்காரர் பின்னுக்குச் சென்று ஏதோ சமாதானம் சொன்னார். ஒப்புக்கொள்ளப்படாமல் பேச்சு வளர்ந்தது. அழைக்க வந்த கூட்டமும் மேளமும் ராஜா வருவ தாகவே நினைத்துக்கொண்டு முன்னே போய்விட்டார்கள். ராஜாவும் வேலைக்காரரும் வேறொரு பையனும் இரைந்தும் இரையாமலும் தகராறு செய்துகொண்டிருந்த இடத்தில் நான் மட்டுந்தான் வேற்றாள்.

எனக்கு விஷயம் விளங்காமல் இல்லை. தகராறு செய்கிறது 'டாக்ஸி'க்காரன். அவனுடைய அந்தப் பெரிய 'தகர டப்பா' பக்கத்தில்தான் கிடந்தது; அதில்தான் ராஜா வந்திருக்கிறார். அவன் பணம் கேட்கிறான் அவசரமாம். இல்லாவிட்டால் திரும்பிப் போகமுடியாது என்கிறான். 'டப்பா'வில் நூற்றோரா வது கோளாறு வந்துவிட்டதாம்! வரும்போது வழி முழுவதிலும் ஒழுகிப் போய்விட்டதால் பெட்ரோல் காலி. பட்டறையில் செய்ய வேண்டிய வேலையும் இருக்கிறது. அதற்கும் 'பெட்ரோல்' வாங்கவும் உடனடியாகப் பணம் வேண்டும் என்பது அவன் கட்சி.

"திரும்பி வந்த பிறகு கொடுப்பதாகத்தானே பேசினோம்; பாதி வழியில் கேட்டால் எங்கே போவது பணத்திற்கு?" என்கிறார்கள் அரண்மனைக்காரர்கள்.

ராஜாவோடு வந்தவர், தனியே அழைத்து வேறு சமாசாரம் சொன்னார், 'டாக்ஸி'காரனுக்கு: "நீ என்னப்பா, கோவில் செலவுக்காக ஒரு நாலைந்து ரூபாய் தேற்றுவதற்குள் என்ன பாடுபட்டோம் தெரியுமா இன்றைக்கு? உன் பணம் வராமலா போய்விடும்?"

"அதெல்லாம் ரொம்ப சரி, 'பெட்ரோல்' பிடிக்காமல் வண்டி எப்படிப் போகும்? எனக்கென்ன இங்கேயே இருந்திடுங் களேன் இரண்டு பேரும்?" என்றான் அவன்!

இப்படியும் அப்படியும் பேச்சுவார்த்தை நீண்டது. இரைச்சல் தான் மிச்சம்; இரண்டு பேரும் வழி தெரியாமல் கத்தினார்கள். இதற்குள், ராஜா வராமல் நின்றுவிட்டதைப் பார்த்து அங்கும் இங்குமாய் ஓடினார்கள் சிலபேர். தர்மகர்த்தாவுக்கு விஷயம் தெரிந்தது. "இதுவும் ஒரு தண்டா?" என்று சலித்துக்கொண்டே பதினைந்து ரூபாய் பணத்தை 'எறிந்தார்!' அரசர் விடுதலை பெற்றார்! ஆனாலும் அவர் முகம் கிரஹணம் பிடித்தது போல் ஆகிவிட்டது! மேளத்தோடு வந்தாரே தவிர, அழுகுர லோடு வருகிறவனுடைய தயக்கமும் தளர்வும் தென்பட்டன அவருடைய நடையில்!

எனக்கு ஒரே வேதனை, மனம் புண் மாதிரிப் பிடுங்கித் தின்றது. புண்ணைச் சொறியும் நிலையிலேயே ராஜாவைப் பார்த்துக்கொண்டு பின்தொடர்ந்தேன்.

அவசரமாய்க் கோவிலைச் சுற்றி வந்தார் ராஜா. மயில்கண் பத்தாறும், வயிரக் கடுக்கனும் நவரத்தின மோதிரமும் மத்தாப்பூச் சொரிய, குருக்கள் அதிவேகமாய்த் தீபாராதனை செய்துவந்தார் சந்நிதிகளில். முதல் சந்நிதியில் தீபாராதனை சிறிது மெல்லத்தான் நடந்தது. தீபாராதனைத் தட்டில் விழுந்த அரை ரூபாய் நாணயத்தைப் பார்த்ததுமே குருக்கள் எப்படியோ ஆய்விட்டார். ஆகவே அடுத்த சந்நிதிகளில் ஒரே பரப்பாயிருந்தது எல்லாம்!

வாஸ்தவம்தான்; சந்நிதிக்கு ஒரு சவரன் வைத்துக் கும்பிட்ட வம்சந்தான் ராஜா. குருக்களும் சர்வசாதாரணமாய் அந்த சவரனை எடுத்து இடுப்பில் செருகும் பரம்பரைதான். அவருக்கு எட்டணா என்பது காசே இல்லை; ராஜாவுக்கோ அந்த அரை ரூபாய் கடன் வாங்கிய தொகையின் ஒரு பகுதி. எனக்கு என்னவோ செய்தது. காற்றாட வெளியே வந்தேன்.

இரைக்க இரைக்க ஓடி வந்தான் ஒரு சிறு பையன். எட்டி எட்டிப் பார்த்துக்கொண்டு 'துறுதுறு'வென்று விழித்தான்.

"என்னப்பா வேண்டும்" என்றேன்.

"உள்ளே வந்திருப்பது யார் சார்? உண்மையைச் சொல்லணும்!"

"ஏன்? இப்போ என்ன அவ்வளவு அவசரம் இதற்கு?"

"இல்லே சார், எங்களுக்குள்ளே ஒரு பந்தயம்; சற்று முன்னே ஒத்தை மேளத்தோடு யாரோ வந்தார்களல்லவா? நாங்கள் நாலைந்துபேர் விளையாடிக்கொண்டிருந்தோம்.

இதைப் பார்த்தோம். என்னவென்று யாருக்கும் சொல்லத் தெரியவில்லை. ஒருத்தன் சொன்னான்: 'ஏதோ முறைக் கல்யாணம்' என்று!

"இல்லவே இல்லை; பகல் வேஷக்காரர்கள் என்று இன்னொருவன் சாதித்தான்! ஆக, அவன் சொல்ல இவன் சொல்ல, கடைசியிலே பந்தயம் வைத்துவிட்டோம். தயவு செய்து சொல்லுங்கள் சார். நிறையப் பட்டாணிக் கடலை தின்கிறோம் பந்தயக் காசில்!" என்று அவசரப்படுத்தினான் பையன்.

"அம்பி, அவர்கள் இரண்டு பேர் சொன்னதும் இல்லை; அப்படியெல்லாம் சொல்லக் கூடாதென்று சொல்லு. இப்போ இங்கே வந்தவர் நிஜமாக ராஜாவேதான்" என்று சொன்னேன். இன்னுமொன்று சொல்ல நினைத்தேன்; அதற்குள் அந்தப் பையன், "ராசாவாம் டோய்" என்று இரைந்து கத்திக்கொண்டே ஓடினான்!

உயிராசை

"அவரைச் சற்று இப்படி வெளிச்சத்தில் நிற்கச் சொல்லுங்களேன்" என்றேன் அர்ச்சகரிடம்.

"அது பித்து. சுத்தக் கோணங்கி. வெளியில் வராது. அதன் இஷ்டத்துக்கு விட்டுடணும்" என்றார் அர்ச்சகர்.

நான் மன்னார்குடிக்கு வந்து ஜாகை வைத்து ஒரு மாதம் இருக்கும். ஊரோ எனக்கு முற்றிலும் புதிய ஊர். தெரிந்தவர்களும் நண்பர்களும் அதிகம் பேரில்லை. ஏதோ சிலரைத் தெரியும். அவ்வளவு தான். நான் குடியிருந்த தெருவுக்குப் பக்கத்திலிருந்த சிவன் கோவிலில் அம்மனுக்கு லக்ஷார்ச்சனை நடந்துவந்தது. ஒரு நாள் நான் ஒரு ஸஹஸ்ரநாமம் செய்வதாய் ஒப்புக்கொண்டேன். அன்று வெள்ளிக் கிழமை. மனத்திற்கு மிகவும் ஆறுதலாயிருக்கும். ஆயிரம் நாமங்களையும் நிதானமாகக் கேட்டு அர்ச்சனையைக் காண வேண்டுமென்று கோவிலுக்குச் சென்றேன். அர்ச்சகர் வரவேற்றார். "அர்ச்சனை ஆரம்பித்துவிடலாமா?" என்று கேட்டார்.

"அவசரப்பட வேண்டாம், எல்லாமே மெதுவாய் நடக்கலாம்" என்றேன்.

"ஏய் தீக்ஷித், அம்பாள் ஸந்நிதியிலே விளக்கெல்லாம் போடு; நைவேத்யம் என்ன சேதி? அர்ச்சனை ஆரம்பிக்கலாமா?" என்று பரிசாகரனைக் கூப்பிட்டுக் கேட்டார் அர்ச்சகர்.

"ஆரம்பிக்கலாம்" என்று தலைகுனிந்தவாறே பதில் சொல்லிக்கொண்டு, கையில் எண்ணெய்ச்

எது நிற்கும்?

சொம்பும், திரியும், கரண்டி விளக்கும் எடுத்துக்கொண்டு போன ஆஸாமியைப் பார்த்தேன். முகம் தெரியவில்லை. ஆனால், உருவமும் நிறமும் கைகால்களின் அமைப்பும் அந்தக் குறைந்த வெளிச்சத்திலும் அவரை மீண்டும் பார்க்கத் தூண்டின. தூய்மையே அறியாத அரை வேஷ்டியும் துண்டும்தான் அவர் கட்டியிருந்தார். ஆனாலும் அவருடைய அறிவுப் பொலிவையும் உடலின் அந்த அர்ச்சகர் முன்னிலையில் அந்தப் பரிசாரகரின் தோற்றமும் இரு மடங்கு எடுத்துக் காட்டியது. வளர்ச்சியே இல்லாமல் கிறங்கிப்போய், உயரமில்லாமலிருந்தார் அர்ச்சகர். குச்சி குச்சியாயிருந்தன காலும் கையும். கன்னம் ஒட்டி உலர்ந்திருந்தது. புருவமே இல்லாமல் குழிவிழுந்து கிடந்தன புளியிலைக் கண்கள். பல்லெல்லாம் காவியில் கறுத்துத் தேய்ந்திருந்தது வாய். அவர் காதில் போட்டுக்கொண்டிருந்த தோடு கொஞ்சம்கூடப் பொருந்தவில்லை. அவர் நெற்றியி லிருந்த விபூதியும் குங்குமமும்கூடக் களையிழந்து தோன்றின. அவருடைய உருவத்தின் குறைகளை அவருடைய உயிரின் குறைகளாக, அவருடைய ஆத்மாவின் சிறுமைகளாகத்தான் காண முடிந்தது என்னால். அடுத்தபடி நடக்கப்போகும் புனிதத் திருத்தொண்டை நினைத்து, மேற்கூறிய நினைவுகள் அனைத்தையுமே ரொம்ப முயன்று அகற்றினேன் மனத்திலிருந்து.

அர்ச்சனை ஆரம்பமாயிற்று. "ஏய் தீக்ஷித், அர்ச்சனை சொல்லு; அவாளிடம் ஏதாவது வாங்கித்தரேன்" என்றார் அர்ச்சகர். தீக்ஷித் சொல்ல ஆரம்பித்தார். புத்தகம் பார்க்க வில்லை, சுருதி சுத்தமான குரல். ஸ்பஷ்டமான எழுத்துக்கள்; பொருள் முழுவதும் விளங்கும் ஸுகமான சொற் பிரிவு. அழுத்தமான ஓங்காரம். பாவம் ததும்பும் பல ராகங்கள்; கமகப் பிரதானமான ஸஞ்சாரங்கள்; கச்சிதமான ஆலாபனை. கார்வையின் ரஞ்சகம் குறையாமல் ஒரு ராகத்திலிருந்து மற்றொரு ராகத்தைத் தழுவும் அழகான லாகவம். லலிதை முழு வடிவம்பெற்று நிறைந்து நிற்பதுபோலிருந்தது, கானக் கலையில் தேவியின் நாத வடிவம் பொலிவு பெறுவதை உணர முடிந்தது.

அப்படியொன்றும் 'அது' பித்து அல்ல என்று மறுநாள் பொழுது விடிந்ததும் தெரிந்துகொண்டேன். அன்றிலிருந்து தீக்ஷித் என் நண்பரானார். எப்படியென்பது தேவையில்லாத விஷயம். ஏன் என்று மட்டும் சொல்லத்தான் இந்தக் கதையே பிறக்கிறது.

என்னைப் பார்க்க ஒரு நண்பர் வந்தார். அவர் உள்ளூர்க் காரர். அவர் வந்தபோது தீக்ஷித் என் வீட்டுத் திண்ணையில்

ஆங்கில தினசாரியைப் படித்துக்கொண்டே என்னிடம் பேசிக் கொண்டிருந்தார் சாதாரணமாய். வந்தவர் இதில் என்ன அபூர்வத்தைக் கண்டாரோ தெரியவில்லை.

“இதென்ன இது? இந்தப் பித்துக்குளி தீக்ஷித் உங்களை எப்படிப் படிச்சுது! யாரோடும் சரியாகக்கூடப் பேசாதே அது?” என்றார்.

“நாம் பேசினால் அவரும் பேசுவார். எல்லோரும் நம்மைப் போலவே இருப்பார்களா?”

இதற்குள் தீக்ஷித் எழுந்து போய்விட்டார். எனக்கு வருத்தமாகத்தான் இருந்தது, வந்தவரும் என் நண்பர். “தீக்ஷித் ஒரு நல்ல மனிதர்; ஊரெல்லாம் அவரை . . .”

“சரி சரி; சில பேருக்குச் சாமியார் பைத்தியம் பிடிப்ப துண்டு. பித்துக்குளிகளைக் கொண்டுவந்து கூத்தடிப்பார்கள். கேட்டால், ‘ஞானிகள் எல்லாம் குழந்தைகளைப் போலவும் பைத்தியம் போலவும் பிசாசு போலவும்கூட இருப்பார்கள்’ என்று பதில் சொல்வார்கள். அந்தக் கட்டம் போலிருக்கிறது” என்றார் நண்பர்.

“தீக்ஷித்தைப் பிடித்து இரும்பைப் பொன்னாக்கவோ, புதையலெடுக்கவோ நான் ஏற்பாடு செய்யவில்லை. இருந்தாலும் எனக்கென்னவோ இதில் ஒரு ரஹஸ்யம் இருக்குமென்று தோன்றுகிறது. தீக்ஷித் பி.ஏ.எம்.ஏ, படித்தவர் மாதிரித் தோன்றுகிற தய்யா. இதற்கென்ன சொல்கிறீர்?”

“எதற்கென்ன சொல்ல வேண்டும்? படிப்பு மட்டுமா? அதுக்குத் தெரியாதது ஒண்ணுமே கிடையாதே. சங்கீதம் தெரியும், ஸம்ஸ்க்ருதம் தெரியும், சட்டம் தெரியும், சாஸ்திரம் தெரியும் . . .”

“ஏன் இப்படி இந்தப் பிழைப்புக்கு வந்தார்?”

“அது அந்தப் பித்தைத்தான் கேட்கணும். அல்லது ஸர்வேசு வரனைக் கேட்கணும். யார் யாரோ என்னென்னவோ செய்து பார்த்தாச்சு. தீக்ஷித் பதிலும் சொல்லவில்லை. இந்த விளக்கணைக் கிற வேலையையும் விடவில்லை. எத்தனையோ வருஷம் ஆகி விட்டது. இன்னிக்கு நேத்திக்குச் சமாச்சாரமில்லையே இது. ஆகவே நல்ல முற்றிப்போன பித்துக்குளி என்று ஊரில் முடிவு கட்டிவிட்டார்கள். நீங்கள் ஊருக்குப் புதிது, ஆச்சரியமாயிருக் கிறது உங்களுக்கு. இதைக் கேளுங்கள் ஸார். இதுக்கு ஒரு பிள்ளை இருக்கிறான், ராஜாப் பயல் என்றால் ராஜாப் பயலேதான். கையும் காலும் துவார பாலகாள் சிலை மாதிரி

இருக்கும். சாட்டை சாட்டையாக விரல்கள். களை கூத்தாடும் முகம். அந்தப் பயலுக்குக் கண் அமைப்பே அலாதி அழகு. கிடைக்காளை மாதிரி ஜம்முனு நடந்து போவான். கந்தர்வ சாரீரம். காது கேட்டது வாய் பாடும். நல்ல மூளை, ஹைஸ்கூலில் படித்துக்கொண்டிருந்தான். வகுப்பில் அவனை முந்த ஆளில்லை எதிலுமே. ஹெட்மாஸ்டர் அவனுக்கு முழுச் சம்பளமும் இல்லாமல் பண்ணியிருந்தார். காலேஜுக்குக்கூட அது கிடைக்கும் என்றார். எவ்வளவோ சொன்னார்; பித்துக்குளி தீக்ஷித் என்ன பண்ணித்துத் தெரியுமா? படிப்பும் வேண்டாம் ஒன்றும் வேண்டாமென்று அவனை அடித்து இழுத்துக் கொண்டுபோய்க் கோவில் பரிசாரகத்தில் விட்டுவிட்டது! இதற்கென்ன சொல்கிறீர்கள்?"

"அந்தப் பையன் எங்கே இருக்கிறான் இப்போது?"

"பாமணியிலோ எங்கோ கிடக்கிறான்? வௌவாலை ஓட்டிக்கொண்டு. ஆனால், அந்தப் பயல் சும்மா இல்லை. மேளக்காரர்களோடு நெருங்கிப் பழகி, சங்கீதம் ரொம்பத் தெரிஞ்சிண்டிருக்கிறானாம். அதுவும் நம்மூர்ப் பேர்வழிகள் நல்ல ஞானஸ்தர்களின் பரம்பரையல்லவா? இந்தப் பயல் அற்புதமாய்ப் பாடுகிறானாம். தாளத்தில் அபார வேலைகள் செய்கிறானாம். மேளவழி என்றால் லயத்திற்குக் கேட்கவா வேண்டும்? அவன் பாடிக் கேட்கவில்லை நான். ஆனால், வேறொரு வேடிக்கையைப் பார்த்தேன். தீக்ஷித் பிள்ளை தவுல் அடிக்கிறானென்று யாரோ சொன்னார்கள். நான் நம்பவில்லை. போன வெள்ளிக் கிழமைதான், கேட்டுவிட்டுப் பிரமித்துப் போய்விட்டேன். அம்பாள் ஸந்நிதியிலே பெரிய நாயனக்காரன் பல்லவி வாசித்தான். இந்தப் பயல் தவுலில் பிரளயமாடுகிறான். கையில் நல்ல வேலையாகிறது. ஏதோ ஸார், இந்தப் பயலாவது கிளம்பி முன்னுக்கு வர வேண்டுமே. இதுவும் கவைக்குதவாமே போயிடும்போலிருக்கே, தவுலையும் கிவுலையும் ஏன் கட்டிண்டு அழணும்? வாய்ப்பாட்டை வாகாய் வழியாய்ப் பாடம் பண்ணி, நறுக்குன்னு பத்து உருப்படி பாடவும் நாலு ஆவர்த்தனம் ஸ்வரம் பாடவும் தயார் பண்ணிக்கொண்டால் போறுமே. பயல் பஞ்சம் பத்து வருஷம் என்பார்கள். தீக்ஷித்துக்கும் விடிஞ்சு போய்விடும். என்ன ஆகப்போறதோ? இவ்வளவு தூரம் எதற்காகச் சொன்னேன் தெரியுமா? ஆக மொத்தம் தீக்ஷித் ஒரு பித்துன்னு தெரிஞ்சுக்கணும் நீங்கள்."

"தெரிந்துகொள்வதென்ன இருக்கிறது இதில்? அவருக்கு எல்லாம் தெரியுமென்று நீங்கள் சொல்கிறீர்கள். படித்தவ ரென்றும் தெரிகிறது உங்களுக்கு. இருந்தும் இப்படி இருப்பதற்கு

ஏதாவது வேறு ரஹஸ்யமான காரணங்கள் இருக்கலாமென்று தெரிந்துகொண்டீர்களோ! உலகம் மனிதர்களை ஒரு பொது அளவால் அளந்துதான் மதிப்புக் கொடுக்கிறது. பொது மதிப்பில் தான் நாமும் நமது எண்ணங்களை, அபிப்பிராயங்களைப் பெற்று வளர்த்துக்கொண்டு ஒட்டிக்கொண்டு காலத்தை ஓட்டிக் கொண்டு வருகிறோம்."

"இதில் ஏதோ ரஹஸ்யம் இருக்கிறது என்கிறீர்களா? என்னவோ ஸார், தீக்ஷித்தைப் பற்றி ஊர் அறிந்ததை உங்களுக்குச் சொன்னேன். நான் வருகிறேன்."

மறுநாள் தீக்ஷித் வந்தார். பேசிக்கொண்டிருந்தோம். நேருவின் தலைமையிலிருந்து அர்ஜெண்டைனா சங்கதிவரை எதுவானாலும் தீக்ஷித்தின் விமர்சனம் ரொம்பத் தெளிவாய் இருக்கும். காரணகாரியத் தொடர்ச்சியோடு அலசிச் சொல்வார். அருமையான பாஷை; உயர்ந்தரகத்து நகைச்சுவை; எல்லாம் சரிதான். ஆனால், அவருடைய முகபாவம் மட்டும் எப்போதும் ஒரு சோகச் சித்திரத்துடைய முகத்தைப் போலவே இருக்கும். பீதியும் சங்கையும் அந்த முகபாவத்திற்கு நிரந்தரப் பின்னணி களாய் நின்றன. இடையில் அவரும் சிரிப்பார். ஆனால், அது சிரிப்பாகத் தோன்றாது. பாசாங்கு போலத் தோன்றும்.

வருவார், பேசிக்கொண்டிருப்பார், பேப்பர் பார்பார், போய்விடுவார். இப்படிப் பலநாள் ஆயிற்று. ஒரு நாள் சொன்னார்.

"ஊரில் யாராவது எதையாவது சொல்வார்கள் ஸார். நான் உங்களோடு பழகுவதைப் பரிகாசம் செய்வார்கள். நீங்கள் என்ன நினைக்கிறீர்களோ? சில சமயம் நான் நினைப்பதுண்டு. ஒருவரோடும் பேசாமல் ஒதுங்கிக் கிடந்தேனே, உங்களோடு இவ்வளவு தூரம் எப்படிப் பழகினேன் என்று நானே யோசிப்ப துண்டு. எப்படியோ தெரியவில்லையே."

"ஒருவரும் ஒன்றும் சொல்லவில்லை. சொன்னாலும் கவலையில்லை. நான் பெரிய பணக்காரனோ அல்லது பெரிய உத்தியோகஸ்தனோ அல்ல. பள்ளிக்கூட வாத்தியார்."

"அடே அப்படியே சொன்னாலும் என்ன சொல்லிவிடப் போகிறார்கள்? பித்துக்குளியோட பேசுகிற பித்துக்குளி என்பார் கள்; இவ்வளவுதானே?" என்று கேட்டுவிட்டுச் சிரித்தார் தீக்ஷித்.

அந்தச் சிரிப்பு உண்டாக்கிய குளிர்ந்த நெருக்கத்தில், "நீங்கள் இந்தக் கோவில் வேலையை விட்டுவிடக் கூடாதா?" என்று கேட்டுவிட்டேன். அப்படியே அதிர்ந்து, வாடி வதங்கியது போல் ஆனார் அவர். சோர்வு அப்பிக்கொண்டுவிட்டது

அவருடைய அழகான முகத்திலும் கண்ணிலும். ஒன்றுமே சொல்லாமல் எழுந்து போய்விட்டார். அப்புறம் ஒரு வாரம் வரவே இல்லை. நான் போய்க் கூப்பிட்டுக்கொண்டு வந்தேன். அன்று ஞாயிற்றுக்கிழமை. பகல் முழுவதும் பேசிக்கொண்டிருந் தோம். அன்று மாலை பெரிய கோவிலில் விடாயாற்றித் திருவிழா. கோவிந்தபுரம் பாகவதர் பாட்டுக் கச்சேரி நடக்க இருந்தது. தீக்ஷித்தைக் கூப்பிட்டேன். வருவதாகச் சொன்னார். கிளம்பிச் சென்றோம்.

கோவிலை நெருங்கும்போதே ஒலிபெருக்கி வழியாகப் பாட்டுக் காதில் விழுந்தது, ஸாவேரி வர்ணம் நடந்துகொண் டிருந்தது. புது வெள்ளம்போல் குபுகுபுவென்று வந்தன இரண்டாம் கால ஸ்வரங்கள். காது நிரம்பிவிட்டது. வேகமாய்ச் சென்றோம்.

கோவிலின் முன் மண்டபத்தில்தான் கச்சேரி நடந்தது. ஏகக் கூட்டம், ஜனங்கள் கோபுர வாசலில் பதுங்கிக்கொண் டிருந்தார்கள். வெளியிலிருந்தே சுகமாய் அனுபவிக்க முடிந்தது. ஒரு இடத்தில் உட்கார்ந்தோம். அப்புறம் பாடிய ராகங்களும் கீர்த்தனைகளும் அருமையாயிருந்தன. தீக்ஷித்கூட இரண்டொரு தடவை மெய்மறந்து, ஆஹா என்றார். நின்றுகொண்டிருந்தவர் களெல்லாம் பரவசப்பட்டு ஆர்வத்தோடு ரஸித்தார்கள். மிருதங்கக்காரர் தனி வாசித்தார். கூட்டம் சற்றுக் கலகலத்தது. வெளியே வருகிறவர்களுக்கு வழிவிட்டுக் கோபுரவாசல் கூட்டம் அசைந்து ஒதுங்கியது. அப்பொழுதுதான் எங்களுக்குப் புதிதாய் ஒரு விஷயம் தெரிந்தது. அன்று கோவிந்தபுரம் பாகவதர் வரவில்லையாம். யாரோ உள்ளூர்ப் பையன்தான் பாடுகிறா னாம். கச்சேரி ஆரம்பித்ததும் கூட்டம் கலையும் போலிருந்த தாம், கோவில் டிரஸ்டி ஒருவர் வந்து, “சற்றுத் தாமதித்துவிட்டுப் பையன் பாடுவதைக் கேட்டுவிட்டுப் பிறகு செல்லுங்கள்” என்று சொன்னாராம் ஒலி பெருக்கியில். அவன் கச்சேரி ஆரம்பித்ததும் உண்மையாகவே ஜனங்கள் ஆச்சரியப்பட்டார் களாம். வெளியே போனவர்கள் எல்லோரும் திரும்பி வந்து விட்டார்களாம். வாஸ்தவம், இளமையும் சங்கதிகளின் நயமும் நிறைந்த பாட்டுத்தான் அது. ஆரம்பத்தில் இதை நான் உணர்ந்த துண்டு. ஆனால், வேறு நினைப்பின்றிச் செய்துவிட்ட சங்கீதத் தில் ஆழ்ந்துவிட்டேன் கேட்கத் தொடங்கிய க்ஷணத்திலிருந்தே. பக்கத்திலிருந்த தீக்ஷித்தும் கூர்மையான பார்வையோடு யோசித்துக்கொண்டிருந்தார். ஏதோ நினைவு வந்தவர்போல் திடீரென்று எழுந்து உள்ளே போனார். நானும் போனேன். தனி முடிந்துவிட்டது. பிடில்காரர் சுருதி சேர்த்துக்கொண் டிருந்தார். மேடையில் ஸிம்ஹம்போல உட்கார்ந்திருந்தான்

ஒரு அழகான வாலிபன். அவன் முகத்தில் தீக்ஷித்தின் சாயல் நன்றாகவே தெரிந்தது. நான் ஊஹித்து முடிவுக்கு வந்த கணத்திற்குள், தீக்ஷித் பாய்ந்துபோய் மேடையினருகில் நின்றுகொண்டு, அந்தப் பாடகனைத் திட்டி வைது அதட்டிக்கொண்டிருந்தார்.

"ஏலே, எழுந்திருந்து தொலைடா, பாவி, என் குடியைக் கெடுத்துவிடுவாய் போல் இருக்கிறதே. படுபாவி, செத்துப் போய் விடுவாய். ஓடுடா, போய்த் தீபாராதனைத் தட்டைத் துடைத்து வை; போ . . . போடா பாவி" என்று கத்தி, அவன் கையையும் பிடித்து இழுத்துவிட்டார். அவர் முகத்தில் ருத்திர கோபம் பொங்கிற்று. அவன் மேடையிலிருந்து பின்புறமாய் இறங்கினான். சிலர் வந்து தீக்ஷித்தைப் பிடித்தார்கள். திமிறிக் கொண்டு நடந்தார் தீக்ஷித். பையனைக் காணோம்.

"மங்களம் பாடியாவது முடிக்கட்டுமே. பையன் யார் ஸ்வாமி? ஏன் இப்படி ஆவேசம் வந்தது மாதிரிக் கூத்தாடி விட்டீர்கள். அபாரமான வித்தை. அருமையான சாதகம் . . . ஒன்றுமே புரியவில்லையே?" என்றார் பிடில்காரர்.

"கடுமையான லயச் சுத்தம். ரொம்ப ஆசையோடு தொழில் செய்தேன் இன்றைக்கு. கூப்பிடுங்க சாமி குழந்தையை" என்றார் மிருதங்கக்காரர்.

தீக்ஷித் அழுதுகொண்டே அவர்களைக் கும்பிட்டுக் கொண்டு சொன்னார். "ஐயா கோடி புண்யமுண்டு, ஒன்றும் சொல்லாதீர்கள். இந்தப் பயல் என் மகன்தான். வெறும் குப்பைக்கூளம். என்னத்தையோ வாய்க்கு வந்ததைக் கத்துகிறான்" என்று தீக்ஷித் சொன்னபோது அவர் குரலிலிருந்து வேதனை கல்லையும் உருக்கும் போலிருந்தது.

"அடே பித்துக்குளி, தோசி, துக்கிரி. துடைகாலி" இது போல் இன்னும் ஆயிரம்; தெரிந்தவர்களும் தெரியாதவர்களும் தீக்ஷித்தைப் பழித்தார்கள். சிலர் அடிக்கக்கூட வந்தார்கள்.

மௌனமாய் நடந்தோம். தீக்ஷித் தயங்கித் தயங்கித்தான் நடந்தார். கூட்டத்தை விட்டுச் சந்து பொந்துகளில் திரும்பி வீட்டுக்கு வந்தோம்.

"என்றைக்காவது ஒருநாள் உங்களிடம் சொல்லித்தான் தீர்க்க வேண்டியிருக்கும் என்று நினைத்திருந்தேன். ஆனால், அது இப்படி நேருமென்று எதிர்பார்க்கவில்லை . . ." என்றார் தீக்ஷித். அவரிடம் என்னென்னவோ கேட்க வேண்டுமென்று துடித்த எனக்கு அவரே வழி திறந்தார். "ஆரம்பத்திலிருந்தே எனக்குப் புதிர் விளங்கவில்லை. இன்றைய காரியம் இன்னும் குழப்பிவிட்டது மனத்தை" என்றேன்.

“புழுவாகவோ பூச்சியாகவோ எப்படியாவது இந்த மண்ணில் ஒட்டிக்கொண்டு கிடந்தால் போதுமென்ற உயிராசை தான் ஸார் காரணம் நான் அப்படிச் செய்வதற்கு. புகழும் பெருமையும் பெருவாழ்வும் என் வம்சத்திற்கே ஒட்டுவதில்லை; தங்குவதுமில்லை. பிரளயத்தில் தப்பிப் பிழைத்திருக்கிறேன். வாரி வாரிக் கொடுத்துவிட்டு நிற்கிறேன். நான் கோவிலில் பரிசாரகம் பார்க்கப் பிறக்கவில்லை. நானாக விரும்பி ஏற்றுக் கொண்ட தொழில் இது. சுடரொளிப் பரப்பான கடவுளின் சின்னத்திற்கெதிரே, சுடரை அணைத்து வாழும் வாழ்வு பாபத்தின் பிரதிபிம்பம் என்று உலகம் நம்பிக்கொண்டிருப் பதை நானும் நம்புகிறேன். சமூகக் கொள்கைக்கு ஏற்ப விளக்கணைக்கிற மனிதனும் நடையுடை பாவனைகளால் பாபத்தின் அழுக்காகவே தன்னை ஆக்கிக்கொண்டு விடுவதில் இயற்கைக்கு முரண் ஒன்றுமேயில்லை, சமூகம் கடவுளை வழிபட்டுக் கடைத்தேற இந்தப் பாவத் தொழிலும் வடிவமும் இன்றியமையாதவை ஆகியிருக்கின்றன. பாவிக்கு ஆயுள் வளரும் என்ற உலக வழக்கையும் பிடித்துக்கொண்டு, இந்த இழிநிலை யில் பாபியாகவாவது உயிரோடு வாழ்வோமே என்ற இதைக் காத்துவருகிறேன் தெய்வ வரம்போல . . .”

தீக்ஷித் குனிந்து தரையைப் பார்த்துக்கொண்டிருந்தார். படிகம்போல் சில கண்ணீர்த் துளிகள் கீழே விழுந்து தெரித்தன. சற்றுப் பேசாமலிருந்துவிட்டு மறுபடியும் சொன்னார்:

“பிரமையோ, பைத்தியமோ; என் முடிவு அது. அந்தப் பலத்தில்தான் உயிரோடு இருக்கிறேன் இன்றைக்கு. கந்தர்வ கானம் கல்யாணம் என்று ஒரு பெயர் ஞாபகம் இருக்கிறதா உங்களுக்கு?”

“மறக்க முடியுமா? கோவிந்தபுரம்தான் அவருடைய ஊர். ரொம்ப அல்பாயுஸில் போய்விட்டார். அடேயப்பா. என்ன பாட்டு இப்பொழுது நினைத்தாலும் புல்லரிக்கிறது.”

“அவன் என்னுடைய தமையன். பதினைந்து வயதில் சங்கீதத்தைக் கரைகண்டான். புகழேணியின் உச்சிக்கு வந்தான். பொன்னும் மணியுமாய் சன்மானம் பெற்றான். திடீரென்று செத்துப்போய்விட்டான் ஸார் எங்கள் கல்யாணம். என் தம்பி ஒருவன் இருந்தான். வீணை அவனிடம் வாயால் பேசிப் பாடும். பழைய ஓலைச் சுவடிகளைப் புரட்டிப் புரட்டி இரண்டு வருஷங்களுக்கு முனைந்து நின்று, ரொம்பப் பிரயாசைப்பட்டு ஒரு வீணை செய்திருந்தான்.

வீணைக் கம்பிகளுக்கும் அவனுடைய விரல்களுக்கும் ஜன்மாந்தர உறவு என்று தோன்றும். மழை பெய்வது போலவும்

ஆறு ஓடுவது போலவும் குதிரை நடப்பது போலவும் ஸிம்ஹம் கர்ஜிப்பது போலவும் ஸ்வரங்களைப் பின்னிப் பின்னி ராகபாவம் நிறைந்து, நாதக் கூட்டங்களுக்கு உருவம் தந்து எதிரே நிறுத்து வான். நான் எம்.ஏ.யில் முதல்வனாகத் தேறி, மைசூர் ராஜா வுக்கு ஆசிரியராய் இருந்தேன். என் தம்பி அங்கே வந்தான். அரண்மனையில் வீணை வாசித்தான். ஆஸ்தான வித்வான்கள் அவனை அப்படியே ஆலிங்கனம் செய்துகொண்டு, உடம்போடு தூக்கினார்கள். உண்மையாகவே தூக்கித் தூக்கி மகிழ்ந்தார்கள். தலைவலி என்று படுத்தான். படுத்தவன்தான் போய்விட்டான் ஸார். என் தமக்கையொருத்தி இருந்தாள். அவளுடைய புருஷன் ஒரு பெரிய மஹா மஹோபாத்தியாயர். அவள் தன்னுடைய இருபதாவது வயதில் நான்கு ஸம்ஸ்க்ருத நாடகங்களும் இரண்டு மஹா காவியங்களும் எழுதினாள்; திருவனந்தபுரம் மஹாராஜா அந்தத் தம்பதிகளை அழைத்து மகத்தான ஸன்மானங்களைச் செய்தார். அவள் திரும்பி ஊருக்கு வரவில்லை ஸார். மதுரையி லேயே மண்ணாகிவிட்டாள். இவ்வளவும் என் தலைமுறை யில் நான் கண்ட பேரிழவுகள். இதற்கு முன் என் வம்சத்தின் முன் தலைமுறைகளில் நடந்திருக்கும் கதைகளைக் கேட்டால் கல்லாய்ச் சமைந்துபோக வேண்டும் ஸார். அப்படிப்பட்ட சர்வநாசக் கதைகள். பிரளயக் கூத்தின் கதைகள்; என் தலைமுறை பிழைத்தது என்றுதான் நான் நினைத்திருந்தேன். ஆனால், ஒன்றன்பின் ஒன்றாக ஏற்பட்ட அதிர்ச்சிகளில் குலைந்து போய்விட்டேன் ஸார். பிரளயத்தில் விடுபட்டு மீதியிருந்த உயிர்களோடு ஊரெல்லாம் சுற்றிச் சுற்றிச் செப்புக்காசும் பூச்சக்கிரக் குழியும் இல்லாமல் சொத்தைத் தொலைத்தேன் முதலில்; மனதும் ஒரு நிலைக்கு வந்தது. இங்கு வந்து யாருமறி யாமல் புழுக்கை வாழ்வு நடத்திவருகிறேன்" தீக்ஷித் சற்று நிறுத்தினார்.

"இதைவிட்டுப் பெருவாழ்வு வாழ வழி தேடினால் என்ன ஆய்விடும்?"

"மறுபடியும் என் குடும்பமும் வம்சமும் பிரளயத்திற்குப் பலியாகும். அதைத்தான் சொல்ல வந்தேன் நான். இது எங்கள் வம்ச பரம்பரைக்கு ஒரு சாபமாம். எங்கள் வம்சத்தின் மூல புருஷரே கொடுத்த சாபம். நாங்கள் கோவிந்த தீக்ஷிதருடைய வம்சம், அவர்தான் இப்படிச் சபித்தாராம் தம் வம்சத்தில் பிறக்கப்போகும் தலைமுறைகளை . . ."

"தஞ்சாவூர் நாயக்க மன்னர்களுக்கு மந்திரியாயிருந்து, ஏராளமான தானதர்மங்கள் செய்து, கோவில் குளமெல்லாம் வைத்து . . . திருவையாற்றிலும் பட்டீச்சுரத்திலும் லிங்க வடிவில் தெய்வமாயிருந்து, தினம் ஆறுகாலம் ராஜோபசாரமும்

தேவோபாசரமும் பெறுகின்ற அதே கோவிந்த தீக்ஷிதர்தான். அவருக்கொரு மகள் இருந்தாளாம். ரதியின் மனித உருவாம் அவள். அவளுக்கு சங்கீத ஸாஹித்யங்களில் கரையற்ற புலமை உண்டாம். நாயக்க மன்னரின் மந்திரியாகவும் ஆசாரியனாக வும் இருந்தார் தீக்ஷிதர். அவரிடம் மன்னனுக்கு எல்லையில்லாத பயபக்தி விசுவாஸம். ஒருநாள் தீக்ஷிதரைக் காண விரும்பி, வீடு தேடி வந்தானாம் மன்னன். தீக்ஷிதருடைய மகள் மங்கள கீதத்தோடு ஹாரத்தியெடுத்து வரவேற்றாள். சரீரம், சாரீரம், சௌபாக்யம் மூன்றும் சேர்ந்து மிளிர்ந்த அவளுடைய நிறைவை உணர உணர மன்னன் மனம் விரிந்து முகம் மலர்ந்து ஸ்தம்பித்து விட்டானாம், அவ்வளவுதான். மன்னன் அரண்மனைக்குப் போனான். மங்கை மண்ணை விட்டே மாய்ந்துபோய்விட்டாள். துயரம் தீக்ஷிதரை அயர்த்தி, திடீரென்று இருபது வருஷங்கள் ஓடிவிட்டதுபோல முதுமையைப் பெருக்கிவிட்டதாம். ஆனால், விதி அவரை அதோடு விடுவதாயில்லை, அடுத்த தாக்குதலுக்கு அஸ்திவாரமிட்டது.

"அவருக்கொரு மகன், இன்று நம்மிடையே வழங்கும் கர்நாடக சங்கீதத்தின் தந்தை அவர்தான். ராஜதர்பாரில் தான் இயற்றிய சங்கீத இலக்கணத்தை அரங்கேற்றுகிறார். வீணையில் இலக்கியங்களைக் காட்டிக் காட்டித் தொடர்ந்து பல நாட்களுக்கு இசை வெள்ளம் ஓடுகிறது தர்பாரில். அந்த ஆசார்ய புத்திரனைக் கௌரவிப்பதோடு, தனது திருஷ்டிக்குப் பலியாகத் தன் மகளைப் பறிகொடுத்த ஆசார்யரைக் குளிர வைக்கவும் நினைத்து, அள்ளிவிட்டான் பரிசுகளை. பொன்னும் மணியும் பொழிந்தான். தானே தன் கையால் தாங்கி முத்துச் சிவிகையில் ஏற்றினான் தீக்ஷிதருடைய மகனை. அத்தியாயம் முடிந்தது. ராஜ திருஷ்டிக்கு மற்றொரு பலி, அடுத்த சில தினங்களில் மகனைப் பறிகொடுத்தார் கோவிந்த தீக்ஷிதர், மூர்ச்சித்து விழுந்தாராம். விழுந்தவுடன், எல்லாத் தெய்வங் களையும் ஐயனார் பிடாரி முதல் ஹரிஹரர்கள் உள்பட அத்தனை தெய்வங்களையும் அழைத்து, ஆணையிட்டுச் சொன்னாராம்: தெய்வங்களே, உங்கள் அத்தனை பேர் மேலும் ஆணை. இனி என் வம்சத்தில் வரும் எந்த ஆணுக்கும் பெண்ணுக் கும் அழகோ, கலைத் தேர்ச்சியோ, புகழோ பெரு வாழ்வோ, சிறப்போ செல்வமோ எதுவும் ஒட்டவே கூடாது. ஒட்டினாலும் தங்கக் கூடாது. இது என் சாபம்" என்று. எத்தனையோ தலைமுறையில் பலித்துவிட்டது; நானும் அனுபவித்துவிட்டேன். இந்த ஸர்வநாசத்திலிருந்து தப்பி, உயிரோடு வாழ வேண்டு மென்ற ஒரே விருப்பத்தால் பாப ஜீவனம் – அழுக்கு ஜீவனம் செய்யத் துணிந்தேன்.

"உயிராசை காரணமாக உலகம் நிலைத்து நிற்கக் காரண மாகும் மூலாதார வேட்கை ஸார் இது. நான் சாக விரும்ப வில்லை. என் மனைவி மக்களும் புழுப்போலவாவது உயிர் வாழ வேண்டும். நான் இதுவரை அநுபவித்திருக்கும் சுடுகாட்டு வெப்பம்தீர உஷ்ணம் தணிய மண்வாடைக்கு ஏங்குகிறேன். அந்தப் பிள்ளையார் குளத்து மடத்தில் ஒரு கிழவி சுருண்டு கிடக்கிறாள் பார்த்திருக்கிறீர்களா? தொண்டு கிழம். ஆடாத அவயவமே இல்லை அவளுக்கு. சருகாய்க் காய்ந்து பட்டை உரிந்துவிட்டது அவளுடைய தோல். அந்தக் கிழவியின் உயிருக்கு மண்வாடை ரொம்பப் பிடித்திருக்கிறது. இல்லாவிட்டால், அது இப்படித் துடித்துத் துடித்து இழுத்துக்கொண்டு கிடப்பானேன்? முன் தலை மண்ணில் இடிப்பதுபோல் கூனிக் குறுகிக்கொண்டு புதையலா எடுக்கபோகிறாள்? அன்றன்று பிச்சை. ஒரு நாள் கழிவது ஒரு யுகமாகயிருக்கிறது. அப்படியும் ஓர் இன்பப் பூச்சிருக்கிறது அவளுடைய உயிருக்கு. அதென்ன ஸார்? உயிராசையல்லவா? அப்படித்தான் எனக்கும் மண் வாடையின் குளிர்ச்சி மற்ற எந்த இழிவையும் அழுக்கையும் துயரத்தையும் விடப் பெரிது. பிரமையா இது?" என்று முடித்த போது தீக்ஷித் தெளிவு பெற்று உறுதியாய்ப் பேசினார்.

அந்த உறுதியைத் தகர்க்க முடியுமென்று தோன்றவில்லை எனக்கு. 'உயிர் கருப்பட்டியோ' என்கிறார்களே, கருமையும் கசப்பும் இனிமையில் மறைந்துவிடுகின்றனவோ?

எது நிற்கும்?

யார் சமத்து?

அக்கிரமமான சாவு; ரொம்ப அநியாயம் அந்தச் சாவு; அன்று யமனை நிந்திக்காதவர்களே இல்லை. ஊர் முழுவதும் கூடப் பேசி அழுது தீர்த்துக்கொண்டிருந்தது. அந்த ஊரிலேயே பெரிய பணக்காரர் – கிட்டத்தட்ட அறுபது வேலி நிலமும் ரொக்க வகையராக்களும் உள்ள பணக்காரர் ஒருவர். பெரிய தர்மிஷ்டர். அவருக்கு அதிகமிருந்தால் ஒரு முப்பத்தைந்து வயதுதான் இருக்கும். அவருடைய மூத்த மகன், பதினான்கு வயதுகூட நிரம்பாத சின்னக் குழந்தை – ராஜா மாதிரி வளர்ந்தவன், இருந்தவன், செத்துப்போய்விட்டான். தாங்குமா ஊர்? இந்த அக்கிரம துக்கத்தைக் குடிபடைகள் உட்பட ஊர் முழுவதும் கூடிக் கொண்டாடி அழுது தீர்த்தது. மகனைப் பறி கொடுத்தவர், மூன்று தடவை மூர்ச்சை போட்டு விழுந்துவிட்டார். ஊரார் யாவரும், சிறுசிறு கூட்டமாய் அழுவோரும் அங்கலாய்ப்போருமாக ஒவ்வொருவரும் ஒவ்வொன்றைக் கூறி வருந்திக் கலங்கினார்கள். இதுவே வேறு சாவாயிருந்தால்! "ஆகட்டும், ஆகட்டும், எடுக்கிற வழியைப் பாருங் கோய்யா, சாப்பிடணும், ஊர் முழுக்கப் பட்டினி…" என்று அவசரப்படுத்தியிருப்பார்கள். இந்தச் சாவு அப்படிப்பட்டதல்ல. ஊரில், முன்னே ஒரு கிழவி யின் பாதி உயிர் போவதற்குள், "சரி, மேலே ஆக வேண்டியதைப் பாருங்கள்; கொஞ்சநஞ்சம் பாக்கியிருந்தால் அங்கே போய் வைப்பதற்குள் சரிப்பட்டுவிடும்…" என்று சொன்ன கிழவர்கூட, பொடி போடுவதையும் மறந்து துக்கப்பட்டுக் கொண்டே அங்கலாய்த்தார்!

“இந்தக் குடும்பத்துக்கு இப்படி வரலாமா? தர்மம் நிறைந்த குடும்பம் அல்லவா இது . . ?”

“இந்தக் குடும்பத்தின் ஆதரவில் எத்தனை குடும்பங்கள் பிழைக்கின்றன. இவருடைய தர்மத்தால் எத்தனை கோவில் களில் . . .”

“இந்தக் கிராமத்தில் ஒரு ஹைஸ்கூலை வைத்து ஆதரித்து வருகிறாரய்யா இந்த முதலாளி. எத்தனை ஏழைப் பையன்கள் படிக்கிறார்கள்; இது பெரிய – ஆயிரங் காலத்துத் தர்மமல்லவா? இந்த மகானுடைய பிள்ளை செத்துப் போகவாவது; இது அடுக்குமா . . .”

“ஏது, இனிமேல் இந்தப் பள்ளிக்கூடம் வளருமா? போன வாரம் முதலாளி தன் சொந்தச் செலவில் ஸைன்ஸ் பாடத்திற்கு வேண்டிய சாமான்கள் எல்லாம் வரவழைத்துக் கொடுத்தார். இன்னும் எது வேண்டுமானாலும் செய்யக் காத்திருந்தாரய்யா; அதிர்ஷ்டமில்லையே பள்ளிக்கூடத்துக்கு . . .”

“பள்ளிக்கூடத்துக்காவது? நம் ஊர் ஏழைகளுக்குத் தான் அதிர்ஷ்டமில்லையென்று சொல்ல வேண்டும். தர்மப் பிரபுவுக்குப் புத்திர சோகம் வந்துவிட்டதே . . .”

“தர்மம் செய்வதும் ஊராருக்கும் சுவாமிக்கும் யதேஷ்டமாய்ச் செய்வதும் இந்தக் குடும்பத்தின் பரம்பரை வழக்கமய்யா; நல்ல தெளிவான ஞானமும் ஸத்ஸங்கமும் மிகுந்தவர் முதலாளி. தர்மத்தைக் குறைக்க மாட்டார். இருந்தாலும் இந்த வயிற்றெரிச்சலை . . .”

“தர்மத்தை உடைப்பில் போடுமய்யா. தர்ம சிந்தனை உள்ளவர்களைத்தான் தெய்வம் சோதிக்கிறது. அடாடா, இந்த மனுஷர் செய்திருக்கிற ஈசுவர கைங்கர்யம் . . .”

“அதுக்கா . . . சோதனையென்றால் சாதாரண சோதனையா இது . . .”

“நம்மாலெல்லாம் தாங்கவே முடியாது இந்தத் துக்கத்தை. முதலாளி அவருடைய ஞான பலத்தாலும் ஈசுவர பக்தியினாலும் தான் இதைப் பொறுத்துக்கொள்கிறார் . . .”

“இருந்தாலும் ஈசுவரனுக்கு இந்த அக்ரமம் அடுக்காது . . .”

பெரியவர்கள் அழுதார்கள்; சிறுவர்களும் அழுதார்கள்; வேண்டியவர்கள் கதறினார்கள்; வேண்டாதவர்களும் கண் கலங்கினார்கள்! குடியானவர்களெல்லாம் குப்புற விழுந்து அழுதார்கள்.

பிச்சைக்காரக் கிழவி ஒருத்தி தனியே உட்கார்ந்து கொண்டு பெரிய குரலெடுத்து ஒப்பாரியே சொல்ல ஆரம்பித்துவிட்டாள்.

அவலமும் ஆற்றாமையும் மிக்க ஆழக் குரலுடன் அவள் இழுத்தாள்:

“பழுத்தமட்டை பதிஞ்சிருக்க,
பச்சைமட்டை பாதிதொங்க,
பச்சைக்குருத்தை ஐயோ
படுபாவி புடுங்கிப் போட்டான்...”
“நெத்திருக்க நீரிருக்க
நெறைகாயும் நெருங்கிநிக்க,
முட்டுக் குரும்பையத்தான்
தொட்டறுத்தான் தோசிப்பய...”

என்று சொல்லி அழுதாள் பிச்சைக்காரி. தொண்டுக்கிழம்; பிச்சையரிசியில் பொழுதைக் கழித்துக்கொண்டு ஏதோ புதையல் எடுக்கக் காத்திருப்பதுபோல், பூமியில் செத்துக்கொண்டே உயிர் வாழும் ஒரு கிழவியின் பேச்சுத்தான் இது. வைராக்கியம் இன்னதென்றே தெரியாத பரம போகிகளும் வேதாந்தம் தெரிந்து கொண்டிருப்பார்கள் இதைக் கேட்டால்.

எடுப்பதற்கான ஏற்பாடுகள் நடந்துகொண்டிருந்தன. மகனுக்குக் கொள்ளியிட, முழுக்குப் போடக் கிளம்பிய முதலாளியை நாலைந்துபேர் தாங்கிவர, நடந்தும் விழுந்தும் வீட்டு வாசலுக்கு வந்தார். அவரிடம் நேரில் பேசும் அந்தஸ்துப் பெற்ற சிலரைத் தவிர மற்ற பலர் தூரத்திலிருந்து அவரைப் பார்த்தபடியே தமது துக்கத்தைக் காட்டினார்கள். கூட்டத்தில் அந்த ஊர்ப் பள்ளிக்கூட வாத்தியார் ஒருவர் நின்றிருந்தார். அவரைப் பார்த்ததும் முதலாளி அப்படியே வாரி அடித்துக் கொண்டு ஓடிவந்து, அந்த வாத்தியாரைத் தழுவிக்கொண்டு ‘கோ’வென்று அலறினார். முகத்தில் அறைந்துகொண்டார்; ஏதோ சொல்ல வாயெடுக்கிறார். வார்த்தையைக் காணவில்லை. விம்மி விம்மித் தேம்பினார். தேம்பலும் தேய்வும் மறைக்க, “சமத்து ... ஐயோ ... சமத்து” என்று கேவினார்; கேவலுக் கிடையே “வாத்தியாரே, சமத்து மண்ணைப் போட்டுவிட்ட தய்யா ...” என்று தழுதழுத்தார்.

அங்கிருந்தவர்கள் திகைத்தார்கள். ‘சமத்தா ... சமத்தா! இதற்கு அர்த்தமென்ன? முதலாளி என்ன சொல்ல நினைக் கிறார்?’ என்று அங்கிருந்தவர்களுக்குப் புரியவில்லை. அது மட்டுமல்ல! முதலாளி செய்யும் காரியமே பெரிய திகைப்பைத் தந்தது.

எத்தனை பெரிய சுக துக்கங்களாக இருந்தாலும் அவர் களுக்குரிய அந்தஸ்தை மறந்துவிட முடியுமா?

இந்த முதலாளி தங்கக் கம்பி. இழுத்த இழுப்புக்கு வரக் கூடியவர்; மிகவும் எளிய நடை யுடை பாவனையுடையவர்.

இருந்தாலும், ஊர் நடப்பில் உலகத்து நடைமுறையில் ஒரு எல்லையும் அந்தஸ்தும் இருந்தாக வேண்டுமே.

இப்படியெல்லாமிருக்க கேவலம் ஒரு ஸ்கூல் வாத்தியாரிடம், அதிலும் தன்னுடைய பள்ளிக்கூடத்தில் வேலைபார்த்துப் பிழைக்கும் ஒரு வாத்தியாரிடம் முதலாளி இப்படிச் சென்று கதறுவதைப் பார்த்த ஜனங்கள் திகைத்தே போய்விட்டார்கள். 'இதில் ஏதோ விசேஷம் இருக்கத்தான் வேண்டு'மென்றும் தீர்மானித்துவிட்டார்கள். "முதலாளியின் எளிய குணம் அல்ல; இதில் வேறு என்னவோ இருக்கிறது. இல்லாவிட்டால் இவ்வளவு பேரையும் விட்டு வாத்தியாரிடம் போய் அழுவானேன்?" என்ற ஆராய்ச்சியும் ஆலோசனையும் அரை நொடியில் அங்கிருந்த எல்லோர் மனத்திலும் பரவிவிட்டன. காட்டிலும் குளத்திலும் எங்கும் எல்லோரும் நினைத்துத் துருவித் துருவிப் பேசிய விஷயம் இதுவேதான்.

அன்று பிற்பகல்தான் எல்லாக் காரியங்களும் முடிந்தன. கலங்கிக் குழம்பி அயர்ந்துவிட்ட அத்தனை பேரும், குளம் கலங்கிக் குழப்பும்படி தலைமுழுகிவிட்டுக் கிளம்பினார்கள். அன்று மாலையும் அந்தியும் அழுதுகொண்டே ஊர்ந்தன. அந்த வாத்தியாரைப் பல பேர் பலவாறாகக் கேட்டார்கள்; அவர் பதிலே சொல்லவில்லை. தனக்கியல்பான சாந்த விழிப்போடு (அந்த அசட்டு முழி), "என்னவோ என்ன காரணமோ . . ." என்று பதில் சொன்னார். அவர் ஒரு மாதிரியான பேர்வழி; கிறுக்கல்ல. அவருடைய நடையுடை பாவனைகளால் கிறுக்குப்போலத் தோன்றும். நிறையப் படித்தவர்; படிப்பவர்; உண்மையான வைராக்கியம் உடையவர். உயிர் வாழ்வதை ஒரு கடமையாகச் செய்துவருகிறாரே ஒழிய, அவர் சோக மோகங்களே கொண்டாட மாட்டார். ஆசார ஆடம்பரங்கள் கிடையாது அவரிடம்; யாராவது கேட்டால், கண்டித்தால் கூட, "என்னவோ . . ." என்று சாந்தமாய்ப் பதில் சொல்வார். அசட்டுச் சம்பிரதாயங்களும் ஆளை ஏமாற்றும் வித்தைக்காரர்களும் அவருக்குப் பிடிப்பதில்லை. அநாவசியமாக யாரையும் தூக்கி வைத்துப் பேசமாட்டார். அதனால் 'சமத்'தான ஆசிரியர்களுக்கும் வேறு சிலருக்கும் அவரைப் பிடிக்காது. அவரை விரும்புகிறவர்களும் சிலருண்டு.

அத்தகையவர்களில் நானும் ஒருவன். எப்பொழுதாவது அவரிடம் பேசப் போவேன். அன்றிரவும் சென்றேன். வேறு விஷயம் பேச முடியவில்லை அன்று. அவர் சொன்னார்:– "மனிதன் என்று தோன்றுகிறானோ, அன்றிலிருந்து மரணமும் உண்டு. மனிதனுக்கு விவரம் அறியும் அறிவு தோன்றி வளர்ந்த காலத்திலிருந்து மரணமும் பெரிய புதிராகிக்கொண்டே

தானிருந்தது. மனித இலக்கியத்தில் காதலைப் போல் நிரந்தர மான விஷயம் மரணமொன்றுதான். மரணம் அன்றும் என்றும் புதிராகவே இருக்கிறது. அதன் புதுமையும் ரகசியமும் இன்னும் துலங்கவில்லை. என்றும் துலங்கவும் போவதில்லை. துலங்கி விட்டால் உலகம் தேங்கிப்போய் தவிக்க ஆரம்பித்துவிடும் . . .”

அவர் சொல்வது புரிந்தது; பதிந்தது, அதைத் தெரிவிக்கும் பாஷைதான் என்னிடம் கிடையாது. நான் சொன்னேன்: – “மரணம் நேரும் க்ஷணத்தில் சாக்ஷிகள் போல் இருக்கும் நமக்கு ஏதோ துலங்குவதுபோலத்தான் இருக்கிறது. ஆனால், உடனே எல்லாம் பழைய நிலைக்கு வந்துவிடுகிறது . . .”

“அது ஓர் இடம். ரொம்பத் தெரிவதுபோல் இருந்து ஒன்றுமே தெரியாத இடம் அது. மாவடுவைக் கடிப்பதுபோல் வெடுக்கென்று எல்லோரும் சொல்கிறார்களே ஒரு வார்த்தை, ‘மாயை மாயை’யென்று, அதைப் புரிந்துகொள்ள மரணத்தை விடச் சிறந்த சந்தர்ப்பம் இருக்க முடியாது. இப்பொழுது தெரிகிறதா உனக்கு? மாயைதான் உலகத்தை ஓட்டிக்கொண் டிருக்கிறது கண் மறைவு கட்டி” என்றார்.

“என்னிடம் ஒளிக்காமல் தயவுசெய்து சொல்ல வேண்டும். எல்லோருக்கும் சொன்ன பதில் எனக்கும் வேண்டாம்.”

“உனக்கும் வந்துவிட்டதா அந்தப் பைத்தியம் . . .”

“தெரிந்துகொண்டாலொழிய தூக்கம் வராது எனக்கு. முதலாளி அழுதாரே என்ன விஷயம்?”

வேறு வேறு விஷயங்களைச் சொல்ல ஆரம்பித்தாரே தவிர அதைப் பிரஸ்தாபிக்கவும் தயங்கினார் அவர்.

“இவ்வளவு மறைக்கிறீர்களே ஏன் பயமா?” என்றேன்.

“வாஸ்தவம்! ஓரளவுக்குப் பயம்தான் எனக்கு. அந்தப் பயம் எனக்காகவும் அல்ல. முதலாளிக்காகவும் அல்ல. ஆனால் மிக அமைதியோடு செல்லும் உங்கள் போன்றோரின் மனப் போக்கில், அதிர்ச்சியோ அல்லது அயலான போக்கோ ஏற்பட்டு விடக்கூடாதே என்ற பயம்தான் எனக்கு. அப்படி ஏற்படக் கூடாது என்பது அல்ல என் கருத்து. என்னால் ஏற்படாமல் அதுவாக ஏற்பட்டால் நன்றாயிருக்கும். நிலைத்தும் நிற்கும் என்பது என் கருத்து” என்றார்.

விடாமல் வற்புறுத்தினேன். சிரித்துக்கொண்டே தன் னுடைய ‘டைரியை’ எடுத்துப் புரட்டினார். இரண்டு மாதத் திற்கு முன் ஒரு நாளும் ஒரு மாதத்திற்கு முன் ஒரு நாளும்

அவர் குறித்திருந்த குறிப்பை நிதானமாகத்தான் ஒரு தடவை படித்துவிட்டு, அடையாளம் வைத்து என்னிடம் தந்தார்.

முதற் குறிப்பு

அடேயப்பா! மனித குணத்தில் எத்தனை சுழிப்பு? முரண் பாடுகள், இவ்வளவா! முதலாளி ரொம்ப தர்மிஷ்டர்; பரோபகாரி; பழமையில் பற்று மிக்கவர். ஈசுவரனிடம் அன்பைவிட பயத்தையே அதிகமாய்க் காண்பிக்கிறார். சமத்தாய் ஈசுவரனை வழிபட்டு வணங்கி அந்தப் பயத்தைச் சமாளிக்கிறார்.

கிராமத்தில் இருந்தபடியே விஞ்ஞானத்தில் இன்றைய அபிவிருத்தி வரையில் அநுபவபூர்வமாகத் தெரிந்துகொண் டிருக்கிறார். சமத்தாய் அதை உபயோகித்துக்கொண்டு சுகமடை கிறார். மின்சாரம் உபயோகிக்கிறார், மோட்டாரில் போகிறார்.

வேதாந்த பாடம் கேட்கிறார். வேஷம் போட்டுக் கூத்து நடத்தும் பிரபஞ்சத்தின் பொய்மையை விளக்கும் ஞான வாதங்களை உணர்கிறார். ஐயனார் பிடாரிகளுக்கு அபிஷேகம் செய்துவைக்கிறார். சாம்பல் அணிகிறார் கட்டுக் கட்டாய்; சாம்பல்தான் முடிவென்று கூறும் பழைய உபநிஷத்துகளையும் சுலோகங்களையும் பாராயணம் செய்கிறார். சமத்தாய் உடலைப் பற்றியெல்லாம் தெரிந்துகொண்டு மிகவும் ஜாக்கிரதையாய் இருக்கிறார்.

இன்று அவருடைய பிள்ளை என் பக்கத்தில் அதாவது, மிகவும் நெருக்கத்தில் நின்றுகொண்டு ஏதோ கேட்டுக்கொண் டிருந்தான். எனக்கு இரண்டு நாளாய் வரட்டு முரட்டு ஜலதோஷம்; ஒரே கடுப்பு வலி.

“இதற்காக லீவ் எடுப்பானேன்?” என்றார் ஹெட்மாஸ்டர். தும்மலும் சளியும் கமரலும் கனைப்பும்தான் பொழுதெல்லாம். இதோடு போயிருந்தேன் பள்ளிக்கூடத்திற்கு. தும்மிக்கொண்டே முதலாளியின் பிள்ளைக்குச் சொல்லிக்கொடுத்துக் கொண்டிருந் தேன். இதை அவர் பார்த்துவிட்டார். என்னைக் கூப்பிட்டுச் சொன்னார்:

“வாத்தியாரே ஜலதோஷம் என்றால் லேசாக நினைக்காதீர்; நேற்றுத்தான் ஒரு ஜர்னலில் வாசித்தேன். ‘இன்புளுயன்ஸா’ ‘நிமோனியா’ முதலிய பிசாசுகள் எல்லாம் இந்த ஜலதோஷத் தின் பெண்ணும் பேத்தியும்தான். தவிர, ஜலதோஷம் ஓர் அபாயகரமான ஒட்டுவார் ஒட்டி, அதனாலே நீர் சற்றே விலகி இருப்பதுதான் நல்லது . . .” என்று எச்சரித்தார் முதலாளி.

அவருக்குத்தன் 'சமத்'தில் எவ்வளவு உறுதியான நம்பிக்கை. மாயை இவரை என்ன செய்ய முடியும்?

இரண்டாம் குறிப்பு

இன்று ஒரு வேடிக்கை. முதலாளித்துவம் மனிதனுக்களிக்கும் மகத்தான் உரிமைகளை ரஸிக்கும் வாய்ப்பு வாய்த்தது எனக்கு. நான் சிரித்தேன். ஆனால் பாவம் என் மனைவிக்கு இதெல்லாம் தெரியுமா? அவள் ரொம்ப வருத்தப்படுகிறாள்.

முதலாளி அவர் வீட்டு வாசலில் நின்றிருந்தார். நான் பள்ளிக்கூடம் விட்டு வந்துகொண்டிருந்தேன். தற்செயலாய் என் மனைவியும் முதலாளி வீட்டின் எதிர் வீட்டுக்கு ஏதோ காரியமாக வந்திருக்கிறாள். முதலாளி தெருவோடு போன என்னைக் கூப்பிட்டார். நான் நின்றேன். அவளும் நின்றுவிட்டாள் போலிருக்கிறது. அசடு; அவள் தன் பாட்டுக்குப் போய்விட்டிருக்கலாம்.

நான் நின்றதும் முதலாளி மிகுந்த கோபத்தோடு படபடப்பாய்ப் பேசினார். "வாத்தியாரே நீரோ ஊர் விட்டு ஊர் போய்ப் பிழைக்க வேண்டியவர். உம்முடைய மனைவிக்கு இந்தப் பொல்லாத்தனம் கூடாது, இந்த வாயும் உதவாது. நீரோ ஒரு வெறும் அசடு; உமக்குச் சமத்தே போதாது. மனைவியை அடக்கத் தெரியாது. அதுக்காக எனக்கென்னய்யா வந்தது? நீர் பள்ளிகூடம் போனதும் கிளம்பிவிடுகிறாள் அரட்டைக்கு. அரட்டை என்னய்யா அரட்டை? என்னய்யா நிற்கிறீரே, பதில் பேசுமே?"

நான் நிதானமாய்த்தான் கேட்டேன்.

"என்ன ஸார் நடந்தது?"

"என்ன நடந்ததா? என்னய்யா கதை கேட்கிறீர்?" என்று பிரமாதமாய் கோபித்துக்கொண்டார். கடைசியில் விஷயம் இவ்வளவுதான்.

தெருவில் யார் வீட்டிலோ ஒரு பெண் பிரஸவித்தாளாம். தலைச்சன் பிரஸவம்; ரொம்ப ஆபத்தான நிலைமை ஏற்பட்டு ஆயுதம் உபயோகிக்கும்படி ஆகிவிட்டதாம். கூடியிருந்தவர்கள் எல்லோரும், "சின்ன உயிர் போனாலும் பெரிய உயிருக்காவது ஆபத்து இல்லாமல் இருக்க வேண்டும் என்றார்களாம் சமத்தாய். கடைசியில் உயிரில்லாக் குழந்தை பிறந்தது. இதைப் பற்றி அநுதாபத்தோடு எல்லோரும் பேசிக்கொண்டிருந்தார்கள். என் மனைவி எதிர்த்த வீட்டுச் செவிட்டுப் பாட்டிக்கு இந்த விஷயத்தை இரைந்து சொன்னாளாம். முதலாளி வீட்டில்

அவருடைய பெண்ணும் தலைச்சன் பிரசவத்திற்காக வந்திருக் கிறாள். என் மனைவி சொன்னதைக் கேட்டுவிட்டு அந்தப் பெண் மனக் கலக்கம் அடைந்தாளாம். பயந்துபோய் முகம் சுளித்தாளாம். முதலாளியின் மனைவி தேர்ந்த சமத்துக்காரி. அவளும் தாமதமின்றி தெய்வங்களுக்கெல்லாம் வேண்டிக் கொண்டு திருப்பதிக்குப் பணம் முடிந்து வைத்து விழுந்து விழுந்து வேண்டிக்கொண்டாளாம். இதைக் கேள்விப்பட்டதும் தான் முதலாளிக்குத் தாங்க முடியாத கோபம் வந்துவிட்டது. தன் மகளுக்கு அதிர்ச்சி தரும் விஷயத்தை வாத்தியார் பெண்டாட்டி பேசியதால்தானே இவ்வளவும்? அவள் பேசலாமா? 'கர்ப்பிணிகள், அதிலும் நிறைமாதக் கர்ப்பிணி அதிர்ச்சியே அடையக்கூடா'தென்று அவர் புஸ்தகத்தில் படித்திருக்கிறார். இந்த வாத்தியார் பெண்டாட்டியின் அரட்டை அவரை வெகு தூரம் சஞ்சலப்படுத்திவிட்டது. முதலாளி விஷயத்தைச் சொல்லி முடித்ததும் நான் சிரித்துவிட்டேன். அவருக்கு மறுபடியும் கோபம் வந்துவிட்டது.

"ஓய் வாத்தியாரே, உம்முடைய அசட்டுத்தனம் பிறருக்கு ஆபத்தாக ஆகாதவரையில் தொலையட்டுமென்று விடுவார்கள். அப்படி இல்லா . . ."

அவரை முடிக்க விடவில்லை நான்.

"சமத்து என்பது, நாம் செய்துகொள்வதல்ல; நாம் செய்து கொள்வதும் சமத்தல்ல. நம்முடைய சமத்தினால் ஆவதும் ஒன்றில்லை" என்று பதில் சொல்லிவிட்டேன். முதலாளி பேசியதிற்காகத் துளிக்கூட நான் வருத்தப்படவில்லை. ஆனால் என் மனைவி ரொம்பத் துக்கப்படுகிறாள் அவர் பேசியதை நினைத்து நினைத்து.

❍

வாத்தியாரின் இந்த டைரிக் குறிப்பைப் படிக்கும் போதே, எனக்கு அதன் தொடர்ச்சி ஞாபகத்திற்கு வந்துவிட்டது.

முதலாளி தன் மகளை, பிரஸவத்திற்கு ஒரு மாதம் முன் கூட்டியே டவுனுக்கு அழைத்துக்கொண்டுபோய், ஜாக்கிரதை யாய்க் கவனித்துவந்தார். பிரஸவம் ரொம்ப சிரமப்பட்டுப் போய்விட்டதாம். இப்போது குழந்தையும் இல்லை. அந்தப் பெண்ணும் தேறவில்லை. முதலாளியை சமத்து ஏய்த்துவிட்டது, ஜலதோஷக் காற்றுப் படக்கூடாது என்று சமத்துப் பண்ணினார். அந்தப் பிள்ளை செத்துக் கிடக்கிறான். சமத்து அவருடைய மண்டையில் அடித்துவிட்டது, அக்கிரமமான சாவு; ரொம்ப அநியாயம் அந்தச் சாவு. யமன் முட்டாள். அவனுக்குச் சமத்தே போதாது.

ஓட்டாத செருப்பு

ஆறு மாதங்களுக்கு முன் சாமா ஒரு செருப்பு வாங்கினான். ரொம்ப ஓஸ்திச் செருப்பு. எட்டு ரூபாய் விலை. அது எங்கோ காணாமற்போய் விட்டது. பத்து நாள்கூடப் போட்டுக்கொள் ளாமல் அது பறிபோய்விட்டதில் அவனுக்கு ரொம்ப வருத்தம். செருப்பைத் திருடுகிறவன்கூட இருக்கிறானா உலகத்தில் என்று அவன் ஆச்சரியப் பட்டான். அந்தச் செருப்பை வாங்குவதற்கு முன்னும், வாங்கிய பின்னும் சாமா காசுக்குப் பட்ட கஷ்டம் சொல்லி முடியாது. அப்புறம் செருப்பே வாங்க முடியவில்லை. பல நாட்கள் செருப்பே இல்லாமல் காலம் தள்ளினான். முடிய வில்லை. விலை மலிவாக வாங்கினான் ஒரு ஜோடி. அது காலைக் கடித்துப் புண்ணாக்கிவிட்டது. புண் ஆறிய பிறகு அதைப் போட்டுக்கொண்டு இரண்டு, மூன்று நாள் நடந்தான். ஊருக்குள்ளேயே வீட்டுக்கும் கடைத்தெருவுக்கும் போய் வந்தான். அவ்வளவுதான். தையல் பிரிந்தது; ஆணி பிடுங்கிக் கொண்டது; அட்டைகள் உதிர்ந்தன!

“படுபாவிப் பய மவன், ஐயாவை இப்படி ஏமாத்திப் போட்டானே. எல்லாம் கடுதாசு அட்டையும் துண்டுத் தோலுங்க சாமி. அதுவும் பழைய குப்பைத் தோலு. நான் தர்றேன் பாருங்க. வருடம் ரெண்டானாலும் அசையாது. உம் இதைப் போடுங்க ...” என்று பந்தலடி மூலையில் ஒருவன் பிரமாதமான உறுதியோடு இரண்டே ரூபாய்க்கு ‘உயர்ந்த செருப்பை’க் கொடுத்தான். சாமாவுக்கு ரொம்ப சந்தோஷம். ‘உலகத்திலே நல்லவனும்

இருக்கிறான் எதிலும்...' என்று ஸமாதானப் படுத்திக் கொண்டான். ஆனால் அதைப் போட்டுக்கொண்டு வீட்டுக்கு வரும்போதே என்னவோ சொத்தென்றும், பட்டென்றும் சப்தம் கேட்டது. காலில் இரண்டு மூன்றிடங்களில் சதையைக் கிள்ளிக் கசியவும் வைத்திருந்தது. மெதுவாய்ப் பக்குவம் பண்ணி உபயோகித்தான். பதினைந்து நாட்களுக்குள் நான்கு தடவை பழுது பார்க்க நேர்ந்தது. பன்னிரண்டணாவரை செலவு. கடைசியில் உருப்படவில்லை செருப்பு. ஆனால் ஒரு லாபம். பழுது பார்க்கும்போதெல்லாம் அருந்ததி பரம்பரையினரான அந்தத் தோல் தொழிலாளர்கள் செய்த விமரிசனங்களால், செருப்பு சம்பந்தமான சில விஷயங்கள் தெரிந்தன சாமாவுக்கு.

அடிக்கடி யாருக்காவது வியாதிகள் வந்து டாக்டரிடம் போய்வந்தால் வியாதியின் பெயர்கள், மருந்து விவரங்கள் எல்லாம் தெரிவதைப்போல சில செருப்பு லட்சணங்கள் தெரிந்தன சாமாவுக்கு.

வாங்கினால் நல்ல செருப்பாய், அழுத்திப் பதமாக்கின 'கான்பூ'ரில், இங்கிலீஷ் பட்டையோடு, ஒரே ஸோலில் நைஸ் ஒட்டியும் தைத்தும் இருக்கும் நல்ல செருப்பாய் வாங்க வேண்டுமென்று தீர்மானித்தான். பொருளாதார வசதி கூடிவர வில்லை. காத்திருந்தான்; காலம் வந்துவிட்டது. எதிர்பாராத விதமாய் அந்த வருஷம் ஆறாவது சிறுகதையை எழுதி விட்டான் சாமா. பத்திரிகாசிரியருக்குப் பரம சந்தோஷம். பதினைந்து ரூபாய் பணமனுப்பிவிட்டுப் பக்கம் பக்கமாய்க் கடிதம் விளாசி யிருந்தார். சாமாவின் மனைவி அந்தப் பணத்தை அப்படியே கொண்டுபோய்ப் பெட்டியில் வைத்துவிட்டாள். "போன வருஷம் மாதிரி இந்த வருஷமும் ஐந்தே கதைகள்தான் எழுதினதாக நினைத்துக்கொள்ளுங்கள். இது ஆபத்து ஸம்பத்துக்கு இருக்கட் டும்" என்றாள் அவள்.

"அப்படியானாள் நான் இன்னொரு கதை எழுதிவிடு வேன். இன்னும் இரண்டரை மாதம் இருக்கு. இந்த வருஷம் முடிய" என்று பயமுறுத்தினான் சாமா.

"செய்யுங்களேன், புண்ணியம் உண்டு. என்னாலானதை நான் உதவி செய்கிறேன். காப்பியா, டீயா என்ன வேண்டும்? பணமோ வேண்டியிருக்கு; எழுதக் கூடாதோ?"

"ஆமாம், என்னடி பணம் கொடுத்து விடுகிறார்கள். அதிக மாய் வேண்டாம். ஒரு ஐம்பது ரூபாயாவது கொடுக்கக் கூடாதோ ஒரு கதைக்கு?"

"அப்போ மட்டும் எழுதிக் குவித்துவிடுவீர்களோ? வருஷத் துக்கு ஐந்து எழுதுவது போய் இரண்டாய் விடும்... கொஞ்சம்

தயவுபண்ணி மெனக்கிட்டுப் பாருங்களேன். செலவு ரொம்ப இருக்கிறது . . .”

“ரொம்ப சரி, கட்டாயம் எழுதிவிடுகிறேன். ஒரு பத்து ரூபா கொடு. செருப்பு வாங்கணும், ரொம்பக் கஷ்டமாயிருக்கு.”

“இன்னும் ஒரு மாசம் பொறுத்துக்கலாம், கதை யெழுதுங்கோ . . .”

“நீ தர மாட்டாயா பணத்தை . . .”

“உங்களிஷ்டம்” என்று பத்து ரூபாயைக் கொடுத்து விட்டாள் மனைவி. ஆனால் தான் சொல்ல வேண்டியதைப் பின்னால் சொல்ல நினைப்பவள்போல் வெடுக்கென்று உள்ளே போய் விட்டாள்.

“பிய்ந்த செருப்பு பிராணனை வாங்கிற்று; நல்லதாய் ஒன்று வாங்கினால் குடியா முழுகிவிடும். பிரமாதப்படுத்து கிறாளே . . .” என்று தனக்குத்தானே சொல்லிக்கொண்டான் சாமா. சமாதானம் ஆகவில்லை. அவளைக் கூப்பிட்டான்; அவள் வரவில்லை. கிளம்பிச் சென்றான் கடைத்தெருவுக்கு. கரீம் சாயபு கடையில் நுழைந்தான். மேலே மின்சார விளக்கு ஜ்வலிக்க. விசிறி சுழல, நாற்காலியில் உட்கார்ந்தான், கடைப் பையன் போட்டுப் போட்டுக் கழற்றினான். கடைசியில் அழகே உருவெடுத்தது மாதிரி ஒரு ஜோடியை சாமா விரும்பினான். “எடுத்துக்கங்க சாமி, ‘ஸுபீரியர் குவாலிடி’!” என்று தொடங்கி, அதனுடைய உயர்ந்த லட்சணங்களைச் சொல்லிக்கொண்டே போனார் சாயபு. சமீப காலத்தில் ஓரளவு லட்சிய ஞானம் பெற்றிருந்த சாமா அந்த உண்மை விவரங்களை அறிவதாகக் காட்டிக்கொண்டான். கிட்டத்தட்ட அரை மணி நேரம் பேரம் செய்து அதை ஏழரை ரூபாய்க்கு வாங்கினான். கடைப் பையனைத் தண்ணீர் கொண்டுவரச் சொல்லி கால்களைச் சுத்தமாய்க் கழுவிக்கொண்டு, காய்ந்த பிறகு செருப்புகளைக் அணிந்துகொண்டு நேரே வீட்டுக்கு வந்தான். ரேழியில் கழற்றி னான் மெல்ல. இரண்டையும் சேர்த்து வைத்தான்; பிரகாச மான வெளிச்சத்தின் கீழ் செருப்பின் மெருகு பளபளத்து, பட்டை வாரெல்லாம் பட்டு மாதிரி இருந்தன. பொத்தான் களும், வெள்ளி போன்ற ஆணிகளும் மின்னின. குத்துவார் களின் அந்தக் கொத்தவரைக் காய்ப் பின்னல்தான் எவ்வளவு அழகு! சாமா ரஸித்துக்கொண்டிருந்தான். மனைவி வந்து பார்த்தாள். குழந்தைகளும் எட்டிப் பார்த்தார்கள். அவள் சிரித்தாள். அவனும் சிரித்துவிட்டு “ரொம்ப அழகாய் இல்லை இது?” என்றான்.

“நன்றாயிருக்கிறது, என்ன விலை?”

“ஏழரை ரூபாய். ஆனால் ஒரு விஷயம்; தேயாது. அறுகாது, நல்ல அழுத்தம் . . .”

“கடைக்காரன் சொன்னானாக்கும். சரி, சாப்பிட வரலாம் அல்லவா ?”

சாப்பாட்டுக்குப் பிறகு குழந்தைகள் தூங்கியதும் ஒரு வாக்குவாதம் வந்தது.

“குழந்தைகளுக்குப் பளிச்சென்று ஒரு நல்ல சட்டை இல்லை. நான்தான் அரைப்பழசைக் கட்டிக்கொண்டு நிற்கிறேன். ஒரு ஆறு கஜம் வாயில் வாங்கினாலும் உண்டு. ஏழெட்டு ரூபாய்க்குச் செருப்பு வாங்குவது அநாவசியம். அக்கிரமம் என்றுகூடச் சொல்வேன்” என்றாள் மனைவி.

“அதற்கென்ன நிறைய வாங்குவோமே? வாங்கிக் கொடுக்க லாமா இருக்கப்போகிறேன் ?”

“அப்படித்தான் காசைக் கொட்டி வாங்கியாகிறதே, பத்திர மாக வைத்துக்கொள்ளத் தெரிகிறதா ? இதையாவது கெட்டுப் போக்காமல் வைச்சுக்கணுமே !”

“அதைச் சொல்லு, வாஸ்தவம். நானும் ரொம்ப ஜாக்கிரதை யாய் இருக்கப்போகிறேன்” என்றான் சாமா.

எங்கே போனாலும் செருப்பு ஞாபகம். கோவிலுக்குப் போகும்போது போட்டுக்கொண்டே போவதில்லை. யார் வீட்டுக்காவது போனால் கண்ணெதிரில் கழற்றி வைத்துப் பார்த்துக்கொண்டே இருப்பது. ரேழியில் போட்டால், உள்ளே இருக்கிறவரை செருப்பு ஞாபகம்தான். இப்படிக் கண்ணும் கருத்துமாய்க் காத்து வந்தான். செருப்பை. ஒரு மாதங்கூட ஆகவில்லை. ஊரில் பெரிய பிரமுகர் வீட்டில் ஸ்ரீ ராமநவமி உத்ஸவம் வந்தது. பஜனையும் உபந்யாசங்களும் நாட்டிய சங்கீதக் கச்சேரிகளுமாக ஏக தடபுடல், சாமாவுக்குப் பக்தி உண்டு கொஞ்சம். அதை இன்னும் திடப்படுத்திக்கொள்ளவும், இம்மை, மறுமை இரண்டுக்கும் சுகம் தேடவும், முழு உத்ஸவத் திலும் பங்குகொள்ள நினைத்தான். ஒரு நாள் பகலில் மூன்று மணிக்கே ஆரம்பித்து, உபந்யாஸம், பஜனை, நாட்டியம் எல்லாம் நடத்தினார்கள். நல்ல வெய்யில் நேரம்; போகாமல் இருக்க முடியாது. ஆனால் கூட்டத்தில் செருப்புத் தொலைந்து விடுமே! முன்பும் இப்படித்தான் ஒரு உபந்யாஸத்திற்குப் போனபோது ஒஸ்திச் செருப்பு போய்விட்டது. அந்த ஞாபகம் வந்ததும் சற்றுத் தயங்கினான். இருந்தாலும் மனதைத் திடப் படுத்திக்கொண்டு செருப்போடு கிளம்பினான், மனைவியிடம் சொல்லிக்கொண்டு.

“சரி போயிட்டு வாருங்கள். கூட்டம் அதிகம். செருப்பு ஜாக்கிரதை. முன்பு இப்படித்தான்.”

“சரிதான் போ, அபசகுனம் மாதிரி. பஜனைக்கு வருகிறவன் எவனும் செருப்பைத் திருட மாட்டான்.”

“பத்திரமாக வைத்து ஞாபகமாய் போட்டுண்டு வரணு மேன்னு சொன்னேன். எனக்கென்ன வேறே.”

“அப்படியானால் வெய்யில் தாழப் போகிறேன். ஒருவழியாய் ஆகாரமும் செய்துகொண்டு கிளம்பிவிடலாம் . . .”

“சேசே, எம்மென் அய்யவர்வாள் ‘லெக்சர்’ இருக்கு இன்னிக்கு; ‘அத்வைதாநுபவம்’ என்று எடுத்துக்கொண்டிருக்கிறார். வா சாமா போகலாம்” என்று இரைந்து பேசிக்கொண்டே வந்தார் ராமய்யா மாமா. சாமாவும் கிளம்பிவிட்டான் கௌரவமாய். ‘எப்படியாவது செருப்பைக் காபந்து பண்ணிவிட முடியாதா?’ என்று நினைத்துக்கொண்டே நடந்தான். மாமா இரைந்து பேசிக்கொண்டே வந்தார்:

“இன்னிக்கு ரொம்ப விசேஷம். மயிலாப்பூர் கோஷ்டி பஜனையாம். யார்யாரோ பெரிய மனுஷ்யாளெல்லாம் வந்திருக்காளாம். அந்த பஜனையே புது சம்பிரதாயமாம். ஹைக்கோர்ட்டு ஜட்ஜுகளும் வக்கீல்களும் பண்ணுகிறார்கள் என்றால் அது விசேஷமாகத்தானே இருக்கணும்? என்ன நான் சொல்வது?”

‘தனியா ஒரு மூலையில் வைத்துவிட்டு, ஞாபகமாகப் போட்டுண்டு வரணும்’ என்று நினைத்தான் சாமா, மாமா சொன்னதும் காதில் விழுந்தது. திரும்பிப் பார்த்துவிட்டு அவரைக் கேட்டான்:

“யார் லெக்சர்? எம்மென் அய்யர்வாளா?”

“ஆமாம், தெரியாதோ உனக்கு? நம்மூர்ப் பக்கத்தில் எண்பது வேலி ஏகபோக கிராமம் வாங்கியிருக்கிறார் எஞ்சினியராயிருந்து ரிடையர் ஆனவர். மஹா பக்திமான். வேதாந்தமெல்லாம் வாசிச்சியிருக்கிறாராம். அவருடைய பிள்ளைகளும், மாப்பிள்ளைகளும் கலெக்டருக்குக் குறைஞ்சு உத்தியோகம் பார்க்கவில்லை இப்போ. எல்லாம் ஈசுவராநுக்ரஹம். வேதாந்த உபந்யாஸம் அவர் பண்ணிக் கேட்கணும்; அடாடா . . . என்ன பேச்சு!”

உத்ஸவம் நடக்கும் தெருவில் நுழைந்தார்கள் சாமாவும் ராமையாவும். எதிரில் சாமாவின் பால்ய ஸ்னேஹிதனான முத்து வந்தான். பார்த்ததும் இருவரும் பேச ஆரம்பித்தார்கள் ஸ்வாரஸ்யமாய். ராமையா விடைபெற்றுக்கொண்டு போய் விட்டார்.

“ஏண்டா, எப்போ வந்தாய்? டாடாவில்தானே இருக்கிறாய்” என்றான் சாமா.

“டாடாவும் இல்லை மண்ணுமில்லை. சும்மாத்தாண்டா இருக்கிறேன்” முத்து அலுத்துக் கொண்டான்.

“ஊருக்கு வந்து எத்தனை நாள் ஆச்சு? நீ வந்திருக்கிறதே தெரியாதே எனக்கு?”

“ஆடிப்பாடி அலைஞ்சு திரிஞ்சு திரும்பி வந்தேன். ஒரு வாரமாச்சு சாமா, நானும் வாத்தியாராயிடலாமென்று ...”

“பாக்கியெல்லாம் பார்த்தாய்விட்டது! வந்து தொலை! அதிருக்கட்டும், லெச்சர் நடக்கிறது அங்கே; நீ கிளம்பிவிட்டாயே?”

“இன்னும் லெச்சர் ஆரம்பமாகவில்லை. இன்னும் கால்மணி ஆகும்.”

“இப்போ என்ன நடக்கிறது அங்கே?”

“அட என்னவோ கத்திக் கிழிக்கிறானுகள். பண்டரிபுர பஜனையாம். நாலரைக்கட்டையில் கூத்துக்கட்டிண்டு ...”

“அடே ரஸிகப் பிரபு, அப்படியே இருக்கையேடா ஏதோ பகவந் நாமம்; பேத்தாதே. வாயேன் போவோம் ...”

“பறக்காதேடா, போவோம் ...”

“ஊருக்கு வந்துவிட்டாய். அரட்டைக்கு நேரமா கிடைக்காது? வாயேன் ...”

இருவரும் சென்றார்கள். உபந்யாஸம் நடந்தது. நன்றாய் இருட்டியும்விட்டது. சாமா உபந்யாஸத்தை உணர்ந்து கேட்க வில்லையென்று சொல்லமுடியாது. ஆனால் ரேழி மூலையில் விட்டு வந்திருக்கும் செருப்பின் ஞாபகம் மட்டும் மறக்கவில்லை. வாஸ்தவாம்தானே. ஏகக்கூட்டம். மறக்காமல் அதை எடுத்துக் கொள்ள வேண்டுமே. எம்மென் அய்யர் முத்தாய்ப்பு வைத்துக் கொண்டிருந்தார், அத்வைதா நுபவத்திற்கு.

“ஆதலால் பரம்பொருள் உருவான மஹாஜனங்களே, உலகில் எந்தப் பொருள் மேலும் எள்ளளவுகூடப் பற்று வைக்கா மல், மனைவி, மக்களென்று பாசம் கொள்ளாமல், ஒட்டாமல் வாழக் கற்றுக்கொள்ள வேண்டும் நாமெல்லாம். பரமாசார்யர் இதைத்தான் உபதேசிக்கிறார் ‘பஜ கோவிந்தம் ... கோவிந்தம் பஜ முடமதே’ ஓம் சாந்தி ...”

அத்தனை பேருக்கும் வாசலுக்குச் சென்றுவிடும் வேகம் தானே. ஆனால் அவசரமாய் எழுந்து சென்றான் சாமா. வைத்த இடத்தில் செருப்பைக் காணோம். சற்றே அதிர்ச்சி. கூட்டத்திலே யாராவது தள்ளி இருக்கலாம். சற்று அப்பால்,

இப்பால், எதிரில் எங்கும் பார்த்தான். கண்ணில் படவில்லை. இதற்குள் கூட்டம் வேறு இடித்துத் தள்ளுகிறது. நெருக்கம் தாங்கவில்லை. புழுக்கம் வேறு. எல்லோருமே சற்று சிரமப் பட்டுத்தான் தேடியெடுத்தார்கள் தங்களுடைய செருப்புகளை. சாமாவும் தேடினான், தேடினான்; அகப்படவில்லை. முத்து வாசலில் காத்துக்கொண்டிருந்தான். எட்டிப் பார்த்தான்; ரேழியில் சாமா தேடிக்கொண்டிருந்தான்.

"ஏண்டா, செருப்பைக் காணோமோ?"

"ஆமாண்டா, இருநூறு ஜோடி செருப்பைத் தள்ளித் தள்ளித் தேடியாச்சு. என்னுடையதைக் காணும் . . ."

"வேறெங்காவது போட்டிருப்பாய்."

"இல்லையே, ஞாபகமாய் இங்கேதானே வைத்தேன். அதே ஞாபகமாகத்தானே இருந்தேன் . . ."

"ஏன்? புதுச் செருப்போ?"

"ஆமாண்டா இழவு. ஏழரை ரூபா விலை, இன்னும் புதுக்கருக்கு அழியவில்லை. எவனோ கொத்திக்கொண்டு போய்விட்டான்."

"சீச்சீ, உளறாதே சாமா. யாராவது மாற்றிப் போட்டுக் கொண்டு போயிருக்கலாம். தானே கொண்டுவந்து விடுவார்கள் . . ."

"எப்படித் தெரியும் நமக்கு? எப்போ கண்டுபிடிக்கிறது?"

"அடுத்தாப்போல ராதா கிருஷ்ணா நாட்டியம் இருக்கு. புரொபஸர் ஜேயெஸ்ஸுடைய பெண்களாம். அதனாலே யாரும் போயிருக்க மாட்டார்கள். வந்து தானே ஆகணும்?"

"எனக்குத் தோன்றவில்லை. யோக்யர்களாயிருந்தால் உடனே இங்கே வரணும்."

"பீடை தொலைந்ததென்று விடேன் சாமா?"

"முடியாதுடா. அழுகை வருதுடா. ஒன்று செய்வோமே முத்து? இப்படியே போவோம் . . . யார் காலிலாவது . . ."

"கிரஹசாரம்தான். ஊரில் இருக்கிறவன் காலையெல்லாம் . . . அடே பித்து!"

"அதுக்கென்ன பண்ணுகிறது?"

"பண்றது என்னத்தை? இனிமேல் செருப்பே வாங்கப் போறதில்லை நான். நாசமாப் போறவனுக; பஜனைக்கென்று வந்து பஞ்சமாபாதகம் செய்கிறானுகளே?"

"சாமா உள்ளே கூட்டம் கூடிவிட்டது. அப்புறம் இடம் அகப்படாது. வா உள்ளே போவோம் . . ."

“மண்ணாங்கட்டி! புத்தம் புதுச் செருப்பு போய்விட்டது. ஏழரை ரூபாடா.”

“பீடை போச்சு. வாடா உள்ளே.”

“நீ உள்ளே போ. நான் முன் தாழ்வாரத்திலேயே உட்கார்ந்து . . .”

“வருகிறவன் போகிறவன் காலையெல்லாம் பார்க்கப் போகிறாயோ? சாமா . . . பைத்தியம் . . .”

“வீட்டுக்குப் போனால் அவள் வேறு கொல்லப் போகிறாள். தெய்வ பக்தியாம். திருட்டுப் புத்தி உள்ளவனுக்குத் தெய்வ பக்தி . . .”

“திரும்பிப் போகிறபோது, தானா வந்து கிடக்கும். அப்படியே தொலைஞ்சுதான் போகட்டுமேடா, குடியா முழுகிடும் . . .”

“திரும்பி வந்து போட்டுவிடுவானுகளா? ஈசுவரன் மட்டும் சர்வ வல்லமை உடையவனானால் . . .”

“உன் செருப்பைக் கொண்டுவந்து உன் காலில் மாட்ட வேண்டுமாக்கும்! சிரிக்கப் போறான் எவானாவது? பேசாமே வா . . .”

“நீ உள்ளே போயேன். எனக்கு ஒன்றும் ஓடவில்லை.”

கடைசியில் இருவருமே முன் தாழ்வாரத்தில் உட்கார்ந் தார்கள். நாட்டியம் ஆரம்பமாயிற்று. முத்து லயித்துவிட்டான் நாட்டியத்தோடு. சாமாவோ மிக்க வேதனையோடு உள்ளே வருகிறவர்கள் காலையெல்லாம் பார்த்துக்கொண்டிருந்தான். சங்கடமான நிலைமை. வேறு யாராவது தன்னைக் கவனித்து விடக்கூடாதே என்ற வெட்கம். அரித்துப் பிடுங்கும் அவல நினைவுகள். பைத்தியம் பிடித்தது மாதிரி கால்களையும் செருப்பு களையும் பார்த்துப் பார்த்து அலுத்துக்கொண்டிருந்தான். அலுப்பு அருவருப்பாயிற்று. அப்படியும் பித்துத் தீரவில்லை. அநேகமாய் வீடு நிரம்பிவிட்டது. வெளியே யாருமே மீதி இருக்க மாட்டார்கள். ரேழியிலேயே இரண்டொருவர் நின்று கொண்டிருந்தார்கள். ரேழி நிறையப் பழசும் புதுசும், மட்டமும் ஒஸ்தியுமாய் ஒரே செருப்பு மயம். கையால் துழாவிப் பார்க்கும் அவ்வளவு ஆர்வத்தோடு சாமாவினுடைய கண்கள் ரேழியைத் துழாவின, அவனுடைய செருப்பைக் காணவில்லை. மெல்லத் தேய்த்தாற்போல் நடந்துக்கொண்டு யாரோ ஒருவர் உள்ளே வந்தார். சட்டென்று சாமா அந்தக் கால்களைப் பார்த்தான். “ஹா” என்றான். உண்மையிலேயே அவனுடைய செருப்பே தான். சந்தேகமே இல்லை. கவனித்து உற்றுப் பார்த்தான். பின்னல், பித்தான், பாலிஷ் எல்லாம் அப்படியே இருந்தன. அகப்பட்டுவிட்டதென்று துள்ளிற்று மனம். காலைப் பார்த்தான்

மறுபடியும். கால் – கால் – கால் ஒரு மாதிரியாய் இருந்தது. அப்பொழுது ஏற்பட்ட அருவருப்பில் ஒரு க்ஷணம் சாமா மரத்துப்போய்விட்டான். மெல்லக் கண்களை இழுத்தான். மனத்தைத் திடப்படுத்திக்கொண்டான். அது தன் செருப்பில்லை யென்று நினைத்துப் பார்த்தான்; நினைக்க முடியவில்லை. ‘அது எப்படி முடியும்? அப்படியே அச்சு என் செருப்புதான் அது. வெகு நன்றாய்த் தெரிகிறது. சந்தேகமே இல்லை. என் செருப்புத்தான்’ என்று உறுதிகொண்டது நினைப்பு.

வந்தவர், திண்ணையருகிலேயே செருப்பைப் போட்டு விட்டு, ரேழியில் வந்து ஓரமாய் ஒதுங்கி நின்றார். சாமா எழுந்து வாசலுக்குப் பேனான். போகும்போது ‘அது என் செருப்பாக இல்லாமல் இருக்க வேண்டுமே ஈசுவரா’ என்று நினைத்துக்கொண்டே போனான். திண்ணையருகில்போய் குனிந்து பார்க்கும்போது, அந்தச் செருப்பைப் போட்டவர் ரேழியில் எதையோ தேடிவிட்டு, முன்போலவே தேய்த்துக் கொண்டு வாசலுக்கு வந்தார். சாமாவுக்கு உடம்பெல்லாம் கூசிற்று அவரைப் பார்த்ததும்.

“இந்த செருப்பு உங்களுடையதா ஸார்’ என்றார் அவர்.

“ஆமாம். ஆனால் . . .” என்று இழுத்தான் சாமா.

“மன்னிச்சிகணும் ஸார். இது உங்கள் செருப்புத்தான். நானும் ரேழியில் போட்டிருந்தேன் சாயங்காலம். வீட்டுக்குப் போகிறபோது இந்த மூலையில் கிடந்தது. என்னுடைய செருப்பும் இதே அச்சு. ஆனால் இவ்வளவு புதிசு இல்லை. மாட்டிக்கொண்டு போய்விட்டேன். ரேழியில் இப்போ தேடினேன். அதைக் காணோம். ஒருக்கால் நீங்கள் . . ? எங்கே போட்டிருக்கிறீர்கள் . . ?”

“அதெல்லாமில்லை, கெட்டுப்போனதுதான் என் செருப்பு. இது உங்களுடையதுதான்” என்றான் சாமா. முத்துவிடம்கூடச் சொல்லிக்கொள்ளாமல் ராமையா மாமாவுக்குக்கூடக் காத்திரா மல் நேரே வீட்டுக்கு வந்தான்.

மனைவி வந்து கதவை திறந்தாள். காலைப் பார்த்தாள். “செருப்பெங்கே?” என்றாள். அவளும் அதே ஞாபகத்தில்தான் இருந்திருக்கிறாள்!

“இனிமேல் செருப்பே வாங்கப் போவதில்லை நான். வேறொன்றும் கேட்காதே” என்றான் சாமா.

“இனிமேல் ஒஸ்தியாய் வாங்க வேண்டாம். சனியன் ஒட்ட மாட்டேனென்கிறதே!” என்றாள் மனைவி.

சட்டம் சாத்திரம் சம்பிரதாயம்

ருக்கு சாயங்காலம்தான் மெட்ராஸிலிருந்து வந்தாளாம். இப்போது இறந்துவிட்டாள்.

அவள் அடிக்கடி ஊருக்குப் போவாள்; வருவாள். ஸீஸனுக்குக் குத்தாலம் போவாள். 'தென்காசியில் இருக்கும் அண்ணா வரச்சொல்லி எழுதியிருந்தான். போய்விட்டு வந்தேன்' என்பாள். அவளாகவே, அதாவது அவளிடம் பேசப் போகிற எங்கள் வீட்டுக்காரிகளிடம் அவர்கள் கேட்காம லேயே, சொல்லுவாள். அடிக்கடி திருச்சி போய் விட்டு வருவாள்; அயர்ந்து ஓய்ந்து பழம் பிழிந்தது போல வருவாள். ஆனால் அந்த அயர்விலும் ஓய்ச்சலிலும்கூட அழகு பொங்க ஜில்லென்று வந்து இறங்குவாள்.

ஒவ்வொரு பிரயாணத்துக்கும் ஒவ்வொரு காரணம் சொல்லுவாள்.

அதெல்லாம் அப்படியே எங்கள் காதுகளிலும் விழுந்தே தீரும். உடனே நாங்கள் யாரும் நம்பி விடுவதில்லை என்பது மட்டுமல்ல; அவள் வெளியூர் போயிருந்தபோது எந்தப் பெரிய வீட்டு மைனர் ஊரில் காணப்படவில்லை என்பதைச் சொல்லி, நடந்ததையெல்லாம் நேரில் பார்த்தது மாதிரியே பேசி ரதித்துத் தீர்ப்போம் என்பதும் அவளுக்குத் தெரியும். மேலும் காரில் அல்லது டாக்ஸியில் அல்லது ரயிலில் இந்தத் தேதியில் இந்த நேரத்தில் ருக்குவையும் இன்னாரையும் தான் பார்த்ததைச் சொல்லி நிரூபிக்கும் ஆட்களும் எங்களுக்குள் உண்டு என்பதும் அவளுக்குத் தெரியும்.

எது நிற்கும்?

தெருவிலிருக்கும் பெண்களுக்கு இது மிகவும் சுவையான வம்புப் பேச்சாயிருக்கும். நீண்ட நேரம் பேசுவார்கள். ஆனால் கடைசியில், 'அவள் எக்கேடு கெட்டுப் போகட்டும். நமக்கேன் தலையெழுத்தா? அவளைப் பற்றிப் பேசுவதுகூடப் பாவம்,' என்று முடித்துவிட்டுக் கலைவார்கள்.

ருக்குவுக்குப் பிச்சு பிடுங்கல் கிடையாது. ஒரேயொரு மகள். இப்போது பதினாறு பதினேழு வயதாயிருக்கும். நாலைந்து வருஷங்களாகச் சென்னையில் ஹாஸ்டலில் தங்கிப் படிக்கிறாள். இப்போது காலேஜ் படிப்பென்று கேள்வி. ருக்குவின் புருஷனுக்குப் புத்தி சுவாதீனம் இல்லை. ஒரு காலத்தில் சொத்து சுதந்திரம் இருந்ததாம் அவனுக்கும். வீட்டில் பின் புறத்தில் இருக்கும் அறையை விட்டு அவன் வெளியில் வருவதே இல்லை. ருக்கு ஊரில் இல்லாதபோதெல்லாம் அவனுக்கு ஹோட்டல் சாப்பாடு வரும்.

தெருப் பெண்கள் எல்லாருக்குமே ருக்கு நல்ல சிநேகிதி. எல்லா வகையிலும் எல்லாருக்கும் ஒத்தாசையும் செய்வாள். பணம் காசு கொடுப்பாள் கடனாக. பண்டங்கள் கொடுப்பாள், கரண்டிகளிலும் தம்ளர்களிலும், வாங்கினவர்கள் மறந்து விட்டாலும் அவள் கேட்பதில்லை. அதனால் தெருப் பெண்கள் எல்லாருக்கும் அவளிடம் சிநேகிதம் மாதிரி உண்டு.

ருக்கு செத்துக் கிடக்கிறாள். பெண்கள்கூட யாரும் போக வில்லை ருக்குவின் வீட்டிற்கு.

வழக்கம்போலப் பால்காரன் வந்தான். மணியடித்தான். எல்லாரும்போய்ப் பால் வாங்கினார்கள். சின்னத் தெருதான் அது. பால் வாங்கும்போது அந்த வீட்டையே பார்த்துக் கொண்டும், கண்ணாலும் ஜாடைமாடையாகவும் பேசிக் கொண்டும் வாங்கினார்கள். பால்காரன் அந்த வீட்டில் போய் ஓங்கி மணி அடித்தான். எதிர்த்த வீட்டுப் பெண், அவளிடம் நெருங்கிக் குனிந்து "அவங்க வீட்டில்..." என்று ஏதோ சொல்லி முடிப்பதற்குள் ருக்குவின் வேலைக்காரப் பெண் வந்து பால்காரனை அனுப்பிவிட்டாள்.

ஆச்சு, எல்லோருடைய வீட்டிலும் காப்பிக் கடை ஓய்ந்தது. குளிக்கக் கிளம்ப வேண்டிய நேரம். நல்ல வேளையாய் அன்று ஞாயிற்றுக்கிழமை. சமையல் சாப்பாடுகளுக்குப் பறக்க வேண்டிய அவசியமில்லை. எல்லா வீட்டுத் திண்ணைகளிலும் சிறியோரும் பெரியோர்களுமாய் ஆண்களும் பெண்களும் கூடி நின்றனர்.

போது ஊர்ந்தது, காலை மணி எட்டு எட்டரை ஆயிற்று. அந்த வீட்டு வாசலில், இரண்டு பேர், மூன்று பேர் என்று ஆரம்பித்து ஐந்தாறு பேர் என்று சேர்ந்துவிட்டனர். எல்லாம்

ஆண்கள். எல்லோரும் திண்ணையில் கூடி நிற்கும் தெருக்காரர்களைப் பார்த்துப் பார்த்து வியப்பதும் சிரிப்பதுமாய் ஏதோ பேசிக்கொண்டார்கள். ருக்குவின் வீட்டிற்கு அடுத்த வீடுகளில், இரு புறமும் உள்ள வீடுகளில் இருப்பவர்கள் அவளுடைய புருஷன்வழி உறவினர்கள் அந்த வீடுகளில், வேறு குடியிருப்பவர்களும் இருக்கிறார்கள். ஒரு வீட்டில் பள்ளிக்கூட வாத்தியார். மற்றொரு வீட்டில் ஒரு தாலுகா குமாஸ்தா.

எதிர்ச் சரகில் ஒரு மாடி வீடு. பக்கத்துக் கிராமத்தில் நிறைய நிலம் உள்ள பெரிய மிராசுதார் இருந்தார். அவருடைய பிள்ளைகளில் மூன்று பேர் பெங்களூரிலும் பம்பாயிலும் பெரிய உத்தியோகம் பார்க்கிறார்கள். உள்ளூரில் இருக்கும் பிள்ளை, பக்கத்து வீட்டில் தனியே இருந்தான். சொத்து நிர்வாகம் அப்பா செய்தார். இவன் சொந்தமாக அடகுக்கடை வைத்து நிறைய சம்பாதித்துக் கொண்டிருந்தான். பக்கத்து வீட்டை வாங்கி வசதியாகக் கட்டிக்கொண்டு வாழ்ந்தான். அவன் ஒரு மைனர். வயது முப்பதுக்கு மேலிருக்கும். ரொம்ப ஜாலியாக வாழ்பவன். அதனால்தான் அவனுக்கு மைனர் பட்டம். கம்பிகேட் போட்ட அவன் வீட்டுத் திண்ணையில் யாருமே நிற்கவில்லை. மைனர் வெற்றிலை போட்டுக்கொண்டு அடிக்கடி புகையிலை துப்பவும் வாய் கொப்புளிக்கவும் வாசலில் வந்து நிற்பதுண்டு. எப்போதும் கிழக்கேயும் மேற்கேயும் குழாயடியையும் குளித்துவிட்டு வரும் புடவைகளையும் மேலாக்குகளையும் பார்த்துக்கொண்டே நிற்பான். அவன்கூட இன்று வாசலுக்கு வரவில்லை. உள்ளே கம்பிக்கு மேல் காற்றுப் பந்தல் போட்டுத் தூண் நிறுத்தி ஸீலிங் பேன் போட்டிருந்த முற்றத்திலேயே ஈஸிசேரில் படுத்துக்கொண்டு தெருவைப் பார்த்துக்கொண்டிருந்தான்.

ருக்குவின் வீட்டு வாசலில் கூடியிருந்த நாலைந்து பேர்களில் ஒருவரான விசு என்பவர், சற்றே நகர்ந்து மைனர் வீட்டு வாசலுக்கு வந்தார். மைனரைக் கூப்பிட்டார்.

"என்ன மைனர் சார், எல்லாரும்தான் உள்ளே ஒளிந்து கொண்டு விட்டார்கள். நீங்களுமா? ... மேலே ஆக வேண்டியதை நாம்தான் செய்தாகணும். நம்ம டியூட்டி சார் ... வாங்க, உம் ... கிளம்புங்க ..." என்று பாதி விளையாட்டாகவும் பாதி உண்மையிலேயே அழுத்தமாகவும் சற்றே சினந்து கூப்பிட்டார்.

"அப்பா இருப்பார், இரைய வேண்டாம். இதோ வருகிறேன். அங்கே வரத்தான் ஏற்பாடு செய்துகொண்டிருந்தேன்" என்று அவனும் வெளியில் வந்து அந்தச் சிறு கூட்டத்தில் கலந்தும் கலவாமலும் நின்றான்.

விசு, அடுத்த வீட்டு வாசலில் நின்றுகொண்டு, 'வாத்தியாரே, மனுஷ்ய சகாயம் எல்லாருக்கும் வேண்டும். ஸோஷல் சர்விஸ் பள்ளிக்கூடப் பாடம் மட்டுமில்லை. பிராக்டிகலாகவும் செய்யணும். நான் அடுத்த தெருக்காரன், சேதி கேட்டு வந்திருக் கிறேன், நீங்களெல்லாம் செய்ய வேண்டிய காரியம் இது. நெய்பர்ஹுட் ... வாருமய்யா வெளியே, ஒண்ணும் ஒட்டிக்காது. வாரும் சும்மா," என்றார்.

வாத்தியாரும் யாராவது வந்து கூப்பிடக் காத்திருந்தவர் மாதிரி உடனே வந்துவிட்டார்.

"நான் வந்து கூப்பிடாவிட்டால், வெளியே எட்டிக்கூடப் பார்த்திருக்க மாட்டீரோ?" என்று இரைந்து சிரித்தார் விசு.

அந்தச் சிறு கூட்டமும் சிரித்தது. எதிரேயும் பக்கத்திலே யும் திண்ணைகளில் குறடுகளில் இருந்தவர்களும் சிரித்தார்கள்.

"விசு சார் எங்கிருந்தாலும் கலகலப்புத்தான்," என்றார் வாத்தியார்.

"ரொம்பப் பிளெய்ன், பிராங்க், ஆபத்து," என்றார் மைனர்.

"பின்னே என்னய்யா? ஒளிவு மறைவும் ரகசியமும் சும்மா ஏமாத்து வித்தை. உம்மையும் என்னையும் ருக்குவையும் இங்கேயோ ஊரிலேயோ ஒருத்தர்க்கும் தெரியாதென்றா நினைக்கிறீர்? நம்முடைய ஒவ்வொரு மூமெண்டும் வாட்ச்ட். ஆமாம், குளோஸ்லி வாட்ச்ட். அப்புறம் எதை எதுக்காக மறைக்கணும்? இப்போ பாருமே, கொஞ்ச நேரத்தில் ஊரையே கூட்டி, சட்டம், சாத்திரம், சம்பிரதாயம் ஒன்றுமே துளியும் குறையாமல் நடத்தப் போகிறேன் நம்ம ருக்குவுக்கு. சரி, என் வண்டி ஸர்வீசுக்குப் போயிருக்கிறது. உம்ம வண்டியை ஷெட்டிலிருந்து வெளியே எடுக்கப் போகிறீரா? இல்லே, டாக்சிக்கு ஆள் அனுப்பட்டுமா? ரொம்ப வேலை பாக்கி யிருக்கு" என்று மைனரைக் கேட்டார் விசு.

அவன் சாவியை நீட்டினான். விசு காரில் கிளம்பினார். போகும்போது, "இதோ அஞ்சே நிமிஷத்தில் வந்துவிடுவேன். நீங்கள் எல்லோரும் இங்கேயே இருக்க வேண்டும். எங்கே போனாலும் விட மாட்டேன். இன்னும் யாராவது வந்தாலும் வாசலிலேயே நிறுத்தி வைத்துக்கொள்ளுங்கள். நான் திரும்பி வந்த பிறகு பாக்கியெல்லாம்," என்று சொல்லிவிட்டுப் போனார்.

"எங்கே போகிறார் வேகமாய்?"

"யாரையாவது கூப்பிடப் போகிறாரோ?"

"அஞ்சு நிமிஷம் என்கிறாரே?"

“டாக்டர் யாரையாவது அழைத்து வருவாரென்று நினைக்கிறேன்.”

“இனிமேல் எதற்கய்யா டாக்டர்?”

“இனிமேல்தான் அவசியம் வேணும்.”

“என்ன சொல்வார் டாக்டரிடம் போய்?”

“எதையும் சொல்வார். கூசாமல் துணிந்து சொல்வார் எதையும். விசு சொன்னால் டாக்டர்களும் எதுவும் செய்வார் கள்.”

“மனுஷனுக்குக் காசு தண்ணீர் பட்டபாடு ...”

“தன் காசு மட்டுமில்லை மற்றவன் காசையும் அப்டித்தான் வாரி இறைப்பார்.

“ஆமாம்; பதினைந்து வேலி நிலமும், முப்பது நாற்பது ரூபா ரொக்கமும் ஏராளமான நகைகளும் வைத்துவிட்டுப் போனார் விசுவின் தகப்பனார். இவர் கிட்டே இப்போ என்ன இருக்கோ, ஈசுவரனுக்குத்தான் வெளிச்சம்.”

“என்ன இருக்கோ இல்லையோ, இவர் இருக்கிற வரைக்கும் இந்தத் தர்பார் குறையாது. மூணு நாலு பண்ணைகளின் பையன்கள் இவருக்குச் சகாக்கள் ...”

“பண்ணையென்று சொன்னதும் நினைவு வருகிறது. உண்மையாகவே ஒளிவு மறைவோ பயமோ சங்கோசமோ இல்லாத ஆள் இந்த விசு, பாபநாசம் சுவாமிகள் பண்ணைக்கு வந்திருந்தபோது, ஏகக் கூட்டம். ஆற்றங்கரையிலிருந்து வபனம் ஆகி, ஸ்னானம் பண்ணிவிட்டுச் சுவாமிகள் சாக்ஷாத் கைலாச பதி மாதிரி பளீர்னு வருகிறார். எல்லாரும் அப்படியே தெருவில் வெறுந்தரையில் விழுந்து விழுந்து நமஸ்காரம் செய்தார்கள். நின்று நின்று வருகிறார் சுவாமிகள். பண்ணை முதலாளி நல்ல இளவட்டம் அல்லவா, ‘விசு சார், விழுந்து நமஸ்காரம் செய்யும். இதுவரையில் உள்ள பாபமெல்லாம் போகட்டும்,’ என்று சிரித்தார். ‘முதல்லே நீங்கள், அப்புறம் நான். சேர்ந்தே பாபத்தையும் பண்ணினோம், பண்ணவும் போகிறோம். இதை யும் சேர்ந்தே செய்வோமே’ என்றார் விசு. இதற்குள் பெரியவர் அதிவேகமாய் நடந்து வந்துவிட்டார் பக்கத்தில். கட்டாயம் இது அவர் காதிலும் பட்டிருக்கும் ...”

“ஐயய்யோ ... ரொம்ப அக்கிரமம்!”

“எங்களுக்கெல்லாம் அப்படியே என்னவோ போல் ஆய்விட்டது ...”

கார் பறந்துகொண்டு வந்தது. இரண்டு டாக்டர்கள் வந்தார்கள். ஒருவர் கவர்ன்மெண்ட் டாக்டர்.

மூவரும் உள்ளே போனார்கள். வேலைக்காரப் பெண்ணைக் கேட்டுச் சில விவரங்களைத் தெரிந்துகொண்டார்கள். பத்தே நிமிஷம். மூவரும் ரொம்பக் கலகலப்பாகச் சிரித்துக்கொண்டே வெளியில் வந்தார்கள். விசு ஏதோ காகிதத்தை வாங்கிச் சட்டைப் பையில் வைத்துக்கொண்டார்.

டாக்டர்களைக் கொண்டுபோய் விட்டுவிட்டுத் திரும்பும் போது வயதான பாட்டிகள் இருவரையும் சாஸ்திரிகள் இருவரை யும் அழைத்துக்கொண்டு வந்தார்.

"அப்பாடா, சட்டம் கச்சிதமாக முடிந்துவிட்டது. இனிமேல் சாஸ்திர சம்பிரதாயங்கள் ஒரு குறையும் இல்லாமல் நடக்க வேண்டும்" என்று சொல்லிக்கொண்டே விசு வந்து கூட்டத்தில் சேர்ந்துகொண்டார்.

அப்போது சாஸ்திரிகள் வந்து, "சில்லறைகள் வேண்டுமே!" என்றார்.

"சில்லறைப் பேச்சோ சத்தமோ கேட்கக் கூடாது. சில்லறை களுக்கு ஏகக் கிராக்கி ஊரில். ரூபாய் நோட்டாகவே வீசுங்காணும்," என்று சொல்லிவிட்டு, மைனரைப் பார்த்து, "மைனர் சார், நம்ம ஷேர் இதுவரையில் ரொம்ப ஓடிப் போய்விட்டது. இனிமேல் உம்முடைய ஷேர். வைதிய காரியம். மகா புண்ணியம் உம்... உதறும் பையை. நாம் இரண்டு பேர்தான் இன்னிக்கு இங்கே இருக்கிறோம். நம்ம ருக்குவுக்குச் செய்ய..." என்றார்.

கூட்டத்தில் ஓரே சிரிப்பு. மைனரும் சிரித்துக்கொண்டே ரூபாய் நோட்டுக் கட்டை வரவழைத்தார்.

புத்தி சுவாதீனமில்லாத கணவனைச் செம்பும் கையுமாக இழுத்துக்கொண்டு சாஸ்திரிகள் ஆற்றங்கரைக்குப் புறப்பட்டார்.

"நல்ல வேளை, ரயிலிலேயே போகாமல் வீட்டுக்கு வந்து போயிருக்கிறது பிராணன். டாக்டர் ஆச்சரியப்படுகிறார்," என்றார் விசு.

காதுகளைத் தீட்டிக்கொண்டு கூட்டம் நெருங்கி வந்தது தான் மிச்சம். விசுவிடமிருந்து விவரமொன்றும் கிடைக்க வில்லை. மைனரும் விசுவும் தனித்துக்கொண்டார்கள். "ஹெவி லோட். பாவி குட்டிச்சுவராய் அடித்துக்கொண்டுவிட்டாள் உடம்பை... ருக்கு மெட்ராஸ் போய் நாலு நாள் இருக்குமா? போறபோது நன்றாகத்தானே இருந்தாள்?" என்று கேட்டார் விசு.

“வெரி ஃபைன் . . . நாங்க சாத்தனூர் டாம் போய்விட்டுப் போன வாரம்தானே திரும்பினோம்? ஆகா, என்ன சுகமான டிரிப் தெரியுமோ? புதன்கிழமை காலையில் கடைக்கு வந்தாள். எண்ணூறு ரூபாய்க்குக் குறையாமல் ஆயிரம்வரை வேண்டுமென்று கேட்டாள். தீபாவளிக்குப் பிறகு திருப்பித் தருவதாகச் சொன்னாள் . . .”

“என்ன அர்ஜென்ஸி அப்படி?”

“அவள் டாட்டர் சம்பந்தமாய் ஏதோ டிரபிள் போலிருக்கு. ரொம்ப அவசரப்பட்டாள்.”

“ஐயய்யோ, பணமே இல்லையே என்று நீர் மூக்கால் அழுதிருப்பீர் . . .”

“விசு, என்னை என்னவென்று நினைக்கிறீர்? ஆயிரம் ரூபாய் கொடுத்தனுப்பினேன். என்ன நினைத்தாளோ, வழக்கமே இல்லாமல் அன்று நோட்டுச் சீட்டு எல்லாம் உடனே எழுதி அனுப்பச் சொன்னாள். அப்புறம் சாயங்காலம் வக்கீல் ராஜு டாக்ஸியில் அழைத்துக்கொண்டு போனதாகக் கேள்விப் பட்டேன்.”

“அந்த ராஸ்கல் செய்த வேலைதான் இது,” என்று விசு முடிப்பதற்குள் கையில் புகையும் சிகரெட்டுடன் இடுப்பில் லுங்கியுடன் ராஜு சைக்கியில் வேகமாக வந்தான்.

சைக்கிளை உதைத்தெறிவதுபோல் தள்ளிவிட்டு ஓடி வந்து, விசுவின் கைகள் இரண்டையும் சேர்த்துப் பிடித்துக்கொண்டு, பெண்டாட்டியைப் பறிகொடுத்தவனைத் துக்கம் கேட்பது போல அழுது புலம்பினான்: “விசு சார், நான் பெரிய தப்புப் பண்ணிவிட்டேன். ப்ளண்டர், ஐ மீன், அவளைத் தனியாக மெட்ராசுக்கு அனுப்பியது பெரிய தவறு, ஆனால் அவள் ரொம்பப் பிடிவாதம் செய்துவிட்டாள் நான் வர வேண்டாமென்று. ஐ மீன் எனக்கும் டிக்கட் வாங்கியே விட்டிருந்தேன். வாட் எ டிராஜடி! போச்சு, போச்சு, எல்லாமே போச்சு. ஐ ஹேவ் லாஸ்ட் சார்ம் இன் லைஃப் . . . எப்படிச் சாக முடிந்தது அவளால்? ஓ வாட் எ ஷாக்! எங்கே இருக்கிறாள் அவள்?” என்று விசுவையும் இழுத்துக்கொண்டு உள்ளே ஓடினான்.

மைனரும் விழித்தான். விசுவுக்கும் ஆச்சரியம். இவனும் போகவில்லையா அவளுடன்? அப்போ என்ன நடந்திருக்கும்? யாருக்குமே தெரியாதோ?

மானுடம் வென்றதம்மா

ஆயிரக்கணக்கான ஆண்டுகட்கு முன் நடந்த கதை இது. கங்கைக் கரையில் ஒரு பாழ் மண்டபம். அங்கே பல துறவிகளும் வெறும் பிச்சைக்காரர்களும் கூடியிருந்தனர். அந்தக் கூட்டத்தில் ஆண்களும் உண்டு; பெண்களும் உண்டு. போர்க்களத்திற்குச் சென்று வீரத்துடன் போர் செய்து கை, காலிழந்த முடவர்களும் கண்ணில் வாளோ அம்போ தைத்துப் புண்பட்டுவிட்ட குருடர்களும் பிச்சைக்காரக் கூட்டத்தில் சேர்ந்திருந்தனர். பெரு மழையாலும் வெள்ளத்தாலும் மழையின்மையாலும் வெய்யிற் கொடுமையாலும் வேளாண்மை கெட்டுக் கடன் தொல்லைகள் சூழ்ந்து அதனால் நிலம் நீச்சு வீடு வாசல்களைவிட்டு வந்தவர்களும் அந்தக் கூட்டத்தில் இருந்தனர். இரவின் வரவை எதிர் பார்த்து அந்தி மாலைக் குழப்பத்துடன் தாங்களும் மனங்குழம்பித் திரும்பி வந்து அவர்கள் கூடும் இடம் அது. பகல் முழுவதும் நகர்ப்புறத்தில் பிச்சை யெடுத்த களைப்புத் தீரப் படுத்துறங்கும் இடம் அது. உறக்கம் என்ற பெருமகிழ்வுப் போதில் அனைத்தையுமே மறந்து அவர்கள் அநுபவிக்கும் துறக்கம், அதாவது சுவர்க்கம் அந்த இடம்.

உறங்கப் போகுமுன் அந்தக் கூட்டத்திலுள்ள படித்த துறவிகள், கதையும் புராணமும் தத்துவமும் வேதாந்தமும் பேசுவார்கள். பாட்டுப் பாடியும் விரிவுரை செய்தும் அவர்கள் நிகழ்த்தும் கால க்ஷேபம் தினசரி நிகழ்ச்சி. புரிந்தும் புரியாமலும் அதைக் கேட்டுவிட்டுத்தான் அனைவரும் தூங்குவார்கள். விடிந்ததும் அவரவர்கள் புறப்பட்டு விடுவார்கள்.

அந்தக் கூட்டத்தில் புதியவளான ஒரு பெண் துறவி வந்து சேர்ந்திருந்தாள். அவள் நடுத்தர வயதுடையவள். அசைப்பில் பார்த்தால் குறைந்த வயதுடையவள் என்றுகூடத் தோன்றும். இளைத்திருந்தாலும் எடுப்பான தோற்றமுடையவள். இனிய குரல், இதமான பேச்சு, இங்கிதமறிந்து உதவும் செயற் பாங்கு. அவள் அதிகமாகப் பேசுவதில்லை. இரவு நேரத்துக் காலக்ஷேபங்களில், எதிர்த்தும் விளக்கம் வேண்டியும் மற்றவர் கள் கேள்விகள் கேட்கும்போது தானும் கலந்துகொள்வாள். அவளுடைய கேள்விகளுக்கு, நல்ல படிப்பும் சொல்வன்மையும் படைத்த துறவிகள் நேரான சீரிய விடை கூறத் தெரியாமல் தவிப்பார்கள். புதிய பெண் துறவி ஜனகனைப் பற்றி அவ்வள வாக அக்கரை காட்டாமல் இருந்ததைப் பார்த்த அவர்கள் அவளைத் தூண்டினர். அவளும் தங்களுடன் சேர்ந்து கொண்டாடினால்தான் அவர்களுக்கு மனம் நிறையும். ஆனால் அவள் ஜனகனைக் கொண்டாட மறுத்தாள். அத்துடன் அந்த மன்னனுடைய கொள்கையையும் மறுத்தாள். "அது வெறும் பொய், பித்தலாட்டம், அதைப் பரப்பிக் கொண்டாடவைக்கும் நாகரிக மாந்தரின் கபட நாடகமும் அப்படித்தான். இதெல் லாம் – பாமர மக்களை – பெரும்பான்மையான மக்களைத் தலை தூக்கவிடாமல் செய்யும் தந்திரங்கள். தமக்குக் கிடைத் துள்ள இடம் பொருள் ஏவல்களைக் காப்பாற்றிக்கொண்டு மேலும் வளர்த்துக்கொள்ள அவர்கள் வகுத்துள்ள திட்டம் இது. அவர்கள் வைத்துள்ள சட்டங்களை நிலைநாட்டிக் கொள்ளும் வழி இது" என்றெல்லாம் விளக்கிச் சொன்னாள்.

முடவர்களையும் குருடர்களையும் முன்னே அழைத்துத் தாம் அங்கஹீனம் அடைந்த கதையைக் கூறச் செய்தாள். அவர்கள் தங்கள் வீரப் போரின் வியப்பான செய்தியைச் சொல்லி, இறுதியில் விதியின் விளையாட்டால் தங்கள் கையுங் காலும் கண்ணும் பிறவும் போரில் இழந்த கதையையும் சொன்னார்கள்.

"நீங்களெல்லாம் நல்ல நிலையில் இருந்திருந்தால், எங்கு எப்படியிருப்பீர்கள்?" என்று கேட்டாள் பெண் துறவி.

'அரண்மனைச் சேவகமும் அரசாங்க' ஆதரவும் பெற்று நகரத்தில் மகிழ்ந்திருப்போம் என்றனர் அங்கஹீனர்கள்.

"அந்த மகிழ்ச்சிக்குப் பதிலாகத்தான் மெய்ஞ்ஞானத்தால் விளையும் ஆனந்த வெள்ளத்தைக் காட்டியிருக்கிறது நம் அரசாங்கம்" என்றாள் அவள்.

மேலும் சொன்னாள்:

பிச்சைக்காரர்கள் என்பவர்கள் தலைமுறை தலைமுறையாய்ப் பிறந்து வருபவர்கள் அல்லர். இங்கே நாம் இத்தனை பேர் இருக்கிறோம். எல்லோருக்குமே எப்போதாவது ஒரு காலத்தில், தாய், தந்தை, தம்பி, அண்ணன் என்ற உறவு முறையோரும் உற்றார்களும் பங்கு மனைகளும் பணம், காசு, நகை நட்டுக்கள், தாழி, பானை தட்டுமுட்டுக்களும் இருந்திருக்கும். நாம் இத்தனை பேரும் இதே பாழ்மண்டபத்திலா பிறந்து வளர்ந்தோம்? இன்று ஏன் இப்படி இங்கே கூடியிருக்கிறோம் தெரியுமா? என்பது போல் கேள்வி கேட்டு அவர்கள் இதுவரை கொண்டிருந்த முடிவுகளைச் சிதறவிட்டு வேடிக்கை பார்ப்பாள். காலக்ஷேபம் கேட்கும் அத்தனை பேரும் வியப்புடன் இவளைப் பார்ப்பார்கள். முடிவுகளைச் சிதறவிட்டு, அதனால் கலங்கி விழிக்கும் துறவிகள், கேள்விக் குறிகளைப் போலத் தங்கள் தலைகளைத் தொங்கவிட்டுக் கொண்டிருக்கும்போது 'நீங்கள் சொன்னதை இப்படித் திருப்பிப் பாருங்கள்' என்று புதிய கருத்துக்களை வெளியிடுவாள் அந்தப் புதிய துறவி.

'அதுவும் பொருத்தமாகத்தான் படுகிறது' என்பார் ஒருவர்.

'அதுதான் முற்றிலும் பொருத்தம்' என்பார் மற்றொருவர்.

'எதற்கும் நாம் மறுபடியும் சர்ச்சை செய்து ஆராய வேண்டும்' என்று இழுப்பார் ஒருவர்.

எப்படியும் அந்தப் பெண் கூறுவதுதான் பொருத்தமென்று கேட்பவர்கள் அனைவருடைய முடிவும் இருக்கும். இதற்குக் காரணம் அவள் சொன்னது அவர்களுக்கு நன்றாக விளங்கியதோ அல்லது அவர்கள் சிந்தித்துப் பார்த்ததோ அல்ல. ஆனால் அந்தப் பெண் துறவியின் தோற்றம், பேச்சு, செயல் அனைத்துமே அவர்களை ஆட்கொண்டிருந்தது அந்த அளவுக்கு.

ஒரு நாள் இரவுப் பேச்சில், அந்த நாட்டின் அரசனான ஜனகனைப் பற்றிய செய்திகள் வந்தன. அடிக்கடி அந்த அரசனைப் பற்றித் துறவிகள் வியந்து பேசுவதுண்டு. அந்த ஜனகன் ஒரு ராஜயோகி; ஆத்மஞான வள்ளல். மெய்யறிவுக்கு ஒரு புகலிடம். இந்த உடலுடன், உயிருடன் வாழ்ந்துகொண்டே, வீடுபெற்றுவிட்ட 'ஜீவன்முக்தன்' ஜனகன். பெரிய பெரிய முனிவர்களும் ஞானிகளும் அவனுடன் மெய்ஞ்ஞானம் பேசி வாதாடித் தோற்றுப் போய்விட்டார்கள். அவனுடைய பற்றற்ற வாழக்கையைப் பற்றி, உலகமெல்லாம் வியந்து பாராட்டுகிறது. மனிதர்களாகப் பிறந்திருக்கும் அனைவருமே, மெய்ஞ்ஞானத்தால், மேலான பதவி பெறலாம். ஜீவன் முக்தியும் அடையலாம். இந்த உலகத்தில் இருந்தபடியே இந்த உலகத்தின் துன்பங்களை ஒழித்து, இன்ப வெள்ளத்தில் மூழ்கித் திளைக்கலாம் என்பதற்கு

ஜனக மகாராஜாவின் வாழக்கையே ஒரு எடுத்துக்காட்டு என்றெல்லாம் கொண்டாடினார்கள். படித்த பெரிய துறவி களின் இந்தக் கருத்துப் பெரும்பாலான பிச்சைக்காரர்களைக் கவர்ந்ததும் உண்மையே. அந்தக் கவர்ச்சியின் உடனடியான விளைவாக அவர்கள் தங்களுடைய வறுமைத் துயரை மறக்க முடிந்தது. பஞ்சத்தை மறக்க முடிந்தது. கண்ணீரைத் தடுக்க முடிந்தது. முறிந்து விழும் மனத்தைத் தூக்கி நிறுத்த முடிந்தது.

“நம்மை ஏமாற்றுகிறார்கள். நம் துயரங்களுக்குக் காரண மாகப் பழம் பிறப்பை இழுத்து ஊழ்வினையென்று வற்புறுத்திக் காட்டினார்கள். அதே மூச்சில் துயரமே கிடையாது, அது ஒரு மனத் தோற்றமென்றும் கூறி, மெய்ஞ்ஞான மயக்க மருந்தை ஊட்டிவிட்டார்கள். நாம் எழுச்சியிழந்து குனிந்துவிட்டோம். மீண்டும் நாம் நிமிர வழி என்ன? இதை நீங்கள் சிந்தித்தது உண்டா?” என்று கேட்டாள் பெண் துறவி.

ஜனகனைப் பலமுறை நேரில் கண்டுள்ள ஒரு பெரியவர் அவளுக்கு விடைகூற முன் வந்தார். “அம்மா உலகத்தில் எதுவுமே நிலையானது இல்லை. உடல், உயிர், பொருள் யாவுமே அழிந்துவிடக் கூடியவைதாம். ஆகவே அழியும்வரை வாழத்தானே வழி வேண்டும். மனத்தை அதற்குப் பக்குவப் படுத்திவிட்டால் எல்லாம் ஒன்றாகும். மெய்ஞானம் அங்கே தான் தளிர்காட்டுகிறது. அரசனுக்கும் ஆண்டிக்கும் ஒரே முடிவுதான்; ஆகவே அரசன் மகிழ வேண்டியதில்லை; ஆண்டி யும் அழ வேண்டியதில்லை. அரசனுக்கு அரியணை இருந்தால், ஆண்டிக்குச் சத்திரத் திண்ணை இருக்கிறது. அரசனுக்குத் தங்க வட்டில் என்றால், ஆண்டிக்குத் திருவோடு; இருவரும் எப்படியோ வயிற்றை நிரப்பிக்கொண்டுதான் இருக்கிறார்கள். என்ன வந்துவிட்டது இதில்? வேறுபாடு எங்கே இருக்கிறது? அரசனுக்கும் பற்று உதவாது. ஆண்டிக்கும் அது கூடாது; ஆகவே அரசன் மகிழ்வதில்லை; ஆண்டியும் ஏங்காமல் இருக்க வேண்டும்; ஏக்கம் கொண்டால்தானே நிமிர வழி தேட வேண்டும். நிமிர்ந்தாலும் குனிந்தாலும் ஒரே நிலையென்று அவர்கள் போதித்ததை நாங்களும் ஏற்பதில் தவறென்ன?” என்றார் அவர்.

“நீங்கள் போதித்து அவர்கள் ஏற்றுக்கொண்டிருந்தால் தவறு நேர்ந்திருக்காது; அங்கிருந்து இங்கு வருவதால்தான் தவறு நேர்ந்துவிட்டது” என்றாள் அவள். பெரியவர் மீண்டும் அவளிடம் கூறினார்:

‘அம்மா, ஜனகனுக்கு இருப்பதைப் போன்ற பற்றற்ற மனம் துறவிகளுக்கு வரவில்லையே! சமீபத்தில் நடந்த செய்தி

யொன்று கூறுகிறேன் கேள். கடந்த மழைக் காலத்தில், யோக சித்திகள் பெற்ற ஒரு பெரிய துறவி, சில துறவிச் சீடர்களுடன் ஜனகன் அரண்மனையில் வந்து தங்கினார். ஜனகன் அந்தத் துறவியிடம் பழமையான தத்துவ இரகசியங்கள் இருப்பதை அறிந்து, அவரிடம் பாடம் கேட்கத் தொடங்கினான். துறவிகள் இரவு நேரத்தில் அரண்மனையில் தங்கினார்களே தவிர, பகற்பொழுது முழுவதும் நகரத்திற்கு வெளியிலிருந்த ஒரு சோலையில் அமைத்திருந்த ஆசிரமத்தில் இருப்பார்கள்; அங்கு தான் பாடம் நடக்கும். ஒரு நாள் ஜனகன் நேரம்கழித்து வந்தான். பாடமும் நேரம் கழித்தே ஆரம்பமாயிற்று. குருவும் சீடர்களும் மிகுந்த நேரம் காத்திருந்தனர். இதில் சீடர்களுக்குச் சற்று மன வருத்தம். ஜனகன் ஒரு அரசனாயிருப்பதாலும் நான்கு மாதங்களுக்கு உபசாரம் செய்வதாலும் அவனிடத்தில் குருவுக்குத் தனியான பாசமும் பரிவும் பயமும்கூட இருப்பதனால் காத்திருந்தார் என்று தமக்குள் ஒரு ஜாடையாய்ப் பேசிக்கொண்டார்கள். தன் சீடர்களின் உள்ளக் குமுறலின் வேகத்தையும் அவர்கள் அணிந்திருந்த காவியை அது எள்ளி நகையாடுவதையும் பார்த்துத் தானும் சிரித்துக்கொண்ட குரு, உடனே பாடத்தைத் தொடங்கவில்லை. குருவும் துறவிகளும் நகரத்தையும் ஆசிரமத்தையும் இணைக்கும் பாதையைப் பார்த்துக்கொண்டே இருந்தார்கள். கோலத்தால் மட்டும் துறவிகளாயிருந்த இவர்களுக்கும் ஜனகனுக்கும் உள்ள ஏற்றத் தாழ்வை இவர்களே உணரும்படிச் செய்ய வேண்டுமென்று நினைத்துக் கொண்டிருந்தார் குரு. சிறிது நேரத்திற்கெல்லாம் ஜனகன் வந்தான். ஓடோடியும் வந்தான். பன்முறை வணங்கித் தான் தாமதித்து வந்ததைப் பொறுத்தருளுமாறு கேட்டுக் கொண்டான். பாடம் தொடர்ந்தது. குருநாதர் தம் யோக சக்தியால் மிதிலை நகரம் தீப்பற்றியெரிவது போன்ற ஒரு தோற்றத்தை உண்டாக்கிவிட்டு "அதோ பாருங்கள்" என்றார். அனைவரும் திரும்பினர். துறவியின் பரபரப்புடன் எழுந்து, ஐயோ, என் புதிய காவித் துணி, என்றும், என் மூட்டை என்றும் கத்திக்கொண்டு விழுந்தடித்துக்கொண்டு ஓடினார்கள். ஜனகன் மிக்க அமைதியுடன் இருந்த இடத்திலேயே ஆடாமல், அசையாமல் இருந்தான். பெரியவர் சிரித்துக்கொண்டே சீடர் களை அழைத்தார். தோற்றமும் மறைந்தது. மிதிலை எரிய வில்லை. சீடர்கள் திரும்பி வந்து அமர்ந்து குன்றிக் கிடந்தார் கள். குருநாதர் ஜனகனைக் கேட்டார்;

"அரசரே, மிதிலை எரிகின்றபோதும் நீங்கள் துளிக்கூடப் பரபரப்புக் காட்டவில்லையே? ஏன்?" அரசர் பணிவுடன் கூறிய விடை உலகமெலாம் புகழும் பெருமை படைத்துவிட்டது.

இந்த விடை இனி எக்காலத்திலும் அழியாது நிலைபெற்றாலும் ஆச்சரியமில்லை; அரசர் கூறினார்:

"மிதிலை எரிந்தால் என்ன? என்னுடையதொன்றும் எரியவில்லையே?" "ஆகா, என்ன தூய மனநிலை. பற்றொழித்துப் பண்பட்ட மனநிலை! பொன்னும் மணியும் பட்டும் பீதாம்பர மும் மனைவியரும் மக்களும் வயலும் தோட்டமும் பிரபுக்களும் குடிமக்களும் படைகளும் பாழாகுமே என்ற ஒரு எண்ணம் கூடத் தோன்றவில்லை பேரரசருக்கு. கந்தைக் கோமணமும் காவித் துணியும் போய்விடும் என்று பதறிய துறவிகள் நிலையை யும் பார்" என்று முடித்தார். பெண் துறவிக்குக் கதை சொன்ன பெரியவர், சத்திரத்து ஆண்டி.

அவள் சிரித்தாள்! "ஜனகனைப் போல் நடிப்பில் வெற்றி பெறாத துறவிகளை இழித்துக் கூறாதீர்கள் பெரியவரே! அவர்கள்தாம் உண்மை மனிதர்கள்; தம் மனிதத் தன்மையை மறைத்து நடிப்பதில் வசதி படைத்தவர்களே வெல்வார்கள். மிதிலை எரிந்தால் என்னுடையதொன்றும் எரியவில்லையே என்ற ஜனகனுடைய விடையில் என்ன மறைந்திருக்கிறது தெரியுமா? அனைத்தும் எரிந்து சாம்பலான பிறகும் நினைத்த மாத்திரத்தில் முன்னிலும் அதிகமாக, அழகாக, தக்க பாதுகாப் புடன் யாவற்றையும் படைக்க முடியும் என்ற மன்னருடைய வசதியால் வந்த செருக்கு அதில் மறைந்து கிடக்கிறது. இடம், பொருள், ஏவல் வசதிகளின் திரையில் மறைந்து கிடக்கும் இந்தப் போலி மனிதத் தன்மை புரிகிறதா உங்களுக்கு? துறவி களுக்குப் புதிய துணி கிடைக்க வேண்டுமென்றால் பிறர் தயவும் தர்ம புத்தியும் வேண்டும். அத்துடன் தான் செய்யும் அறத்தைப் பறைசாற்றும் நேரமும் வர வேண்டும் வசதி படைத்தவர்களுக்கு! அப்போதுதான் துறவிகளுக்குப் புதிய துணி கிடைக்கும்" என்றாள்.

"அதனாலென்ன? நமக்கும் ஏதோ கிடைக்கிறதல்லவா?" "உண்மை; பெரியவரே! மனிதத்தன்மை மறைவது இங்கேதான். பொருள் தேடி, அறம் செய்து, இன்பங்கள் துய்த்து, மேலும் மேலும் பொருள் தேடிப் பெருக்கி முழு வாழ்வு வாழ்ந்து இன்பத்தில் மகிழ்வதென்பது உலகில் அனைவருக்குமே கிடைக்குமா? வறுமையும் பஞ்சத்திலும் பற்றாக் குறையிலும் பாதி வாழ்விலும் உழல்கின்றவர்களுக்கு இது நல்ல மருந்து. எப்படியோ இன்பம்தான் நோக்கம் என்றால், இது சுலபமான வழி; பார்ப்போமே என்பது பெரும்பான்மையான மக்களின் ஆவல். இந்த ஆவலில் பற்றுவதற்கு ஒன்றுமே இல்லாதவர்கள் கூட இதைப் பற்ற முயல்கிறார்கள். மனிதத்தன்மை மறையத்

எது நிற்கும்?

தொடங்குகிறது. இந்த வழி நிலைத்துவிட்டால், மக்கள், உணர்வும் ஊக்கமும் காட்டி, உழைப்பை உறுதுணையாகக் கொண்டு, உயர்ந்து நிமிர விரும்பி, எழுச்சியும் கிளர்ச்சியும் கொள்ள மாட்டார்கள். அமைதி நிலவும். ஆட்சியும் ஓங்கும் என்பது உயர்ந்த வட்டாரத்து முடிவு என்றாள் அவள். “அம்மா, ஜனகனை ஒரு சாதாரண மனிதனாக நினைத்துக்கொண்டு நீ வாதம் செய்கிறாய், அவனைச் சென்று பார். உன் சொல் வன்மையும் தத்துவ வாதமும் அவனுக்கு மிகவும் பிடிக்கும். உன்னை அவன் வாதத்தில் வென்று, வேதாந்தமும் போதித்து அனுப்புவான், ஏழை எளியவர்களிடத்தில் பேரன்பு கொண்டு அவர்களுக்குப் பல வகையிலும் உதவிகள் செய்துவரும் நீ வேதாந்தியாக மாறினால் நாட்டுக்கு நல்ல பயனுண்டு” என்றார் அவர்.

“கட்டாயம் போகப் போகிறேன், நாளைக் காலையிலேயே அரசரைச் சென்று காண்பேன், ஆனால் அரசரும் ஒரு சாதாரண மனிதர்தான் என்பதைக் காட்டி, நான் அவரை வென்று வந்த செய்தியையும் நீங்கள் கேட்கப் போகிறீர்கள். அவர், தம் மானிடத் தன்மையை மறைத்துக்கொண்டு நடிப்பதை அம்பலப்படுத்துவதே என் நோக்கம்” என்றாள் அவள்.

அவளும் ஒரு சிற்றரசன் குலத்தில் பிறந்தவள்தான். ஆனால் அதில் ஒட்டாமல் பிரிந்து வந்து மக்கள் வாழ்வின் துயரங்களை உணர்ந்து அவற்றை நீக்கும் வழி தேடித் துறவுபூண்டாள். பல நகரங்களிலும் துறவுக் கோலத்துடன் அலைந்து திரிந்தவள். பொதுமக்களும் பிச்சைக்காரர்களும் அவளை நன்கு அறிவர். அவள் பெயர் சுலபை. எளியவள் என்பது அதன் பொருள். அது அவளுக்குக் காரணத்தால் அமைந்த பெயர். துயருற்றவர் களுக்கு அவள் உதவ எளிதில் கிடைத்தது. கூப்பிட்ட உடனே ஓடி வருகின்ற எளிமை அவளுக்கு இருந்தது. சத்திரம், சாவடி, பாழ்மண்டபம், படித்துறை, பாதையோரத்து மரநிழல் போன்ற இடங்களில் எளியவர்களுடன் வாழ்ந்ததால் அவளும் எளியவள். அவள் அனைவர்க்குமே அனைத்திற்குமே சுலபமாகக் கிடைப் பவள் என்ற பொருளில், பொது மக்கள், பிச்சைக்காரர்கள் எல்லோருமே அவளை சுலபை என்ற பெயரால் அழைத்தனர். அவள் இப்பொழுது சில காலமாக மிதிலையில் சுற்றிக்கொண் டிருக்கிறாள். பல பேரிடம் பல விஷங்களில் வாதம்கூடச் செய்திருக்கிறாள் நகரத்தில். ஜனகனும் அவளைப் பற்றி நிறையக் கேள்விப்பட்டிருந்தான்.

அரண்மனை வாயில்காப்போர் வந்து சுலபை மன்னனைக் காண விரும்புகிறாள் என்பதை அறிவித்தபோது, மன்னன்

அதை மறுக்கவில்லை; ஆனால், எதிர்பாராத இந்தச் சந்திப்பு நேராமல் இருந்திருக்கலாம் என்று நினைத்தான் ஒரு கணம். மறு கணத்தில் அவளைக் காணச் சித்தமானான். தத்துவ விவாதமானால் அதில் அவனுக்கு மிகவும் சுவை உண்டு.

சுலபை மன்னனைக் காண வந்தாள். அவள் மிக முயன்று தன்னை அழகுபடுத்திக்கொண்டு வரவில்லை. ஆயினும் பளிச்சென்று வந்தாள். இயற்கையிலேயே அழகுடைய பெண் அவள். நிறமும் நிறைவும் நேர்த்தியும் பொலியும் அவயவங்களுடன் வந்தாள். அப்போது மன்னனும் வேறு சிலரும் இருந்தனர். விரைவாகப் புகுந்து நிமிர்ந்து நடந்து வந்து நேரே அரசன் எதிரே நின்றாள். ஜனகன் நிலைகுலையவில்லையென்றாலும் நெஞ்சம் அதிர்ந்தது அவனுக்கு. ஒரு பெண் தன்னருகில் வந்து தன்னைக் குறிவைத்துப் பார்ப்பதை உணர்வதே அவனை என்னவோ செய்தது. திடப்படுத்திக்கொண்டு அவளைப் பார்க்கத் தொடங்கினான். ஏற இறங்கத் தன்னை அரசர் கூர்ந்து பார்க்கத் தூண்டி வென்றும் விட்ட சுலபை, அதே லாகவத்துடன் அவருடைய கண்களைத் தன் கண்களால் தூக்கிப் பார்த்துத் தன் பார்வையாலேயே அவற்றை ஆடாமல் தடுத்தாள். அந்தப் பார்வை வழியிலேயே அரசருக்குள் தன்னைச் செலுத்தினாள். அரசருடன் அங்கே இருந்தவர்கள் ஒன்றுமறியாமல் மரம்போல நிற்க இங்கே ஒரு பெண், கண் வழியே ஓர் ஆணின் உடலுக்குள்ளே புகுந்து நிறைகின்ற அற்புதம் நிகழ்ந்துகொண்டிருந்தது.

ஜனகன், தன்னைத் தனக்குள்ளிருந்து அரைகுறையாய் விடுவித்துக்கொண்டு திணறி விழித்தான். தடுமாற்றத்துடன் அந்தப் பெண்ணைப் பார்த்துக் கேட்டான். பால் வேறுபாடு காணாத, காணக்கூடாத வேதாந்தி அந்தப் பெண்ணைப் பார்த்துத்தான் கேட்டான்.

"பெண்ணே, எனக்கே தெரியாமல், என்னையும் வென்று, எனக்குள் புகுந்து என்னை ஏன் கலக்குகிறாய்? நீ யார், எங்கிருந்து வந்தாய்? ஏன் வந்தாய்?"

அந்தப் பெண் சதங்கையைக் குலுக்குவது போலச் சிரித்தாள். சிரிப்பினிடையே, "இதோ இங்கே தெரியும் யாவும் ஆத்மப் பொருள்; அதுவே, அதுவே. வேறு கிடையாது, ஆத்மா; ஆத்மா; ஆணும் பெண்ணும் விருப்பும் வெறுப்பும் எல்லாமே பொய்; போலித் தோற்றமே இல்லாத மாயையின் தான்தோன்றித் தனம்" என்று சொல்லிக்கொண்டே மீண்டும் சிரித்தாள். அவள் எங்கிருந்து சிரிக்கிறாள்! பேசுகிறாள்! தனக்குள்ளிருந்தே சிரிப்பொலி கேட்பது போலிருந்தது ஜனகனுக்கு.

எது நிற்கும்?

சுலபை மேலும் பேசினாள்: "மன்னவரே, மனத்தை அனைத்திலிருந்தும் அகற்றி, மனத்திலிருந்து அனைத்தையும் அகற்றிவிட்டதாக நடித்துக்கொண்டிருக்கும் மன்னவரே, தாங்கள் பேசும் மொழியே தங்கள் பொய்யான நிலையைக் காட்டுகின்றனவே. தனக்குள்ளே எல்லாவற்றையும் கண்டும் எல்லாவற்றிலும் தன்னையும் கண்டும் இந்தக் காட்சியாலேயே தன்னளவில் சூன்யமாய் – யாதுமில்லாப் பெருவெளியாய்ச் சிதம்பரமாய் விட்ட தாங்கள், ரகசியம் அறிய விரும்பி, என்னை யாரென்று கேட்பது பொருளற்ற செயல். அகண்டப் பிரகாசத் தத்துவத்தில் நான் எங்கிருந்தும் எங்கும் வர முடியாது. அடுத்த படி பொருத்தமேயில்லாத பேதைமைப் பேச்சொன்று சொன்னீர் கள். 'எனக்கே தெரியாமல், என்னுள் புகுந்து...' என்று. இரண்டென்றும் இரண்டாவதென்றும் வேறொன்றும் ஒன்றும் கிடையாதென்றும் ஆயிரம் பேருக்கு உபதேசம் செய்திருக்கிறீர் கள். தாங்கள் கூறிய சொற்களில் ஒன்றுக்குமே, உங்கள் நிலை உண்மையாய் இருந்தால் பொருளே கிடையாது. தனித் தனிச் சொற்களே பொருள் குறிக்காமல் தடுமாறும்போது, அவை தொடர்ந்த சொற்றொடரும் வெறும் ஒலியே தவிர, அதற்குப் பொருள் கிடையாது. ஆகையால் நீங்கள் கலங்கியதுதான் உண்மை. நான் ஒரு சாதாரண மானிடப் பெண்; தாங்களும் ஒரு சாதாரண ஆண். இந்தக் கலக்கம்தான் தங்களுடைய வேஷத்தைக் கலைத்தது. இதுதான் என் வெற்றி. அதை மறைத்து நடிக்காதீர்கள். நாட்டைக் கெடுக்காதீர்கள். மானிடத்தை வளர்க்க முற்படுங்கள்" என்று சொல்லிவிட்டுச் சிரித்தாள் அவள்.

சொடுக்கும் மிடுக்கும் நிறைந்த அவளுடைய சொல்லாட லில் சுவை மிக்க இசைப்பாவின் பண்ணழகு பதிந்திருந்தது. மை தீட்டிப் பல ஆண்டுகள் கழிந்துவிட்ட அவளுடைய இமையோரங்கள் கருத்து அழகைக் கொட்டின. தாம்பூலமே தின்னாத அவளுடைய இதழ்களில் சிவப்புப் பரந்து, சில்லென்று, தேன் சுரந்து, அழைப்பும் தவழ்ந்தது. அவளுடைய முகம் முழுவதிலும் பெண்மையின் பொல்லாத வசீகரம் பூத்துப் பொலிந்தது.

ஜனகன் இன்னும் அவளுடைய முகத்தைத்தான் பார்த்துக் கொண்டிருந்தான். அதுவும் தனக்குள் அவளைப் பார்ப்பது போன்ற பிரமையும் இருந்தது அவனுக்கு. அவளை எப்படி வெல்வதென்ற பிரச்சினையே எழவில்லை. அவளிடமிருந்து தன்னை எப்படி விடுவித்துக்கொள்வதென்பதே பிரச்சினை. முதற் காரியமாக அவளிடமிருந்து, தன் மனத்தை மீட்கப் பெரிதும் முயன்று, தன் கண்களைப் பெயர்த்தெடுத்தான். பெயர்த்த கனத்திலும் விரைவிலும் அவை ஈர்க்கப்பட்டுத்

தாழ்ந்தன. உருண்டு விழுந்தன. எழுந்து தள்ளாடின. திரும்ப முடியாமல் தவித்தன. வன்மையுடன் இழுத்தான். இவ்வளவும் ஆன பிறகு அடுத்த குரலில் பேசினான்:

"நாணம் பெண்களுக்குக் காவல்; நீ எங்கும் பிச்சை வாங்கி உண்டு திரிவதிலிருந்தும் அனைவருக்கும் சுலபையாய் இருந்து வருவதினாலும் உன் நாணத்தை அறிகிறேன். அது போகட்டும். இத்தனை பேருக்கெதிரில் என்னைக் கவர முற்பட்டாய்; இது மிகவும் தகாத செயல். அரசன் படைபலத்தாலே பிறரை அடக்கி வெல்கிறான்; ஞானிகள் தவத்தாலும் பற்றற்ற வாழ்வாலும் அனைவரையும் பொறுக்கினார்கள். பெண்கள் அழகாலே ஆண்களை அடிமை கொள்கிறார்கள்; ஆனால் அதற்கும் வரைமுறை வேண்டாமா? யாருமில்லாத, சூன்ய மான பாழிடங்களில் இருக்க வேண்டியவள் நீ, இங்கே வந்து..." அரசன் ஏனோ தொடர முடியாமல் நிறுத்தினான். அவன் சொல்லிவந்த சொற்களில், அவளுக்குப் பிடிகொடுத்து விட்டானோ?

ஆமாம். அழுத்தமான பிடிகொடுத்துவிட்டான் அவளுக்கு. அவள் பிடித்துக்கொண்டாள். சொன்னாள்;

"அரசே, நான் தங்களைப் பாழிடங்களில் எதிர்கொள்ள முடியுமா? தவிரத் தங்களை நான் என்றைக்கும் அடிமைப் படுத்தவும் நினைக்கவில்லை. தாங்களும் சாதாரண மனிதரே; தாங்கள் நடித்து வரும் மெய்ஞ்ஞானம் ஒரு நாடகம். அதை அம்பலப்படுத்தவே உம்மைக் கவர்ந்தேன். துன்ப வாடையே வீசாத அரண்மனை வாழ்விற்கும் இன்பமே காண முடியாத வறிய வாழ்க்கைக்கும் ஒரு பொய்யான ஒப்புமையை வெறும் சொற்களால் வாய்ப்பந்தல் போட்டுக் காட்டி, மனித குலத்தின் பெரும்பான்மையை ஏமாற்றிவருகிறது இந்த நாடகம். இதை விளக்கிக் கூற முயன்றுவருகிறேன். மனிதர்கள் மனிதர்களாக இருந்தால்தான் நல்வாழ்வு எல்லார்க்கும் அமையும். மானிடத் தைப் புதைக்கும் ஞானம் பொய் ஞானம்; மெய்ஞானம் ஆகாது. தங்களுக்கு இது தோல்வியல்ல; கபடத்தின் தோல்வி தான் இது. எனக்கு இது வெற்றியல்ல; இது பரவுவது மானிடத் தின் வெற்றி. நான் வருகிறேன். உங்கள் வேஷம் கலையட்டும்" என்று புறப்பட்டாள் சுலபை.

○ ○ ○

எது நிற்கும்?